# ബാരക്ക് കോട്ടേജ്

**Barack Cottage**
Novel

Anarkkaly

CHINTHA PUBLISHERS
Thiruvananthapuram



*First Edition*
September 2022

*Published*
Chintha Publishers, Thiruvananthapuram

*Printed at*
Repro India Ltd, Mumbai

*Cover Design*
Vinod Mangoes

ISBN : 978-93-94753-43-3

CO - 3190 / 6214

**₹ 180**

Email: chinthapublishers@gmail.com
Website: www.chinthapublishers.com

A version is available at National Libraries
Kolkata, Mumbai, Chennai and Delhi

***Distribution***
**DESHABHIMANI BOOKHOUSE**
H O Thiruvananthapuram 695035

***Branch***
Head Office Kunnukuzhi • Statue Thiruvananthapuram
KSRTC Bus Terminal Thampanoor • Saphalyam Complex Thiruvananthapuram
KSRTC Bus Station Alappuzha • KSRTC Bus Station Ernakulam
Machingal Lane Thrissur • IG Road Kozhikode
Mavoor Road Kozhikode • NGO Union Building Kannur
Central Bus Terminal Complex Thavakkara Kannur

# ബാരക്ക് കോട്ടേജ്

അനാർക്കലി

ചിന്ത പബ്ലിഷേഴ്സ്
തിരുവനന്തപുരം-695 035
വില : ₹ 180

## അനാർക്കലി

തിരുവനന്തപുരം ജില്ലയിലെ വെഞ്ഞാറമൂട് സ്വദേശി. പിതാവ് : മുഹമ്മദ് സാലി. മാതാവ്: പി.എം. ഹലീമ. തിരുവനന്തപുരം മാർ ഇവാനിയോസ് കോളേജ്, യൂണിവേഴ്സിറ്റി കോളേജ്, കേരളയൂണിവേഴ്സിറ്റി കാര്യവട്ടം കാമ്പസ് എന്നിവിടങ്ങളിൽനിന്നായി സുവോളജിയിൽ ബി.എസ്.സി, എം.സ്.സി, എം.ഫിൽ ബിരുദങ്ങൾ. കേരള സർവകലാശാലയിൽനിന്ന് 2020ൽ സുവോളജിയിൽ പി.എച്ച്.ഡി.

ഇപ്പോൾ എം.ഇ.എസ് മമ്പാട് കോളേജിൽ അധ്യാപിക.

പ്രധാന പുരസ്കാരങ്ങൾ: കേരളകലാകേന്ദ്രം കമല സുരയ്യ ചെറുകഥാ അവാർഡ്, ജില്ലാ ലൈബ്രറി കൗൺസിലിന്റെ പി.ജി സ്മാരക യുവ സാഹിത്യപുരസ്കാരം, വിക്ടർ ലീനസ് കവിമൊഴി കഥാപുരസ്കാരം, തുഷാരം കലാലയ അവാർഡ്, സാഹിത്യശ്രീ വിദ്യാർത്ഥി പുരസ്കാരം, കലാകൗമുദി - കെ.സുകുമാരൻ സ്മാരക കലാലയ പുരസ്കാരം, പ്രീമിയർ അസ്സോസിയേഷൻ സ്പെഷൽ ജൂറി സാഹിത്യ പുരസ്കാരം. ഇന്ദുലേഖ നോവലിന്റെ 125-ാം വാർഷികത്തോടനുബന്ധിച്ച് കേരള സാഹിത്യ അക്കാദമി സംഘടിപ്പിച്ച അഖിലകേരള കഥാമത്സരം, ദേശാഭിമാനിവാരിക കഥാമത്സരം, അഖിലേന്ത്യാ ജനാധിപത്യ മഹിളാ അസ്സോസിയേഷൻ സംസ്ഥാനതല കഥാമത്സരം, പു.ക.സ സംസ്ഥാനതല കഥാമത്സരം, വനിതാസാഹിതി സംസ്ഥാനതല കഥാ മത്സരം എന്നിവയിൽ വിജയിയായി. 2018-ൽ മണിപ്പൂരിൽവച്ചു നടന്ന കേന്ദ്ര സാഹിത്യ അക്കാദമിയുടെ All India young writers' meet ൽ മലയാള കഥയെ പ്രതിനിധാനം ചെയ്തു.

സ്കൂൾ വിദ്യാർത്ഥിയായിരിക്കുമ്പോൾ ഗവർണ്ണറിൽനിന്ന് ഭാരത് സ്കൗട്ട്സ് ആന്റ് ഗൈഡ്സിന്റെ സേവന തത്പരതയ്ക്കുള്ള രാജ്യപുരസ്ക്കാർ അവാർഡ് നേടി.

കൃതികൾ: സ്വപ്നമഥനം, മലക്കുകളുടെ കണക്കു പുസ്തകം.

ഇമെയിൽ: anarkkaly@gmail.com

# പ്രസാധകക്കുറിപ്പ്

**ഹൈ**റേഞ്ചിലെ കോടമഞ്ഞിൽ ഒറ്റപ്പെട്ടു നില്ക്കുന്ന ഒരു കോട്ടേജുണ്ട്. കൊളോണിയൽ പൈതൃകം പേറുന്ന ആ കോട്ടേജിൽ ബാരക്ക് എന്ന ചിത്രകാരി ജീവിക്കുന്നു. മരണപ്പെട്ട സഹോദരി, സഹായി മാർത്ത, എന്നു മുതല്ക്കോ ആ വീട്ടിലെ അന്തേവാസിയായ യുവാവ്, ഭൂതകാലത്തിൽ ജീവിക്കുന്ന മേയർ, താഴ്‌വാരത്തിലെ കീഴാള ജീവിതം. ഇവരുടെ ജീവിത കാമനകളുടെ അതിസങ്കീർണ്ണമായ കൂട്ടിക്കുഴയലാണ് *ബാരക്ക് കോട്ടേജ്* എന്ന ഈ നോവൽ. അനാർക്കലിയുടെ ഈ അനായാസ രചന മനുഷ്യ വികാരങ്ങളുടെ ആഴത്തെപ്പറ്റിയുള്ള അന്വേഷണം കൂടിയാണ്. പൊതുസമൂഹവുമായി ഇടഞ്ഞും അടുത്തും മുന്നോട്ടുപോകുന്ന ഇതിലെ കഥാപാത്രങ്ങൾ മനുഷ്യൻ ആത്യന്തികമായി നേരിടുന്ന സമസ്യകളെയാണ് അഭിമുഖീകരിക്കുന്നത്.

**ചിന്ത പബ്ലിഷേഴ്സ്**

# ഒന്ന്

'പ്രപഞ്ചനാഥാ! നിന്റെ നാമത്തിൽ ഞാൻ മരിക്കുകയും ജീവിക്കുകയും ചെയ്യുന്നു. ഞാൻ ഉറങ്ങുകയും ഉണരുകയും ചെയ്യുന്നു. നാഥാ! നക്ഷത്രങ്ങൾ മറഞ്ഞു. കണ്ണുകൾ സുഖംപ്രാപിക്കുകയും ചെയ്തു. നീ ജീവിച്ചിരിക്കുന്നവനും നിലനില്ക്കുന്നവനുമാകുന്നു. ജീവിച്ചിരിക്കുന്നവനും സ്വയം നിലനില്ക്കുന്നതുമായുള്ളവനേ! എനിക്കു ഈ രാത്രിയെ വിശ്രമത്തിനുള്ളതാക്കുകയും എന്റെ കണ്ണുകളെ നിദ്രയിലാക്കുകയും ചെയ്യേണമേ. നിന്റെ ആജ്ഞ ആകാശത്തിലും ഭൂമിയിലും നടന്നുകൊണ്ടിരിക്കുന്നു. നാലുഭാഗത്തും ആപത്തുകൾ വലയം ചെയ്തിരിക്കുന്നു. യുദ്ധത്തിന്റെ മേഘങ്ങൾ നാലുഭാഗത്തും പരന്നിരിക്കുന്നു. ശക്തിമത്തായ ഭരണകൂടങ്ങൾ കീഴ്മേൽ മറിക്കപ്പെടുന്നു. ഉന്നതങ്ങളായ നഗരങ്ങളും അംബരചുംബികളായ സൗധങ്ങളും തരിപ്പണമായിക്കൊണ്ടിരിക്കുന്നു. എത്രയെത്ര മനുഷ്യരുടെ ജീവനാണ് നശിച്ചുകൊണ്ടിരിക്കുന്നത്...' വെയിൽ വീഴുമ്പോൾ ചൂളയിൽ നിന്നിറക്കിയ ചുടുകട്ടപോലെ ചെമക്കുന്ന ബാരക്ക് കോട്ടേജിന്റെ പടിഞ്ഞാറേ പുറംഭിത്തിയിൽ ആരോ കുറിച്ച വരികളാണിത്. നല്ല ലോഹ അക്ഷരങ്ങളിൽ കാര്യമായി കൊത്തിവച്ചതു തന്നെ. 1857 ലെ ശിപായി ലഹളക്കാലത്താണ് ഹൈറേഞ്ചിലെ ഒറ്റപ്പെട്ട കുന്നിൽ ആ കോട്ടേജുയർന്നത്. ട്രക്കിൽ ചുരം കയറിവന്ന വില്യം സായിപ്പ് കുതിരപ്പുറത്ത് സവാരിക്കിറങ്ങിയപ്പോൾ മലമേട്ടിലെ കാഴ്ചകൾ കണ്ട് മതിമറന്നുണ്ടാക്കിയതാണാ കോട്ടേജെന്ന് കാല്പനികരായ പഴമക്കാർ പറഞ്ഞുവച്ചു. ഉമ്മറപ്പടിയിൽ കാറ്റുവിളക്കും പൂമുഖത്ത് ആട്ടമണിയുമുള്ള കോട്ടേജ്. അയ്യായിരം കോഴിമുട്ടയും ഇരട്ടി നീറ്റുകക്കയും ചേർത്തടിച്ച് ആറ്റുമണലും ശംഖിട്ടി ചെങ്കല്ലു പൊടിയും ചേർത്തു കുഴച്ച് ഒന്നാന്തരം കൃഷ്ണക്കല്ലിൽ പണിത കോട്ടേജ് മിടുക്കരായ

കൽപ്പണിക്കാരുടെയും സമർത്ഥനായ തച്ചന്റെയും കൈത്തഴക്കത്തിന്റെ നേർസാക്ഷ്യമായി കുന്നിൽ! പച്ചക്കുന്നിലെ ശില്പ സദൃശമായ കോട്ടേജുകണ്ട് ചുറ്റുമുള്ള തേയിലക്കാട്ടിലെ തൊഴിലാളികൾ പറഞ്ഞു - കാര്യം സായിപ്പിന്റെ പണമാണെങ്കിലും അതിന്റെ ബലവും ചാരുതയും നമ്മുടെ വിയർപ്പാണ്.

## രണ്ട്

**വൃ**ദ്ധനും ചെറുക്കനും ബാരക്ക് കോട്ടേജിലേക്കുള്ള യാത്രയിലാണ്. ഏക്കറുകളോളം കുത്തനെ പരന്ന തേയിലത്തോട്ടത്തിലൂടെ നടന്ന് കുന്നിലേക്കെത്തുക ആയാസകരമാണ്. പക്ഷേ, വൃദ്ധനെ സംബന്ധിച്ച് അത് അനായാസമാണ്. കാരണം ആ യാത്ര അയാളുടെ ജീവിതമാർഗ്ഗമാണ്. ഹെയർപിൻ വളവുകൾ തിരിയുമ്പോൾ ചെറുക്കൻ കിതച്ചുകൊണ്ട് ഇടയ്ക്കിടെ വഴിയിലിരിക്കും. അപ്പോഴേക്കും വൃദ്ധൻ മുമ്പോട്ടു നീങ്ങിയിട്ടുണ്ടാകും. ചെറുക്കൻ ഉടൻ പിറുപിറുത്തുകൊണ്ട് ഓടി വൃദ്ധനൊപ്പമെത്തും. ചെറുക്കൻ എപ്പോഴും ചിലച്ചുകൊണ്ടിരിക്കും. വൃദ്ധൻ സംസാരിക്കാതെ, ആയ്ക്കാതെ ഒരേ ദിശയിലേക്കുതന്നെ നോട്ടമൊപ്പിച്ചങ്ങനെ നടക്കും. കുന്നിനുതാഴെ ഹൈറേഞ്ചിൽ നല്ല റോഡാണ്. അതുവരെ വൃദ്ധനെയും പിന്നിലിരുത്തി കാറ്റത്തൂടെ സൈക്കിൾ ചവിട്ടി പാട്ടുപാടിക്കൊണ്ടാണ് ചെറുക്കന്റെ വരവ്.

"വലിയ ചിത്രകാരിയാണു പോലും! എന്നിട്ട് കുന്നിന്റെ മണ്ടയിൽ മനുഷ്യന്മാർക്ക് എത്തിപ്പെടാൻ പറ്റാത്തിടത്താണ് താമസം. അവർക്ക് ഭ്രാന്താണ്. അവരാ താഴെത്തെങ്ങാനും താമസിച്ചിരുന്നെങ്കിൽ നമുക്ക് വരാനെന്തെളുപ്പമായിരുന്നു. ആഴ്ചതോറും ഇവിടം കയറിയിറങ്ങി മനുഷ്യന്റെ കാലൊടിയും. അപ്പാ... അപ്പനു വേറെ പണിയൊന്നുമില്ലേ?" ചെറുക്കൻ അക്ഷമനായി.

"ഞാനിങ്ങനെ കുന്നുകയറുന്നതുകൊണ്ടാ നീയും അമ്മയും സുഭിക്ഷമായി ജീവിക്കുന്നത്."

"സുഭിക്ഷമായി ജീവിക്കുന്നു! അമ്മ കേൾക്കണ്ട." ചെറുക്കൻ വായ പൊത്തിച്ചിരിച്ചു.

അമ്പതാം വയസ്സിൽ വിവാഹിതനായ മേടയിൽ വിശ്വനാഥൻ തന്റെ ജീവന്റെ ജീവനായ ഏക സന്താനത്തിനു നല്കിയിരിക്കുന്ന പേര് ജീവൻ. ജീവനിപ്പോൾ പ്രായം പതിനാറ്. വിശ്വനാഥനു അറുപത്തേഴ്. കാഴ്ചയിൽ എൺപതെങ്കിലും മതിക്കും. രോമമൊന്നൊഴിയാതെ വെള്ളിക്കെട്ടു പിടിച്ചിട്ടുണ്ട്. ഇടത്തരം പൊക്കക്കാരനായ അയാൾക്ക് നന്നേ മെലിഞ്ഞ രൂപമാണ്. ശീഘ്രഗനടത്തക്കാരനായ വിശ്വനാഥൻ നടക്കുമ്പോൾ ഉടൽ ചൂരൽവള്ളിപോലെ മുമ്പിലേക്ക് വളയും. സംസാരത്തിലും ഭാവ

ത്തിലും ശാന്തനും സൗമ്യനുമായ അയാളെ ചിലർ വിശ്വം എന്നും ചിലർ മേടയിൽ എന്നും വിളിക്കും.

"അപ്പാ ദേ നോക്കിയേ ഇവിടന്ന് താഴോട്ടു നോക്കിയാൽ ചെളിവെള്ളം നിറഞ്ഞൊരു തോട് വളഞ്ഞു പുളഞ്ഞൊഴുകുമ്പോലുണ്ട്. അല്ലേ അപ്പാ." ചെറുക്കൻ വൃദ്ധനെ തൊട്ടുവിളിച്ചു. തോട്ടത്തിലൂടെയുള്ള വഴി ദൂരെനിന്നു നോക്കുമ്പോൾ ഒരു മൺചാൽ കീറിയതുപോലെയാണ്.

"ഞ്ഹാ നിനക്കു വിവരമില്ലെങ്കിലും ഭാവനയുണ്ട്." വൃദ്ധൻ ചെറുക്കനെ കളിയാക്കി.

"അപ്പാ ഞാൻ ഒരുദിവസം ആ ഗിരിയുടെ പച്ച ജീപ്പ് ഈ ഊടുവഴിയിലൂടെ ഓടിക്കും."

"തല്ക്കാലം നീയാ മങ്കിത്തൊപ്പി നേരെയാക്കിയിട്ട് സ്വെറ്ററിന്റെ ബട്ടണിട്. കുളയട്ട തട്ടാതെ നടക്കണം. സംശയം വന്നാൽ തീപ്പെട്ടി ഉരച്ചു പിടിക്കണം." വിശ്വനാഥൻ മകനെ ഓർമ്മിപ്പിച്ചു. ചെറുക്കനു രസിക്കാത്ത കാര്യമാണ് തന്റെ മേലുള്ള അപ്പന്റെ നിയന്ത്രണങ്ങൾ. താൻ വലിയ ആണാപ്പിറന്നോനായി എന്നാണ് അവന്റെ വിചാരം.

"അപ്പാ അപ്പനെന്റെ പിന്നാലെ ചുറ്റിത്തിരിയാതെ അപ്പന്റെ പണി നോക്ക്. വയസ്സായില്ലേ. ഇനി എത്ര കാലമെന്നുവച്ചിട്ടാ."

"ഡാ നിന്റെ അമ്മയെപ്പോലെ സംസാരിച്ചാൽ ഞാനൊരു വീക്കു വെച്ചുതരും. പത്താംതരം പൂർത്തിയാക്കിയില്ലെങ്കിലും നീ നല്ലൊരു സ്കൂളിലല്ലേ പഠിച്ചത്. അതിന്റെ നിലവാരം കാണിക്ക്." പിന്നെ കുറച്ചു നേരത്തേക്ക് ചെറുക്കൻ ഒന്നും മിണ്ടിയില്ല. നടക്കുന്നതിനിടെ കാലിൽ തട്ടിയൊരു ഉരുളൻ കല്ല് അവൻ കോരിയെറിഞ്ഞു.

"കല്ലും മണ്ണും തെറിപ്പിച്ച് നടക്കരുത്. മെതിച്ച് നടക്കുന്നവനൊരിക്കലും എഴുന്നേറ്റമുണ്ടാകില്ല." വിശ്വനാഥൻ മകനെ ശാസിച്ചു.

"ഓ പിന്നേ... മണ്ണിനെ തലോടി നടന്നിട്ട് അപ്പനങ്ങ് നേടിയില്ലേ." ചെറുക്കൻ പുച്ഛിച്ചു.

"ഒന്നുമില്ലായ്കയിൽനിന്നും ഇതുവരെ എത്തിയില്ലേ. എനിക്കതു വലിയ കാര്യമാണ്." വിശ്വനാഥൻ ഗൗരവത്തിലായി. സ്വന്തം കണക്കുകൂട്ടലിൽ അയാൾക്ക് ഇതുവരെയുള്ള തന്റെ ജീവിതമൊരു വിജയമാണ്. ചെറുക്കന്റെ ഇപ്പോഴത്തെ പ്രായത്തിനും മുമ്പേ അയാൾ അദ്ധ്വാനിച്ചു തുടങ്ങിയിരുന്നു. അച്ഛന്റെ മരണശേഷം അമ്മയും മൂന്നുപെങ്ങന്മാരുമടങ്ങിയ കുടുംബത്തിന്റെ ഭാരം ചുമലിലേറ്റിയത് അയാളാണ്. പള്ളിക്കൂടത്തിനു മുമ്പിലെ മിഠായി കച്ചവടക്കാരനായും കൂലിപ്പണിക്കാരനായുമൊക്കെ പണിയെടുത്തു. മുതിർന്നപ്പോൾ എസ്റ്റേറ്റുകമ്പനിയുടെ ലയങ്ങളിൽ കയറിയിറങ്ങി വാടക പിരിക്കലായി അയാളുടെ തൊഴിൽ. ചെറുപ്പം ക്ഷയിക്കാൻ തുടങ്ങിയപ്പോൾ അധികൃതർ ആ പണിയിൽനിന്നും പറഞ്ഞു വിട്ടു. തന്റെ പെങ്ങന്മാരെ പ്രീഡിഗ്രിവരെ പഠിപ്പിക്കാനായതും സാമാന്യമായ നിലയ്ക്കെങ്കിലും വിവാഹം ചെയ്തയക്കാനായതുമെല്ലാം വലിയ നേട്ട

മായിട്ടാണയാൾ കാണുന്നത്. മരണംവരെ അമ്മയെ പരിചരിച്ചിരുന്നത് വിശ്വനാഥനാണ്. അമ്മയുടെ കാലശേഷമാണ് തനിക്കൊരു കൂട്ടുവേണ മെന്ന് അയാൾക്ക് തോന്നിത്തുടങ്ങിയത്. തന്റെ സുഹൃത്തും അയൽവാസിയുമായ മാടസ്വാമിയുടെ ഉപദേശംകൂടി കണക്കിലെടുത്ത് ചെറുതോണിയിലെ പുറമ്പോക്കിലുള്ള ദരിദ്രകുടുംബത്തിലെ മുപ്പത്തിരണ്ടുകാരിയെ വിവാഹം കഴിച്ചു. ഒന്നിലും തൃപ്തിയില്ലാത്ത സ്വഭാവക്കാരിയാണ് അയാളുടെ ഭാര്യ പുഷ്പ. വിശ്വനാഥൻ തൊടുന്നതിലും പിടിക്കുന്നതിലുമെല്ലാം കുറ്റം കണ്ടെത്തും. കുട്ടി ജനിച്ചതിൽപ്പിന്നെ അയാളെ ഗൗനിക്കാറേയില്ല. ചെലവുകാശ് കിട്ടുന്നോ എന്നുമാത്രം ശ്രദ്ധിക്കും. അക്കാലത്ത് വിശ്വനാഥൻ പത്രവിതരണ ജോലി ചെയ്തിരുന്നു. സഞ്ചാരികളും മറ്റും കൂടുന്നിടത്ത് കെട്ടുകളുമായി നടന്ന് ആവശ്യക്കാരെ തേടും. ക്ഷീണിക്കുമ്പോൾ എവിടെയെങ്കിലുമിരുന്ന് കെട്ടിൽ നിന്നൊരു പത്രമെടുത്ത് വായിക്കും. അങ്ങനെയൊരു വായനയ്ക്കിടെയാണ് മേടയിൽ വിശ്വനാഥൻ പ്രശസ്ത ചിത്രകാരി ബാരക്കിനെക്കുറിച്ചുള്ള വിശദാംശങ്ങൾ മനസ്സിലാക്കിയത്. സ്കൂൾ പരിസരത്ത് മിഠായിയും കടലയും വിറ്റുനടക്കുന്ന കാലത്തേ വായന അയാൾക്ക് ഹരമാണ്. കലയോടും സാഹിത്യത്തോടും ആരാധനയും ബഹുമാനവുമുണ്ട്. പാരീസിൽ ചിത്രകലാ പഠനമഭ്യസിച്ചിട്ടുള്ള പ്രശസ്ത ചിത്രകാരി മൂന്നാറിലെ ഒരു ഹിൽടോപ്പിലാണ് താമസിക്കുന്നതെന്ന വാർത്ത വിശ്വനാഥനിൽ അത്ഭുതമുളവാക്കി. ഇവിടെ ആർക്കുമതേക്കുറിച്ചൊരു ധാരണയുമില്ല. കഷ്ടം! ലോകത്തിന്റെ വൈവിദ്ധ്യങ്ങൾ ഇങ്ങോട്ടേക്കെത്തപ്പെടുമ്പോൾ ഇവിടത്തുകാർ ജീവിതത്തിൽ യാതൊരു വൈവിദ്ധ്യവുമില്ലാതെ കടന്നുപോകുന്നു. ഇവിടത്തുകാർ ദിനംപ്രതിയുള്ള അന്നംതേടി പണിയെടുക്കുമ്പോൾ കാഴ്ചക്കാരായി വന്നവർ റിസോർട്ടുകളും പഞ്ചനക്ഷത്രഹോട്ടലുകളും കെട്ടിപ്പൊക്കുന്നു. യാതൊരു പ്രാദേശിക ബോധവുമില്ലാതെ എല്ലാത്തിനോടും അലസമായി പ്രതികരിക്കുന്നവർ! മൂന്നാർ വാസികളെ വിശ്വനാഥൻ വിലയിരുത്തുന്നതങ്ങനെയാണ്. ചിലപ്പോഴൊക്കെ അയാൾക്കും രസകരമായി തോന്നിയിട്ടുണ്ട്, നാനാദിക്കിലുള്ളവർ ഒരിടത്തെത്തുന്നു. തങ്ങൾക്ക് എങ്ങും പോകാതെതന്നെ ആ വ്യത്യസ്തതകളെ ആസ്വദിക്കാനാവുന്നു. എങ്കിലും അയാൾക്ക് ആശങ്കയുണ്ട് ആ സാംസ്കാരിക സങ്കലനത്തിനിടയിൽ പെട്ടുപോകുന്ന സ്വന്തം മനുഷ്യരെക്കുറിച്ച്. അതൊന്നും പങ്കുവയ്ക്കാൻ അയാൾക്കവിടെ ആരുമില്ല. ചുറ്റുമുള്ളവരുടെ ചിന്ത പുലർച്ചെ തുടങ്ങി രാവേറെ നീളുന്ന കച്ചവടത്തിലെ കണക്കു മാത്രമാണ്. അത്തരമൊരിടത്ത് വലിയൊരു പ്രതിഭ താമസിക്കുന്നുവെന്ന് കരുതി എന്തു സംഭവിക്കാനാണ്! എന്നാലത്തരം പ്രതിഭാവിലാസമുള്ളവരുടെ സാന്നിദ്ധ്യമാണ് പലയിടങ്ങളേയും ഇളക്കിമറിച്ച് വിപ്ലവത്തിലേക്കും നവോത്ഥാനത്തിലേക്കുമൊക്കെ നയിച്ചിട്ടുള്ളത്. അതൊക്കെ ചരിത്രം! അയാൾ ചിത്രകാരിയെ കാണാനും പരിചയപ്പെടാനും തീരുമാനിച്ചു. സന്ദർശകരെയോ ആ

രാധകരെയോ സ്വാഗതം ചെയ്യാത്ത, സാമൂഹ്യസമ്പർക്കങ്ങളിൽ നിന്ന കന്നു ജീവിക്കുന്ന ബാരക്കിന്റെ അടുക്കലേക്ക് പോകുന്നതിനെക്കുറിച്ചാലോചിച്ചപ്പോൾ വിശ്വനാഥനു തെല്ലു ശങ്ക തോന്നി. എങ്കിലും ഏതവഗണനയും നേരിടാനുള്ള ധൈര്യം സംഭരിച്ച് ഒരുദിവസം അയാൾ ബാരക്ക് കോട്ടേജിലേക്കു കുന്നുകയറി. നിരാശയായിരുന്നു ഫലം. നിരാശാഭരിതമായ അത്തരം പതിനാറു ശ്രമങ്ങൾക്കൊടുവിൽ പതിനേഴാം തവണ ഭാഗ്യമെന്നോണം ബാരക്ക് അയാൾക്കു മുമ്പിൽ പ്രത്യക്ഷയായി. ഒരു മനോഹര സാങ്കല്പിക കാല്പനിക കഥയിലേതുപോലെ വരച്ചുവച്ച രൂപമായിരുന്നു ബാരക്കിന്. മുട്ടോളമെത്തുന്ന കൈത്തണ്ടകളും മെലിഞ്ഞുനീണ്ട കൈവിരലുകളും കഴുത്തോളമുള്ള നേരിയ ചുരുണ്ട മുടിയിഴകളും കൂർത്ത മൂക്കുമുള്ള ഈ മുപ്പത്തഞ്ചുകാരിയാണോ ലോകമറിയുന്ന ചിത്രകാരി! അയാൾ അതിശയിച്ച് നിന്നു. ശിശുസഹജമായ നിഷ്കളങ്കത സ്ഫുരിക്കുന്ന അവളുടെ ഇളംനിറമുള്ള കണ്ണുകളിലേക്ക് നോക്കിയപ്പോൾ അയാൾക്ക് വാത്സല്യവും ആദരവും തോന്നി.

"വരൂ." മുറ്റത്തു നില്ക്കുകയായിരുന്ന വിശ്വനാഥനെ ബാരക്ക് വരാന്തയിലേക്കു ക്ഷണിച്ചു. അകത്തേക്കു കയറിയ അയാളോട് രണ്ടുതവണ ഇരിക്കാൻ പറഞ്ഞിട്ടും മടിച്ചുനിന്നപ്പോൾ ബാരക്ക് ചോദിച്ചു: "എന്തിനാണ് നിങ്ങളിത്ര വിനയാന്വിതനാകുന്നത്? വിനയം ഒരുതരം അടിമത്തമാണ്." സംസാരിക്കുമ്പോൾ അവളുടെ തേജസുള്ള മുഖത്ത് മറഞ്ഞിരിക്കുന്ന കോപം വെളിപ്പെടുകയും കണ്ണുകളിൽ ആഴത്തിലുള്ള ഗൗരവം സ്ഫുരിക്കുകയും ചെയ്തു. വിശ്വനാഥൻ അന്ധാളിച്ച് നില്ക്കുമ്പോൾ ബാരക്ക് തുടർന്നു: "നിങ്ങളൊരു കലാസ്നേഹിയാണെന്ന് മനസ്സിലാക്കുന്നു. അതുകൊണ്ടാവുമല്ലോ പല തവണ അവഗണിക്കപ്പെട്ടിട്ടും എന്നെ നേരിൽക്കാണുക എന്ന ഉദ്യമത്തിൽനിന്നും പിന്തിരിയാതിരുന്നത്." അകത്തേക്കുപോയ ബാരക്ക് അല്പസമയത്തിനകം ഒരു എണ്ണച്ഛായാ ചിത്രവുമായി വന്നു. ജനലഴികളിൽ പിടിച്ചുനിന്ന് സൂര്യോദയം കാണുന്ന ഒരു ബാലന്റെ ചിത്രം! അതു വിശ്വനാഥനു സമ്മാനിച്ചിട്ട് ബാരക്ക് പറഞ്ഞു "എന്നെ തേടിപ്പിടിച്ചുവന്നതിൽ സന്തോഷം." ഗദ്ഗദപ്പെട്ടുപോയ അയാൾക്ക് ഒന്നും മിണ്ടാനായില്ല. സ്വീകരണമുറിയിലെ കോണികൾ കയറി രണ്ടാം നിലയിലേക്കു മറയുംമുമ്പ് ബാരക്ക് മാർത്തയോടായി പറഞ്ഞു "അദ്ദേഹത്തിന് കുടിക്കാനെന്തെങ്കിലും നല്കണം."

"ശരി മാഡം." മാർത്തയുടെ മറുപടി വന്നു.

മാർത്ത പഴച്ചാറുമായി വരുമ്പോൾ വിശ്വനാഥൻ ബാരക്ക് നല്കിയ ചിത്രത്തിലേക്ക് കൗതുകപൂർവ്വം നോക്കിയിരിക്കുകയായിരുന്നു.

"നിങ്ങൾക്ക് ഭാഗ്യമുണ്ട്. അതുകൊണ്ടാണ് മാഡം നേരിൽ വരികയും ഉപഹാരം തരികയും ചെയ്തത്. ഇതിനുമുമ്പ് എത്രയോ പേർ പല വട്ടം വന്നിട്ടും സാധിക്കാത്ത കാര്യമാണ്." അവിശ്വസനീയത വിട്ടുമാറാതെ മാർത്ത പറഞ്ഞു.

"എന്റെ ജീവിതത്തിലെ മഹത്തായ നിമിഷമാണിത്." അയാൾ കണ്ണീരോടെ മന്ദഹസിച്ചു.

"നിങ്ങളോട് ബാരക്കിനെന്തോ മതിപ്പുതോന്നിയിട്ടുണ്ട്. മാഡം പറ്റിയൊരു വിശ്വസ്തനെ തേടുകയാണ്. ചിത്രങ്ങൾക്കും ഗാലറിക്കുമിടയിൽ സത്യസന്ധമായി ആശയവിനിമയം ചെയ്യുന്നൊരാളെ. ഏജൻസികളെ വിശ്വസിക്കാൻ കൊള്ളില്ല. ബാരക്ക് നിർദ്ദേശിക്കുന്ന വിലയുടെ മൂന്നിരട്ടിക്കൊക്കെയാണവർ ചിത്രങ്ങൾ വില്ക്കുന്നത്. കൊള്ളലാഭത്തിനു വേണ്ടിയുള്ള അവരുടെ കള്ളക്കളികൾ മാഡം മനസ്സിലാക്കാനിടയായി. കലാസ്വാദകരെ വഞ്ചിക്കാൻ മാഡം ഇഷ്ടപ്പെടുന്നില്ല. നിങ്ങൾക്കൊരു വിശ്വസ്തനാകാൻ കഴിയുമെന്ന് തോന്നുന്നു."

"ഒരു ചിത്രത്തിന്റെ മൂല്യം നിർണ്ണയിക്കാനുള്ള അവകാശം ആസ്വാദകനാണെന്നിരിക്കേ, എപ്പോഴെങ്കിലും മാഡമിട്ടതിനേക്കാൾ താഴ്ന്ന നിരക്കിൽ ആരെങ്കിലും ചിത്രമാവശ്യപ്പെട്ടാൽ?" വിശ്വനാഥൻ മാർത്തയോട് ചോദിച്ചു.

"ബാരക്ക് മറ്റേതൊരു കലാകാരിയെയും പോലെയല്ല. സ്വന്തം കഴിവിൽ അങ്ങേയറ്റം ആത്മവിശ്വാസം പുലർത്തുന്നയാളാണ്. ഇന്നേവരെ മാഡത്തിന്റെ ചിത്രങ്ങൾക്ക് മതിപ്പുവിലയേക്കാൾ താഴ്ത്തി ആരും പറഞ്ഞിട്ടില്ല. എന്നാൽ കൂട്ടിപ്പറഞ്ഞിട്ടുണ്ട്. അതാണ് ഏജൻസികൾ മുതലെടുത്തതും. ഇനി ചില കലാഭ്രാന്തന്മാരുണ്ട്. നോക്കൂ ഞാൻ കലാ ഭ്രാന്തൻമാർ എന്നു പറയുന്നത് ബാരക്ക് കേൾക്കണ്ട. അവൾക്കത്തരം വർത്തമാനമിഷ്ടമല്ല. ഞാനീപ്പറഞ്ഞ കൂട്ടരുണ്ടല്ലോ, തങ്ങൾക്കിഷ്ടപ്പെട്ടതു വാങ്ങാൻ ഏതറ്റംവരെയും പോകും. ഏജൻസികൾ അവരെയാണ് കൂടുതൽ കബളിപ്പിക്കുക. അനർഹമായ ലാഭത്തിനുവേണ്ടി കലാസ്നേഹികളെ വഞ്ചിക്കുന്നവർ കുടിലഹൃദയന്മാരും അത്യാഗ്രഹികളുമാണ്. കലാകാരിയുടെ അന്തഃസത്തയെ മാനിക്കാത്തവരെ സഹിക്കുക ദുഷ്കരമാണ്. പ്രത്യേകിച്ച് ബാരക്കിനെപ്പോലൊരാൾക്ക്." ഒരു പക്വമതിയെപ്പോലെ മാർത്ത പറഞ്ഞു.

"ഒരു കലാകാരിയുടെ ജീവിതത്തിൽ സ്ഥാനം ലഭിക്കുക മഹാഭാഗ്യമാണ്. എന്തെങ്കിലും ജോലി മാഡം ഏല്പിച്ചാൽ ഞാനതു സന്തോഷത്തോടെ സ്വീകരിക്കും."

"എങ്കിൽ നിങ്ങൾ അടുത്തയാഴ്ച വരൂ. ഞാൻ സാഹചര്യമനുസരിച്ച് മാഡത്തെ കാര്യങ്ങൾ ധരിപ്പിക്കാം."

തന്റെ ശ്രമങ്ങൾ പാഴായിപ്പോയ പതിനാറു തവണ വിശ്വനാഥൻ അവിടെ വന്നപ്പോഴും പുറത്തു കണ്ടിരുന്ന ഏകമുഖം മാർത്തയുടേതാണ്. അമ്പത്തിമൂന്നുകാരിയായ മാർത്ത ബാരക്ക് കോട്ടേജിലെ പരിചാരകയാണ്. ബാരക്കിനെ അന്വേഷിക്കുമ്പോഴെല്ലാം, മാഡത്തിനിപ്പോൾ കൂടിക്കാഴ്ചയ്ക്ക് താല്പര്യമില്ല എന്ന ഉഴപ്പൻ മറുപടിയുമായി തീർത്തും നിർവ്വികാരഭാവത്തിൽ നില്ക്കുന്ന അവരെ കാണുമ്പോൾ അയാൾക്കു തോ

ന്നിയിരുന്നത് അവിടെ ആരുടെയെങ്കിലും പരിഗണനയർഹിക്കുക അപ്രാപ്യമാണെന്നാണ്. ആ സ്ത്രീയാണിപ്പോൾ തന്റെയടുത്ത് വാചാലയാകുന്നത്. ചില മനുഷ്യർ അങ്ങനെയാണ് ആവശ്യമുള്ളിടത്തേ തങ്ങളുടെ നന്മ പ്രകടമാക്കൂ. നിറഞ്ഞ മനസ്സോടെയാണ് അന്നു വിശ്വനാഥൻ കുന്നിറങ്ങിയത്. ഇപ്പോൾ എട്ടുവർഷമാകുന്നു, ബാരക്ക് കോട്ടേജിലേക്ക് അയാൾ കുന്നുകയറി ചെല്ലാൻ തുടങ്ങിയിട്ട്. ചിലപ്പോഴൊക്കെ ചിത്രങ്ങളുമായും അല്ലാതെയും അയാൾ കുന്നിറങ്ങുന്നു. ആദ്യകൂടിക്കാഴ്ചയ്ക്കുശേഷം പിന്നീടിന്നേവരെ രണ്ടുപ്രാവശ്യം മാത്രമാണ് വിശ്വനാഥൻ ബാരക്കിനെ കണ്ടിട്ടുള്ളത്. അയാളും ബാരക്കുമായുള്ള ആശയവിനിമയങ്ങൾ മാർത്തയിലൂടെയാണ്. അയാളെക്കൂടാതെ കോട്ടേജിലെ മറ്റു സന്ദർശകർ പോസ്റ്റുമാനും ഗുഡ്‌വിൽസ്കൂൾ അഡ്മിനിസ്ട്രേറ്റർ ജോർജ്ജ് മാത്യുവുമാണ്. ബാരക്കിന്റെ പിതാവ് ക്യാപ്റ്റൻ മേനോന്റെ ഉടമസ്ഥതയിലുള്ളതാണ് ഹൈറേഞ്ചിലെ ഗുഡ്‌വിൽസ്കൂൾ. നിർദ്ധനരായ തോട്ടം തൊഴിലാളികളുടെ മക്കളാണ് സ്കൂളിലധികവും. വടക്കേയിന്ത്യയിലെവിടെയോ സേവനമനുഷ്ഠിച്ചിരുന്ന മേനോൻ സൈന്യത്തിൽ ഏത് റാങ്കിലായിരുന്നുവെന്നൊന്നും അവിടത്തുകാർക്ക് നിശ്ചയമില്ല. എങ്കിലുമെല്ലാവരും അദ്ദേഹത്തെ ക്യാപ്റ്റൻ എന്നുവിളിച്ചു. ശരിക്കു പറഞ്ഞാൽ മേനോന്റെ വേരുകളെക്കുറിച്ച് കൃത്യമായൊരു ധാരണ അവിടെ ആർക്കുമില്ല. അതൊട്ടറിയാൻ അവർക്കു താല്പര്യവുമില്ല. അവിടെ എല്ലാവരും തങ്ങളുടേതായ ലോകത്ത് അലസജീവിതം നയിക്കുന്നവരാണ്.

“എഡാ നിന്റെയീ പ്രായത്തിലുണ്ടല്ലോ ഞാൻ നന്നായി അദ്ധ്വാനിക്കുന്നൊരു ആരോഗ്യവാനായിക്കഴിഞ്ഞിരുന്നു.” വൃദ്ധന്റെ പറച്ചിൽ ചെറുക്കൻ കേട്ടതായിപ്പോലും ഭാവിച്ചില്ല. നടക്കുന്നതിനിടയിൽ അവൻ ഇടയ്ക്കിടെ ഓടുകയും കല്ലുപെറുക്കി ഊക്കിലെറിയുകയും വായിൽവന്നതു പറഞ്ഞ് അപ്പനെ ശുണ്ഠിപിടിപ്പിക്കുകയും ചെയ്തു. ചെറുക്കന്റെ കല്ലേറ് തുടർന്നതും വൃദ്ധൻ ശാസിച്ചു “മിണ്ടാതെ നടക്കെഡാ ഗുരുത്വംകെട്ടവനെ കൊളുന്തു നുള്ളുന്നവരുടെ തലയിലെങ്ങാനും ചെന്നുവീഴും.”

“ഓ... വീണാപ്പിന്നെ.”

“അവരുടെ മേത്ത് വീണാൽ നിനക്കൊന്നുമില്ലേ.”

“എനിക്കെന്താ? അവർക്കു നോവും.”

“സ്വാർത്ഥൻ. ഇരുന്നിരുന്ന് പിറന്നത് ഇങ്ങനെയൊന്നായിപ്പോയല്ലോ ദൈവമേ.”

“അപ്പനെന്തിനാ വയസ്സാൻകാലത്ത് പെണ്ണുകെട്ടിയത്.”

“വായിൽക്കൊള്ളാത്ത വർത്തമാനം പറയുന്നോ.” അയാൾ തേയിലക്കമ്പൊടിച്ചെടുത്ത് ചെറുക്കനെ അടിക്കാനോങ്ങി. ജനിച്ചിട്ടിന്നേവരെ അവന് അപ്പന്റെ കൈയിൽനിന്ന് തല്ല് കിട്ടിയിട്ടില്ല. അതിന്റെ കുറവ് സ്വഭാവത്തിൽ ആവോളമുണ്ട്.

സ്കൂളിലും ചെറുക്കൻ മഹാ തരികിടയായിരുന്നു. എന്നുമെന്തെങ്കിലും ഏടാകൂടമൊപ്പിക്കും. അല്ലെങ്കിൽ അദ്ധ്യാപകരുടെ കണ്ണുവെട്ടിച്ച് ഉച്ചയോടുകൂടി സ്കൂളിൽനിന്നും കടക്കും. എന്നിട്ട് തടാകക്കരയിൽ സവാരിക്കാരെ തേടുന്ന കുതിരക്കാരന്മാർക്കൊപ്പം നടക്കും. അല്ലെങ്കിൽ മൂന്നാറിലെ ഏതെങ്കിലും ഷൂട്ടിങ് ലൊക്കേഷനിൽ ചുറ്റിത്തിരിയും. അതുമല്ലെങ്കിൽ ഇടയ്ക്കിടെ അപ്പനിൽനിന്നും കള്ളംപറഞ്ഞ് തട്ടുന്ന കാശിന് കപ്പലണ്ടിയും കടലയും വാങ്ങി ടൂറിസ്റ്റ്പ്ലേസിലെവിടെയെങ്കിലും വിറ്റു നടക്കും. മിക്കപ്പോഴും പ്രിൻസിപ്പാളിന്റെ കാലു പിടിച്ചിട്ടാണ് വൃദ്ധൻ ചെറുക്കനെ തിരികെ സ്കൂളിൽ കയറ്റിയിരുന്നത്. അദ്ധ്യാപകരെ കളിയാക്കുക, അവരുടെ വണ്ടിയുടെ കാറ്റഴിച്ചുവിടുക ഒക്കെയാണ് ചെറുക്കന്റെ പരിപാടി. ഒരിക്കൽ ഹോംവർക്ക് ചെയ്യാത്തതിന് ക്ലാസിൽ നിന്നിറക്കിവിട്ട കണക്കദ്ധ്യാപകനെ സ്കൂൾ മുറ്റത്ത് കുഴിയുണ്ടാക്കി അതിൽ തള്ളിയിട്ടു. ഇക്കുറി മകനുവേണ്ടി കേണപേക്ഷിക്കാനൊന്നും വൃദ്ധൻ പോയില്ല. താല്പര്യമില്ലെങ്കിൽ മതിയാക്കിക്കോളാൻ അവനോടു പറഞ്ഞു. അവനതു കേൾക്കേണ്ട താമസമേയുണ്ടായിരുന്നുള്ളൂ.

"പഠിച്ചിരുന്നെങ്കിൽ നിനക്ക് നന്നാകാമായിരുന്നു. അഞ്ചാറുകൊല്ലം കഴിയുമ്പോൾ കോട്ടും ടൈയുമണിഞ്ഞ് ടീ പ്ലാന്റേഷൻ മാനേജരായിട്ട് ഗമയിലിരിക്കാമായിരുന്നു. ങ്ഹാ ഞാൻ മനക്കോട്ടകെട്ടിയിട്ടെന്തു കാര്യം."

"എനിക്ക് പത്രാസൊള്ള പണിയൊന്നും വേണ്ടപ്പാ. ഇങ്ങനെയൊക്കെയങ്ങു ജീവിച്ചാൽ മതി." ചെറുക്കന്റെ പറച്ചിൽ വൃദ്ധനിൽ മനഃപ്രയാസമുളവാക്കി. മകനെക്കുറിച്ചോർത്ത് അയാൾക്കെപ്പോഴും ആധിയാണ്.

"ഞാൻ തരാനുള്ളതുകൊണ്ട് നീ അല്ലലില്ലാതെ കഴിയുന്നു. എനിക്കിനി എത്രനാൾ? നല്ലൊരു തൊഴിൽ കണ്ടെത്തിയില്ലെങ്കിൽ ജീവിതകാലം മുഴുവൻ അല്ലറചില്ലറ പണിചെയ്തു ബുദ്ധിമുട്ടും. അങ്ങനെയൊരവസ്ഥ നിനക്കുണ്ടാവരുതെന്ന് അപ്പനാശയുണ്ട്." ചെറുക്കൻ കാണാതെ അയാൾ കണ്ണുതുടച്ചു.

"ഓ... ഉപദേശിക്കാനൊക്കെ ആർക്കും പറ്റും. പ്രവർത്തിക്കാനാ ബുദ്ധിമുട്ട്. തട്ടിപ്പോകുംമുമ്പ് എനിക്കൊരു സ്മാർട്ട്ഫോൺ വാങ്ങിത്തരാൻ പറഞ്ഞിട്ട് അപ്പൻ കേട്ടോ. അപ്പനെന്തെങ്കിലും പറ്റിയാൽപ്പിന്നെ ഞാനാരോടു പറയും." ചെറുക്കൻ കൊഞ്ചി. കാര്യം നേടാൻ അവൻ പല അടവുകളും പ്രയോഗിക്കും.

"വരട്ടെ വാങ്ങിത്തരാം." അയാൾ മകനെ ചേർത്തുപിടിച്ചു.

"കുറേക്കാലമായി അപ്പനിതു പറയാൻ തുടങ്ങിയിട്ട്."

"നിനക്കിപ്പോൾ മൊബൈൽ കിട്ടിയിട്ട് എന്താ അത്യാവശ്യം."

"ഗെയിംകളിക്കാനാണ്."

വർഷം രണ്ടായി ചെറുക്കൻ മൊബൈൽ വേണമെന്ന് പറയാൻ തുടങ്ങിയിട്ട്. അപ്പോഴൊക്കെ അയാൾ കൂടുതൽ ചിത്രങ്ങൾ കിട്ടട്ടെ എന്നിട്ട് നോക്കാമെന്നുറപ്പ് പറഞ്ഞിരുന്നു. അയാൾക്കറിയാം അതിൽ പ്രതീക്ഷ

വച്ചാണ് ജീവൻ ഈയിടെയായി തനിക്കൊപ്പം മുടങ്ങാതെ കുന്നുകയറുന്നതെന്ന്. അതുമൊരുകണക്കിന് നന്നായി എന്നാണ് വൃദ്ധന്റെ പക്ഷം. ഒന്നുകിൽ വാളിച്ചെറുക്കന്മാരോടൊപ്പം കടത്തിണ്ണയിൽ, അല്ലെങ്കിൽ മഹാപോക്കിരികളായ ലോറി ക്ലീനർമാരോടൊപ്പം പുഴക്കരയിൽ. വീട്ടിലിരുന്നാൽ ചെറുക്കനു തീരെ ഇരിപ്പുറയ്ക്കില്ല. പെട്ടെന്ന് വൃദ്ധൻ നടത്ത നിർത്തിയിട്ട് ചെറുക്കനോട് ചോദിച്ചു "ഡാ... ഇന്നലെ നീയാ അരുവിയിൽ കുളിക്കുകയായിരുന്ന പെമ്പിള്ളാരെ കല്ലെറിഞ്ഞോ?"

"കല്ലെറിഞ്ഞെന്നോ! ആര്... ആരെ?" ചെറുക്കൻ കൈമലർത്തി.

"ഇന്നലെ ഉച്ചയ്ക്ക് ഏതോ കോളേജീന്ന് ടൂറുവന്ന പിള്ളാരെ."

"അപ്പനോടീ നുണ ആരു പറഞ്ഞു."

"നുണയൊന്നുമല്ല. സത്യം തന്നെയാ. ഭാരതി കണ്ടല്ലോ." വൃദ്ധൻ ദേഷ്യപ്പെട്ടു. മാടസ്വാമിയുടെ ഭാര്യയാണ് ഭാരതി. കൊളുന്തുനുള്ളലാണ് പണി. മാടസ്വാമിക്ക് ചെറുക്കനോട് വാത്സല്യമാണ്. ഭാരതിക്കവനെ തീരെ മതിപ്പില്ല.

"അത്... അപ്പാ ഞാനൊരു ആൺകുട്ടിയല്ലേ."

"ആണായതുകൊണ്ട് പെണ്ണിനെ കല്ലെറിയണമെന്നുണ്ടോ ഉണ്ടോന്ന്?" വിശ്വനാഥൻ ചെറുക്കന്റെ ചെവി പിടിച്ച് കിഴുക്കി.

"അയ്യോ... അപ്പാ വിട്. ആ വണ്ടി കഴുകുന്ന ചേട്ടന്മാർ കല്ലെറിഞ്ഞപ്പോൾ ഞാനവിടെ വെറുതെ നോക്കിനിന്നതേയുള്ളു. അതുകണ്ട ഭാരതി അമ്മായി അമ്മയോടു എന്നെ കുറ്റപ്പെടുത്തി സംസാരിച്ചപ്പോൾ അമ്മയാ പറഞ്ഞത്, അവനൊരു ആൺകുട്ടിയല്ലേന്ന്." ചെവി തിരുമ്മിക്കൊണ്ട് ചെറുക്കൻ പറഞ്ഞു.

"അമ്മയാണ് നിന്നെ വഷളാക്കുന്നത്."

"അപ്പൻ സ്വന്തം അമ്മയെ മാത്രം പുകഴ്ത്തിപ്പറയും."

"ഡാ എന്റെ അമ്മയ്ക്ക് വിവരവും വിവേകവുമുണ്ടായിരുന്നു."

"അപ്പാ അതൊക്കെ വിട്. ഈ 'ബാരക്ക്' എന്നാലെന്താ അർത്ഥം? എന്തൊരു വൃത്തികെട്ട പേരാണത്. പറയാനും കേൾക്കാനും ഒരു രസവുമില്ല."

"നിനക്കു രസിക്കണ്ട. അനേകർ ആ പേരിലവരെ തിരിച്ചറിയുകയും ആരാധിക്കുകയും ചെയ്യുന്നുണ്ട്. ബാരക്ക് ഇന്ന് ലോകപ്രശസ്തമായൊരു പേരാണ്."

"എട്ടുവർഷമായി അപ്പനീ കാട്ടിലെ കൊട്ടാരത്തിൽ വരാൻ തുടങ്ങിയിട്ട്. എന്നിട്ടും അപ്പനവരുടെ പേരിന്റെ അർത്ഥംപോലുമറിയില്ല."

"അനാവശ്യകാര്യങ്ങൾ ഞാൻ അന്വേഷിക്കാറില്ല."

"സത്യം പറയാല്ലോ അപ്പാ എനിക്കിവിടെ വരുന്നതാലോചിക്കുമ്പോഴേ ശ്വാസം മുട്ടും. മിണ്ടാട്ടമില്ലാത്ത കുറേപ്പേർ. ആർക്കുമുമ്പിലും വരാത്തൊരു ബാരക്ക്. അവരെന്താ വനദേവതയാണോ? ആ കല്ലുകൊട്ടാരത്തിലെ നിശ്ശബ്ദതയുണ്ടല്ലോ, ഹൊ ഭയാനകം. പിന്നെയൊരു കണ്ണു

പൊട്ടൻ കിളവൻ. സ്വർണ്ണവടിയും കുത്തിപ്പിടിച്ച് അനങ്ങാപ്പാറയെപ്പോലിരിക്കുന്ന അയാളെ കണ്ടാൽ മനുഷ്യന്മാർക്ക് ഭ്രാന്തെടുക്കും."

"നിനക്കല്ലെങ്കിലും അച്ചടക്കമുള്ളവരെ പിടിക്കില്ലല്ലോ?"

"അപ്പാ അങ്ങേര് ശരിക്കും പട്ടാളക്കാരനായിരുന്നോ? ഭിത്തിയിൽ തോക്കൊന്നും കാണാനില്ലല്ലോ. വരാന്തച്ചുമരിൽ ഇന്ദിരാഗാന്ധിയുടെ ഒരു ഫോട്ടോ മാത്രമുണ്ട്."

"എഡാ പട്ടാളക്കാരെല്ലാം സിനിമയിൽ കാണിക്കുമ്പോലെ വീട്ടിൽ തോക്കു പ്രദർശിപ്പിക്കുന്നവരൊന്നുമല്ല. ബാരക്ക് കോട്ടേജിനൊരു പട്ടാളച്ചിട്ടയുണ്ട്."

"എനിക്കാ കരിങ്കല്ലു വിഴുങ്ങിയ മാതിരിയുള്ള കാര്യസ്ഥനെ കാണുമ്പോഴെ കലികയറും. എപ്പോ ചെന്നാലും എന്തെങ്കിലും പണിയുമായിട്ട് പുറത്തുണ്ടാവും. എന്നെക്കണ്ടാൽ ഉഴപ്പിച്ചൊരു നോട്ടമുണ്ട്. എന്നെങ്കിലും ഞാനവനിട്ടു കൊടുക്കും." ചെറുക്കൻ മുഷ്ടിചുരുട്ടി വായുവിലിടിച്ചു.

"അവനൊന്നു തട്ടിയാൽ മതി നീ വീണു ചാകും. അവിടെ എന്തെങ്കിലുമൊപ്പിച്ച് നീയവനെ ദേഷ്യം പിടിപ്പിക്കരുത്. അവിടത്തെ അച്ചടക്കം ഭേദിക്കാൻ ഗിരി ആരെയും അനുവദിക്കില്ല. ഗിരി ഈ മലയോരത്തിന്റെ സന്തതിയാണ്. ടൗണിലെവിടെയോ തെണ്ടിത്തിരിഞ്ഞുനടന്ന അവനെ ആറോ ഏഴോ വയസ്സുള്ളപ്പോൾ ക്യാപ്റ്റൻ എടുത്തു വളർത്തിയതാണ്. ഇന്നവൻ കഠിനാദ്ധ്വാനിയായൊരു ചെറുപ്പക്കാരനാണ്."

"ഗിരിയുടെ അർത്ഥം കുന്ന് എന്നല്ലേ. കുന്നിൽ താമസിക്കുന്നതുകൊണ്ടാവുമോ അങ്ങനെയൊരു പേരിട്ടത്."

"ആയിരിക്കാം." വൃദ്ധൻ ചുമലിളക്കി.

"കുരങ്ങന്മാരുള്ളിടത്തായിരുന്നെങ്കിൽ വാനരൻ എന്നിട്ടേനെ." ചെറുക്കൻ പൊട്ടിച്ചിരിച്ചു.

"അവിടെയാകെ മനുഷ്യപ്പറ്റുള്ളത്." ചെറുക്കൻ മുഴുമിപ്പിക്കും മുമ്പ് വൃദ്ധൻ പറഞ്ഞു "മാർത്തായ്ക്കാണ് അല്ലേ."

"മ്." ചെറുക്കൻ മൂളി

"നീയതു പറയും. നിനക്കു മൂക്കുമുട്ടെ തിന്നാൻ തരുന്നതവരല്ലേ."

"അപ്പാ നമ്മൾ ആഹാരം നിരസിക്കാൻ പാടില്ല."

"കിട്ടുന്നിടത്തു നിന്നെല്ലാം തിന്നുന്നത് അന്തസ്സുകേടാണ്."

"അപ്പൻ തിന്നണ്ട ഞാൻ തിന്നോളാം." ചെറുക്കൻ മുഖം വെട്ടിച്ചു.

ബാരക്ക് കോട്ടേജിന്റെ ഗേറ്റിങ്കലെത്തിയതും ചൂണ്ടുവിരൽ ചുണ്ടിലമർത്തി വൃദ്ധൻ ചെറുക്കനെ താക്കീത് ചെയ്തു "ഇവിടെ നിന്നിറങ്ങുംവരെ ഒന്നും മിണ്ടിയേക്കരുത്." ചെറുക്കൻ ഓടിച്ചെന്ന് ഗേറ്റിനിടതുഭാഗത്തുള്ള മതിലിന്റെ മദ്ധ്യത്തിൽ ബാരക്ക് കോട്ടേജ് എന്നു മിനുസപ്പെടുത്തിയ ചെമ്പുഫലകത്തിൽ ചെറിയൊരു ചീളെടുത്ത് കോറിവരച്ചു. വൃദ്ധൻ ചെറുക്കനെ പിടിച്ചുവലിച്ചുകൊണ്ട് അകത്തേക്ക് കയറി. തെ

ങ്ങിൻ തൈ നടുകയായിരുന്ന ഗിരി ഗേറ്റു തുറക്കുന്ന ശബ്ദംകേട്ട് തിരിഞ്ഞു നോക്കിയിട്ട് വൃദ്ധനാണെന്ന് മനസ്സിലാക്കി 'ഓ നിങ്ങളോ' എന്ന മട്ടിൽ മുഖം വലിച്ചു. ഗേറ്റു കടന്നതും രണ്ടുമൂന്ന് കില്ലപ്പട്ടികൾ കുരച്ചുകൊണ്ട് പുറത്തേക്കോടി. ചെറുക്കൻ അവറ്റകളെ നോക്കി തിരിച്ച് കുരച്ചു.

"ഒന്നു മിണ്ടാതിരിക്കെടാ തോന്ന്യാസീ." വൃദ്ധൻ ചെറുക്കന്റെ കൈത്തണ്ടയിൽ പെരുവിരലമർത്തി. ചെറുക്കന്റെ കുരയിൽ പ്രകോപിതരായ പട്ടികൾ കൂട്ടമായി ആഞ്ഞുകുരച്ചു. ബഹളംകേട്ട് ജോലി നിർത്തിയെണീറ്റ ഗിരി ജീവനെ സൂക്ഷിച്ചുനോക്കി "മറ്റുള്ളവർക്ക് അസൗകര്യമുണ്ടാക്കാനാണ് ഭാവമെങ്കിൽ നിനക്കിവിടെനിന്ന് പുറത്തുപോകാം." ജീവൻ തലകുമ്പിട്ട് നിന്നു.

"ക്ഷമിക്കണം." വൃദ്ധൻ പതർച്ചയോടെ ഗിരിയെ നോക്കി. വൃദ്ധന്റെ ക്ഷമാപണം വകവയ്ക്കാതെ ഗിരി ജോലി തുടർന്നു. ഓടിപ്പോകുന്ന പട്ടികളെ നോക്കി ചെറുക്കൻ കുശുകുശുത്തു "നശിച്ച വീട്ടുകാരുടെ വൃത്തികെട്ട പട്ടികൾ."

"ഈ വീടിനു യോജിക്കാത്തൊരു സന്ദർശകൻ നീ മാത്രമാണ്." വൃദ്ധൻ അസ്സഹനീയതയോടെ പറഞ്ഞു. ജീവൻ വേഗംതന്നെ അവിടെ വന്നാൽ സ്ഥിരം ചെയ്യാറുള്ളതുപോലെ അടുക്കളവശത്തേക്കു നടന്നു. നടക്കുന്നതിനിടയിൽ മുറ്റത്ത് അടിമുടി കായിട്ടു നില്ക്കുന്ന മൂവാണ്ടൻ മാവിലേക്കും അതിന്റെ ചുവട്ടിലുള്ള ഒലീവുപച്ച വില്ലീസ് ജീപ്പിലേക്കും പിന്നെ മണ്ണിളക്കുന്ന ഗിരിയേയും പാളിനോക്കി മനസ്സിൽ പറഞ്ഞു 'ഹൊഹ്... ഈ കാലമാടൻ ഇവിടെയില്ലായിരുന്നെങ്കിൽ ആ ജീപ്പിനുമുകളിൽ കയറിനിന്ന് മാങ്ങ പറിക്കാമായിരുന്നു.' പിന്നാമ്പുറത്തേക്കുപോയ ചെറുക്കന് എന്തെങ്കിലും തിന്നാൻ കൊടുത്തിട്ട് മാർത്ത വരുന്നതുംനോക്കി വൃദ്ധൻ വരാന്തയിലെ തിണ്ണയിലിരുന്നു.

## മൂന്ന്

**ബാ**രക്ക് അസ്വസ്ഥയായി. ദിവസങ്ങളായി പരാജയപ്പെടുന്ന ശ്രമങ്ങൾ. എന്തുകൊണ്ടാണിതു പകർത്താനാവാത്തത്. അരക്ഷിതബോധത്തിന്റെ വലിയ നിഴലിപ്പുകൾ അവരുടെ കൺതടങ്ങളിലുണ്ട്. അവൾ ക്യാൻവാസിലേക്കു നോക്കി. ഇല്ല യഥാർത്ഥമായ അളവിൽ അതിതിൽ പ്രതിഫലിച്ചിട്ടില്ല. വീണ്ടും പല പല കോണുകളിൽ നിന്ന് അവൾ താൻ വരച്ച മുഖത്തിന്റെ സ്കെച്ചിലേക്കു നോക്കി. കാലങ്ങളായി കൺമുന്നിൽ കാണുന്ന ജീവിതങ്ങളാണ്. അതു റിയലിസ്റ്റിക്കാവണം. യാഥാർത്ഥ്യങ്ങൾ വന്യമായ ഭാവനയ്ക്കു തുല്യമാണ്. അതു പകർത്താനാവാത്തത് കഴിവുകേടുതന്നെ! ബാരക്ക് ഈസൽ തള്ളിമാറ്റി. ആത്മനിന്ദയുടെ പാരമ്യത്തിൽ അവൾ ജനാലയില്ലാത്ത തന്റെ വരപ്പുമുറിയിൽ നിന്ന് ഹാളിലേക്ക് വന്ന് ജനാല തുറന്നു. കാഴ്ചകൾ മനസ്സിലേക്കോടിയെത്തി. ചുറ്റും

തേയിലക്കാടുകൾ നിറഞ്ഞ കുന്നിലെ ബംഗ്ലാവായിരുന്നു മനഃക്കാഴ്ചയിലാദ്യം തെളിഞ്ഞത്. പതിയെപ്പതിയെ അതിന്റെ ഇടുങ്ങിയ ഉൾവശങ്ങൾ. വീതി കുറഞ്ഞ ഇടനാഴികൾ. അതിലൂടെ പുറത്തേക്കു നോക്കിനില്ക്കുന്നൊരു പെൺകുട്ടി. പക്ഷേ, മുന്നറിയിപ്പില്ലാതെ അവൾ അപ്രത്യക്ഷയായി. ബാരക്ക് അല്പനേരം കണ്ണടച്ചുനിന്നു. പിന്നീട് ജനാലയിലൂടെ കുന്നിൻചെരിവിലേക്ക് കണ്ണോടിച്ചു. സമയമേറുന്തോറും ഉറയ്ക്കുന്ന മഞ്ഞിനെ അവഗണിച്ച് കൊളുന്തുനുള്ളുന്ന പെണ്ണുങ്ങൾ. നിശ്ചിതമായ അകലങ്ങളിൽ നില്ക്കുന്ന അവർ ഇടയ്ക്കിടെ ചിരിക്കുന്നുണ്ട്. തമാശകളാസ്വദിക്കുന്നതാവാം. വിരസമായ ജോലിക്കിടയിലുള്ള നേരംപോക്കുകൾ അതു മാത്രമായിരിക്കും. കൊളുന്തു ശേഖരിക്കാനായി മുതുകിലൂടെ ഞാത്തിയിട്ടിരിക്കുന്ന കൂടയുടെ വള്ളിയമർന്നിട്ട് പെണ്ണുങ്ങളെല്ലാംതന്നെ മുമ്പിലേക്കിത്തിരി വളഞ്ഞുകൂനിയാണ് നില്ക്കുന്നത്. അവരെല്ലാം ചെറുപ്രായത്തിലേ ജീവിതപ്രാരാബ്ധങ്ങളുടെ ഭാരമണിഞ്ഞവരാകാം. രണ്ടാംനിലയിലെ ഹാളിന്റെ ജനാലയിലൂടെ നോക്കിയാൽ ചെങ്കുത്തായ കുന്നിന്റെ താഴ്ഭാഗം ദൃശ്യമല്ല. എങ്കിലും ബാരക്ക് ഉറപ്പിച്ചു. പെണ്ണുങ്ങൾ കൈവീശിക്കാണിക്കുന്നത് മക്കളെത്തന്നെയാവും. കമ്പിളി ഉടുപ്പുകളിൽ പൊതിഞ്ഞ സ്കൂൾ കുട്ടികൾ. സ്കൂൾവിട്ട് വീട്ടിലേക്കുള്ള മടക്കത്തിലാവും. വീട്ടിലെത്തുന്ന കുട്ടികൾ എന്താവും ചെയ്യുക? വീട്ടുകാരില്ലാത്ത തക്കത്തിന് അവർ യഥേഷ്ടം കളിക്കുന്നുണ്ടാവും. അവരുടെ വീടുകളിൽ വളർത്തുമൃഗങ്ങളുണ്ടാവാം. പശുക്കളുള്ള വീടാണെങ്കിൽ മുറ്റത്തെവിടെയെങ്കിലും വൈക്കോൽ കൂനയുണ്ടാകും. കളിക്കുന്നതിനിടയിൽ കുട്ടികൾ കച്ചിക്കൂമ്പാരത്തിനു പിന്നിലോ, വൈക്കോൽ വലിച്ച് പുറത്തേക്കെറിഞ്ഞിട്ടതിന്റെ പൊള്ളയായ വശത്തോ കയറി ഒളിച്ചിരിക്കുന്നുണ്ടാവും. പണ്ട് ഞാനും പായലും കളിക്കുമ്പോൾ ചെയ്തിരുന്നതുപോലെ. അതു കാണാനിടയായ അച്ഛന്റെ കൈയിൽനിന്നു കിട്ടിയ അടി! ഉറക്കെ കരയാൻ അനുവാദമില്ലാത്തതിനാൽ രാത്രി കമിഴ്ന്ന് കിടന്ന് കരഞ്ഞുകരഞ്ഞ് മണ്ടയടച്ച് ശ്വാസമെടുക്കാൻ ബുദ്ധിമുട്ടിയിട്ട് ഇരുട്ടത്ത് എഴുന്നേറ്റിരുന്നപ്പോൾ മാർത്ത അടുത്തിരുന്ന് തലോടിയത്. അരച്ച ചന്ദനം നെറ്റിയിൽ പുരട്ടിത്തന്നത്. ഏങ്ങലടിക്കുമ്പോൾ ശ് ശ് പതുക്കെ ക്യാപ്റ്റൻ അപ്പുറത്തുണ്ട് എന്ന് മുന്നറിയിപ്പ് തന്നുകൊണ്ടിരുന്നത്. എനിക്കു വയ്യ... ഇന്നിനിയൊന്നും വരയ്ക്കാനാവില്ല. ബാരക്ക് തന്റെ വരമുറിയിലേക്കു വന്ന് പച്ചപ്പിൽ ഇരുട്ടു വീഴുന്നതും കാത്ത് കുറേനേരം പാലറ്റിൽ ബ്രഷുരുമ്മിയിരുന്നു. പണിക്കാരൊഴിഞ്ഞ് വിജനമായ തോട്ടത്തിൽ വെട്ടം മങ്ങിത്തുടങ്ങിയപ്പോൾ അവൾ കോട്ടേജിന്റെ ഗേറ്റു കടന്ന് കുന്നിൻ ചെരിവിലേക്കു നടന്നു. കുടവിരിച്ചു നില്ക്കുന്ന കുറ്റി തേയിലച്ചെടികൾക്കു താഴെ ഈർപ്പം മുറ്റിയ നിലത്തങ്ങിങ്ങ് കുളയട്ടകൾ. അവറ്റയിൽനിന്നും രക്ഷപ്പെടാൻ മുട്ടോളമുള്ള ബൂട്ടണിഞ്ഞിട്ടുണ്ടെങ്കിലും തന്റെ പരുക്കൻ ബൂട്ട് അട്ടകളുടെ മേൽ തട്ടാതെ ശ്രദ്ധിച്ചാണ് നടപ്പ്. ബാരക്ക് തന്റെ ദ

യാവായ്പും സ്നേഹവും പകുത്തു നല്കിയിരിക്കുന്നത് മനുഷ്യരൊഴികെയുള്ള ജീവജാലങ്ങൾക്കാണ്. ആകാശം മലനിരകളിൽ മുട്ടിയുരുമ്മി താഴ്ന്നുപറക്കുന്ന മേഘങ്ങൾക്കിടയിലൂടെ കാറ്റൂർന്ന് മഞ്ഞുപുതച്ച മലഞ്ചെരിവിലൂടൊഴുകി. കാറ്റ് ട്യൂണിക്കിനുമീതെ പുതച്ചിരുന്ന കമ്പിളിയേയും ചെവിക്കൂടമറച്ച തൊപ്പിയേയും നിഷ്പ്രഭമാക്കി ബാരക്കിനെ വിറകൊള്ളിച്ചു. ഇപ്പോൾ ത്തന്നെ ഈവിധം ഹിമക്കാറ്റിരമ്പിയാൽ ശൈത്യം മൂർച്ഛിക്കുന്ന ഡിസംബർ-ജനുവരി മാസങ്ങളിൽ തണുത്തു മരവിച്ചതു തന്നെ! ഏതു പ്രതികൂലാവസ്ഥയിലും തൊഴിലാളികളിവിടെ പണിയെടുക്കുന്നു. അതും തുച്ഛമായ വേതനത്തിൽ. അതുകൊണ്ടുപജീവനത്തിനു വിധിക്കപ്പെട്ടവർ! സ്വന്തം ശബ്ദമുയർത്താൻ മടിക്കുന്നവർ! പേരിനൊരു ബോണസ്സും മെഡിക്കൽ അലവൻസും കിട്ടുമായിരിക്കും. ബാരക്ക് ചിറികോട്ടി. ഏതു കാലാവസ്ഥയിലും പിടിച്ചുനില്ക്കാൻ ശീലങ്ങളവരെ പ്രാപ്തരാക്കി. മനുഷ്യരേതാണ്ടങ്ങനെയാണല്ലോ, എത്ര കഠിനതയോടും കാലക്രമേണ താദാത്മ്യപ്പെടും. ഞാനുമങ്ങനെയായിരിക്കുന്നു. ഞാൻ അങ്ങനെയാണോ? ചിട്ടകളോട് സമരസപ്പെടുന്നുണ്ടോ? ഇല്ല. ചിലപ്പോൾ അങ്ങനെയാവില്ല. എനിക്കു സുഖകരമായതെന്തെങ്കിലും വളർത്തപ്പെട്ട സാഹചര്യത്തിലുണ്ടായിരുന്നിരിക്കാം. അങ്ങനെ അതെന്റെ സ്വാസ്ഥ്യമേഖലയായിട്ടുണ്ടാവാം. മടുപ്പിച്ചിരുന്നതാണെങ്കിൽക്കൂടി സ്വയം അടിച്ചമർത്തി അതിൽ സുഖകരമായൊരു ലോകം ഞാൻ കണ്ടെത്തിയതാവാം. എന്തിനാണ് സ്വന്തം ഉള്ളിലേക്ക് നോക്കുന്നത്. ഇരുട്ടേറുന്തോറും തണുപ്പുമേറി. അവൾ നിർത്താതെ ചുമച്ചു. ചുമച്ചുതളർന്ന ബാരക്ക് ചെരിവിൽ പൊന്തി നില്ക്കുന്നൊരു കൽപ്പുറത്തിരുന്നു. മായുന്ന മേഘരാജികൾക്കിടയിലൂടെ ചന്ദ്രക്കല തെളിഞ്ഞു. യാലിയുടെ മുഖംപോലെ! മൂൺസ്റ്റാർ എന്ന വിളിപ്പേരുള്ള യാലി! അവനെ മറ്റെന്തു വിളിക്കാനാണ്. യാലിയെ മോഡലായി കിട്ടാൻ എല്ലാവരും അവനു പിന്നാലെ നടക്കുമ്പോൾ ഞാനാവശ്യപ്പെടാതെ തന്നെ എനിക്കു മോഡലായി നിന്നുതന്നവൻ. ഞാൻ വരയ്ക്കുന്ന അവന്റെ ന്യൂഡ് ചിത്രങ്ങൾക്ക് മറ്റാരുടെ വരയിലും കാണാത്ത സൗന്ദര്യമുണ്ടെന്ന് പറഞ്ഞവൻ! എന്നെക്കുറിച്ച് എന്തറിഞ്ഞിട്ടാണ് വീട്ടിലേക്കുള്ള അവന്റെ ക്ഷണത്തെ ഞാൻ നിരസിച്ചപ്പോൾ നീ ശീലങ്ങളുടെ തടവറയിലാണെന്ന് പറഞ്ഞത്. മനസ്സിലാക്കാതെ മനുഷ്യർ വിലയിരുത്തലുകൾ നടത്തും. ഏറ്റവും വെറുക്കപ്പെടേണ്ട മനുഷ്യമനോഭാവവും അതുതന്നെ. തന്റെ സർഗ്ഗാത്മകത രാജ്യാതിർത്തി കടന്ന് പന്തലിക്കുമ്പോഴും തന്റെ ലോകം ചെറുതും അനുഭവദാരിദ്ര്യമാർന്നതുമാണെന്ന വിശ്വാസക്കാരിയായ ബാരക്കിന്റെ പരിഗണന അല്പമെങ്കിലും നേടിയിട്ടുള്ള ബാഹ്യലോകത്തെ രണ്ടു വ്യക്തികളിലൊരാൾ പാരീസിൽ അവളുടെ സഹപാഠിയായിരുന്ന യാലിയും മറ്റൊന്ന് ബറോലിക്കാരൻ അങ്കിതുമാണ്. മിക്കപ്പോഴും വിവരണാതീതമായ വൈകാരിക പ്രക്ഷുബ്ധതകളിലൂടെ സഞ്ചരിക്കുന്ന ബാരക്ക് വല്ലപ്പോഴുമുള്ള തന്റെ ഓർമ്മകളി

ലിടം നല്കിയിരിക്കുന്നത് മൂന്നുപേർക്കാണ്. മുഖ്യമായും അകാലത്തിൽ പൊലിഞ്ഞ തന്റെ ജ്യേഷ്ഠത്തി പായലിനും പിന്നെ യാലിക്കും അങ്കിതിനും. ബാരക്ക് തിരികെ കോട്ടേജിലേക്കു നടന്നു. മുറ്റത്ത് പാകിയിരുന്ന ചരൽ ബാരക്കിന്റെ ബൂട്ടിനടിയിൽ ഞെരിയുന്ന ശബ്ദം അവിടത്തെ നിശ്ശബ്ദതയുടെ ആഴമറിയിച്ചു. ചെളിപറ്റിയ ബൂട്ടഴിച്ച് പൈപ്പിൻ ചോട്ടിൽ വച്ചിട്ട് അകത്തേക്കു പോകുംമുമ്പ് ബാരക്ക് തെക്കേമുറ്റത്ത് തിട്ടകെട്ടി വേർതിരിച്ചിരിക്കുന്ന അടുത്തടുത്തുള്ള രണ്ട് കല്ലറകൾക്കു മുമ്പിൽ അല്പം നിന്നു. ചേച്ചി പായലും അമ്മ നീതുവും വിശ്രമിക്കുന്നതവിടെയാണ്. ഈ ലോകത്ത് അവൾ സ്നേഹിച്ചിരുന്ന ഒരേയൊരു മനുഷ്യജീവി പായലാണ്. പായലിൽനിന്നു മാത്രമാണ് ബാരക്ക് സ്നേഹമനുഭവിച്ചറിഞ്ഞത്. പായൽ മരണപ്പെട്ട ദിവസം മുതൽ തുടർച്ചയായ ഒരുവർഷം ബാരക്ക് വീടിനു പുറത്തിറങ്ങിയതേയില്ല. ആ ദിവസങ്ങളിൽ മുക്കാലും ചെലവഴിച്ചത് പായലിന്റെ മുറിയിലാണ്. അവളുടെ ചിത്രങ്ങൾ കുത്തിവരച്ചും ആരോടും മിണ്ടാതെയും ചില ദിവസങ്ങളിൽ മാത്രം ആഹാരം കഴിച്ചും കൊച്ചുബാരക്ക് അവിടെക്കഴിഞ്ഞു. ബാരക്കിനു ജന്മം നല്കി പതിനേഴാം ദിവസം അമ്മ നീതു മരണപ്പെട്ടു. അമ്മയുടെ ഫോട്ടോ കാണുമ്പോഴും ആ കല്ലറയ്ക്കു സമീപമെത്തുമ്പോഴും അവൾക്ക് നിർവ്വികാരതയാണ് അനുഭവപ്പെടുക. അപരിചിതമായതിനോട് തോന്നുന്ന സമാനതകളില്ലാത്ത നിർവികാരത! എങ്കിലും തനിക്കത്രയും പ്രിയപ്പെട്ടവൾ അമ്മയോട് ചേർന്ന് മണ്ണിൽ മയങ്ങുമ്പോൾ അവിടേക്ക് വരാതിരിക്കുന്നതെങ്ങനെ? അവൾ പായലിന്റെ ശവകുടീരത്തിൽ തലോടി. ഇരു കല്ലറകളിലും പൂത്തുലഞ്ഞ കാട്ടുറോസാപ്പൂക്കൾ ചുറ്റുമതിലിലെ വിളക്കിന്റെ പ്രകാശത്തിൽ ഭൂതകാലമനുസ്മരിപ്പിച്ചു. ആളനക്കം തട്ടിയിട്ടാവണം തെക്കേമുറ്റത്തിനും അടുക്കളയ്ക്കുമിടയിലുള്ള സ്റ്റോർറൂമിന്റെ ചായ്പ്പിൽ കിടന്ന പൂച്ചകൾ അവിടെ സൂക്ഷിച്ചിരുന്ന പണിയായുധങ്ങളും തട്ടിമറിച്ചിട്ട് വെപ്രാളത്തിലോടി.

"ഗിരീ ഗിരീ ആരാ അവിടെ ബഹളം വയ്ക്കുന്നത്?" ബംഗ്ലാവിന്റെ ഉൾമുറിയിൽനിന്നും ക്യാപ്റ്റന്റെ ശബ്ദം മുഴങ്ങി. ക്യാപ്റ്റനുള്ള അത്താഴം അദ്ദേഹത്തിന്റെ മുറിയിലേക്ക് കൊണ്ടുപോകാനായി തളികയിലെടുക്കുകയായിരുന്ന ഗിരി വേഗമത് അടുക്കളയിലെ തീൻമേശയിൽ വച്ചിട്ട് പുറത്തിറങ്ങിനോക്കി "ആരുമില്ല സർ. അതു പൂച്ചകളാണ്."

കണ്ണുതെറ്റിയാൽ മതിലുചാടി വരും. അനുസരണകെട്ട അവറ്റകളെ ഞാനിന്ന് ഓടിക്കുന്നുണ്ട്. മുറുമുറുത്തുകൊണ്ട് ഒരു മുളങ്കമ്പുമെടുത്ത് ഗിരി ചായ്പ്പിലേക്കു ചെന്നു. അപ്പോഴേക്കും പൂച്ചകളെല്ലാം കടന്നിരുന്നു.

"മനുഷ്യരാരെങ്കിലും അതുവഴി നടന്നുകാണും. അതാണ് പൂച്ചകൾ ബഹളംവച്ചത്. തൃസന്ധ്യ കഴിഞ്ഞ സമയം ആർക്കായാലും എന്താണവിടെക്കാര്യം? ഗിരീ നിനക്ക് ഉത്തരവാദിത്വമില്ലാതായോ? തെക്കേമുറ്റം

ആരുടേയും വിഹാരകേന്ദ്രമാക്കാൻ അനുവദിക്കരുതെന്ന് ഞാൻ നിന്നോട് പറഞ്ഞിട്ടുള്ളതല്ലേ. മരണപ്പെട്ടവർ ശയിക്കുന്നയിടത്തെ ബഹുമാനിക്കാനറിയില്ലേ." ക്യാപ്റ്റൻ അകത്തുനിന്നും ഒച്ചയുയർത്തി.

കല്ലറയ്ക്കടുത്തു നില്ക്കുകയായിരുന്ന ബാരക്ക് വടിയുമേന്തി നില്ക്കുന്ന ഗിരിയെ തറപ്പിച്ചുനോക്കി.

"മുൻകോപിയായ നിന്റെ യജമാനനോടു പറയൂ, മരണപ്പെട്ടവർക്ക് വേണ്ടപ്പെട്ടൊരാളാണ് ഇവിടെ വന്നതെന്ന്. ഒന്നുകൂടി പറയുക, മനുഷ്യന്മാരെ മെരുക്കുന്നയത്ര എളുപ്പമല്ല മൃഗങ്ങളുടെ കാര്യമെന്ന്. അവ മനുഷ്യന്മാർക്ക് വഴങ്ങിക്കൊള്ളണമെന്നില്ല. അതിനാൽ ആരുടേയും കുതിരകയറ്റം അവയോടു വേണ്ട. നിന്നോടും കൂടിയാണ് പറയുന്നത്." അവൾ പറയുന്നത് കേട്ടു നില്ക്കുകയല്ലാതെ ഗിരി മറുത്തൊന്നും പറഞ്ഞില്ല. എല്ലായ്പ്പോഴും അങ്ങനെ തന്നെയാണ്. ഗിരി തിരിഞ്ഞുനടക്കാൻ തുടങ്ങുമ്പോൾ ബാരക്ക് പറഞ്ഞു: "നില്ക്കൂ."

ഗിരി അല്പംകൂടി വെളിച്ചമുള്ള ഭാഗത്തേക്കു നീങ്ങിനിന്ന് അവളെ നോക്കി.

"ആ ബൂട്ടുകൾ വൃത്തിയാക്കി മുകളിൽ വച്ചേക്കാൻ മാർത്തയോടു പറയണം. എനിക്കിന്ന് അത്താഴം വേണ്ട. അതുകൂടി മാർത്തയോട് പറഞ്ഞേക്കൂ." അവളുടെ വാക്കുകൾക്ക് വല്ലാത്തൊരു അധികാര ഭാവമുണ്ടായിരുന്നു. വേലക്കാരനോട് ഉടമസ്ഥയ്ക്കുള്ളതുപോലെയുള്ള അധികാരഭാവം!

ബാരക്ക് ഝടിതിയിൽ വരാന്തയിൽ ചെന്ന് കോണികൾ കയറി തന്റെ മുറിയിലേക്കു പോയി. ഗിരിയോടെന്തെങ്കിലും സംസാരിക്കുക അത്യപൂർവ്വമാണ്. അഥവാ മിണ്ടിയാലും അതു പരിഹാസമോ ആജ്ഞയോ കുറ്റപ്പെടുത്തലോ ആയിരിക്കും. അവനോടെന്തോ ഗുരുതരമായ വൈരാഗ്യം വച്ചു പുലർത്തുന്നതുപോലെയാണ് ബാരക്കിന്റെ പെരുമാറ്റം. കുട്ടിക്കാലം മുതലേ പായലും ബാരക്കും അവനോട് അകലം പാലിച്ചിരുന്നു. ആരെയും അങ്ങേയറ്റം അവഗണിക്കാൻ സാധിക്കുന്നൊരു അവർണ്ണനീയമായ മാനസികാവസ്ഥയ്ക്കുടമയായ ബാരക്കിന്റെ ഹൃദയത്തിൽ ഗിരിക്കൊരു സ്ഥാനവുമില്ല. ഒരു വേലക്കാരന്റെ സ്ഥാനം പോലും! ഏകാധിപതിയും കാർക്കശ്യക്കാരനുമായ തന്റെ അച്ഛന്റെ അഭിരുചികൾക്കിണങ്ങുന്നൊരാൾ! തന്റെ മുന്നിൽപ്പെടുന്ന ഗിരിയെ അത്തരമൊരു അവജ്ഞയോടെയാണ് ബാരക്ക് കാണുന്നത്. മാർത്തയോടുള്ള ബാരക്കിന്റെ മനോഭാവത്തിലും പെരുമാറ്റത്തിലും വ്യത്യാസമുണ്ട്. ആ വീട്ടിലുള്ള ആർക്കും തന്റെ നേർക്ക് ഏതുവിധത്തിലും പെരുമാറാനുള്ള അവകാശമുണ്ടെന്നാണ് ഗിരിയുടെ പക്ഷം! അവിടത്തുകാരോട് അത്രയേറെ വിനയാന്വിതനും വിധേയത്വമുള്ളവനുമാണ് ഗിരി. തെരുവുതെണ്ടിയായിരുന്ന തനിക്ക് സഹതാപത്തിന്റെ പുറത്തെങ്കിലും ഒരു നേരത്തെ ആഹാരം ആരും വാങ്ങിത്തന്നിട്ടില്ല. ആൾക്കൂട്ടത്തിനിടയിൽനിന്ന് കനിവുള്ളൊ

രു നോട്ടം കിട്ടിയിട്ടില്ല. ക്യാപ്റ്റൻ, അദ്ദേഹമാണ് തന്നോട് അലിവുകാട്ടിയത്. ഒപ്പംകൂട്ടിയത്. അവന്റെ മനസ്സിൽ ക്യാപ്റ്റനാണ് ദൈവം. എല്ലുമുറിയെ പണിയെടുത്ത് ആ വീടിനാവശ്യമായ കാർഷിക വിളകൾ ഉല്പാദിപ്പിക്കുന്നതു കൂടാതെ ക്യാപ്റ്റനു കാഴ്ച നഷ്ടപ്പെട്ടതുമുതൽ അദ്ദേഹത്തെ പരിചരിക്കുന്നതും അവനാണ്. ബാരക്ക് കോട്ടേജിലെ അത്താഴസമയം ഏഴരമണിയാണ്. ആറുമണിക്കേ അതിനുവേണ്ട തയ്യാറെടുപ്പുകൾ തുടങ്ങും. ക്യാപ്റ്റനുള്ള ഭക്ഷണം ഗിരി അദ്ദേഹത്തിന്റെ മുറിയിലെത്തിക്കും. ബാരക്കിനുള്ളത് രണ്ടാംനിലയിലുള്ള ഡൈനിങ് ഹാളിലെത്തിക്കുന്നത് മാർത്തയാണ്. ക്യാപ്റ്റൻ കഴിച്ചിട്ടേ മാർത്തയും ഗിരിയും അത്താഴത്തിനിരിക്കൂ. അടുക്കളയിലെ തീൻമേശയിൽ അവരൊരുമിച്ചിരുന്നാണ് ഭക്ഷണം കഴിക്കുന്നത്. അപ്പോഴവർ എന്തെങ്കിലുമൊക്കെ സംസാരിക്കും. പകലധികം സംസാരമൊന്നുമില്ല. ഇരുവരും അവരവരുടെ ജോലികളിൽ വ്യാപൃതരായിരിക്കും.

"ക്യാപ്റ്റൻ സദാ ജാഗരൂകനായൊരു സൈനികനായിരുന്നിരിക്കും അല്ലേ ഗിരീ." മാർത്തയാണ് സംഭാഷണമാരംഭിച്ചത്.

"അതിലൊരു സംശയവും വേണ്ട. ഈ വീട്ടിലും പരിസരത്തുമുണ്ടാകുന്ന ചെറിയ മാറ്റംപോലും അദ്ദേഹം വ്യക്തമായി അറിയുന്നുണ്ട്." പിച്ചിയെടുത്ത ചപ്പാത്തിക്കഷണം കറിയിൽ മുക്കി ഗിരി പറഞ്ഞു.

"കാണുന്ന കാലം മുതലേ അങ്ങനെ തന്നെ. ഈ വീട്ടിലൊരു സൂചി നിലത്തു വീഴുന്ന ശബ്ദം കേട്ടാൽ മതി അതേക്കുറിച്ച് അന്വേഷിക്കും. ഓരോ കാര്യത്തിലുമുള്ള അദ്ദേഹത്തിന്റെ ജാഗ്രത നമുക്ക് ബോദ്ധ്യപ്പെടുന്ന നിരവധി സംഭവങ്ങൾ ഇക്കാലത്തിനിടയ്ക്ക് സംഭവിച്ചിട്ടുണ്ടെങ്കിലും തെക്കേ മുറ്റത്ത് ആളു വന്നതുകൊണ്ടാണ് പൂച്ചകൾ ഓടിയതെന്ന അദ്ദേഹത്തിന്റെ വിലയിരുത്തൽ എന്നെ അത്ഭുതപ്പെടുത്തി." മാർത്ത പറഞ്ഞു.

"കേട്ടോ അമ്മായീ ക്യാപ്റ്റന് അസാമാന്യ മനക്കരുത്താണ്. അന്നദ്ദേഹം കാൽവഴുതി മരക്കുറ്റിയിൽ ചെന്നിടിച്ച് മരക്കഷണം കണ്ണിൽ തുളച്ചുകയറിയപ്പോഴും ബഹളം കൂട്ടാതെയാണ് എന്നോടാ മരത്തുണ്ട് വലിച്ചെടുത്ത് കളയാൻ ആവശ്യപ്പെട്ടത്. ഞാനത് വലിച്ചെടുക്കുമ്പോൾ കുടുകുടെ രക്തമൊഴുകി. അതു കണ്ടെന്റെ ദേഹം തളർന്നു. ഞാൻ വീഴുമെന്നായപ്പോൾ അദ്ദേഹം ഒരു കൈകൊണ്ട് തന്റെ മുറിവേറ്റ കണ്ണുപൊത്തിപ്പിടിച്ചിട്ട് മറുകൈയാലെന്നെ പിടിച്ചുനിർത്തി ചോദിച്ചു: "മുന്തിരിക്കുവട്ടിൽ ആഴ്ചതോറും പോത്തിന്റെ ചോരയൊഴിക്കുന്നത് നീയല്ലേ. അറവുശാലയിൽ നിന്നുമത് വാങ്ങിവരുന്നതും നീയാണല്ലോ. എന്നിട്ടും രക്തംകാണുമ്പോൾ ഭയമോ?" ആശുപത്രിയിലേക്ക് ജീപ്പോടിക്കുമ്പോൾ പലതവണ ഞാൻ അദ്ദേഹത്തെ നോക്കി. മുറിവിനു മീതെ കെട്ടിയ തുണിയിൽ രക്തം പടർന്നൊഴുകിക്കൊണ്ടിരുന്നു. നന്നായി വേദനിച്ചിരുന്നിരിക്കും. പക്ഷേ, അദ്ദേഹത്തിനൊരു ഭാവഭേദവുമില്ലായിരുന്നു. ഇടയ്ക്കി

ടെ എന്നെ ശകാരിക്കുന്നുണ്ടായിരുന്നു, എന്റെ ഡ്രൈവിങ് ശരിയല്ലെന്നും അദ്ദേഹം പഠിപ്പിച്ചതെല്ലാം ഞാൻ മറന്നിരിക്കുന്നുവെന്നും അനാവശ്യ ഓവർടേക്കിങ് പാടില്ലായെന്നുമൊക്കെപ്പറഞ്ഞ്. സഞ്ചാരികളുടെ ഒഴുക്കേറിയ ഇവിടെ റോഡിൽ ഏതുനേരത്തും വാഹനത്തിരക്കാണല്ലോ. ആശുപത്രിയിൽ സമയത്തെത്താൻ ഓവർടേക്കിങ് അല്ലാതെ മാർഗ്ഗമില്ലല്ലോ. സർജറി ആവശ്യമാണെന്നും ചിലപ്പോൾ ആ കണ്ണിന്റെ കാഴ്ച നഷ്ടപ്പെട്ടേക്കുമെന്നും പറഞ്ഞിട്ടും കുലുക്കമില്ലാതിരുന്ന ക്യാപ്റ്റനെക്കണ്ട് ഡോക്ടർമാരും അമ്പരന്നു. ശരിക്കും ഞെട്ടിയത്, സർജറിക്കു മുമ്പുള്ള അനസ്തേഷ്യ വേണ്ടെന്നദ്ദേഹം പറഞ്ഞപ്പോഴാണ്. വല്ലാത്ത ധൈര്യശാലിയാണ് നമ്മുടെ ക്യാപ്റ്റൻ."

കാലിയായ അവന്റെ പാത്രത്തിലേക്ക് ഒരു ചപ്പാത്തികൂടി ഇട്ടുകൊണ്ട് മാർത്ത ചോദിച്ചു: "ഇപ്രാവശ്യം മുന്തിരി നല്ല വിളവ് തരുമെന്ന് തോന്നുന്നു."

"മ്, കുലകളുടെ എണ്ണം കഴിഞ്ഞവർഷത്തേക്കാൾ വർദ്ധിച്ചിട്ടുണ്ട്. കീടശല്യം രൂക്ഷമാണ്. ചുണ്ണാമ്പു പൊടി വിതറുന്നുണ്ട്. വിളവെടുക്കും വരെ സൂക്ഷിച്ചേ മതിയാവൂ."

"നോക്ക് ആ ചെക്കനില്ലേ ജീവൻ, നീ വൈനുണ്ടാക്കുമ്പോൾ കുറച്ചവനും കൊടുക്കണേ. പാവം ആ ചെക്കനെന്നോടു ചോദിച്ചിരുന്നു മുന്തിരി പഴുക്കുമ്പോൾ വില്ക്കാതെ എന്താണ് ചെയ്യുന്നതെന്ന്. വൈനുണ്ടാക്കുമെന്ന് പറഞ്ഞപ്പോൾ ഇത്തവണ നീയറിയാതെ അതിൽനിന്ന് അല്പം മാറ്റിവച്ചേക്കണമെന്ന് എന്നോട് ചട്ടംകെട്ടിയിട്ടുണ്ട്. നിന്നെ അവനു പേടിയാണ് ഗിരീ."

"ആ ചെറുക്കൻ തീരെ ശരിയല്ല. തല തിരിഞ്ഞ പോക്കാണവന്റേത്. ഞാൻ ചെല്ലുമ്പോഴൊക്കെ ചന്തയിൽ തലമൂത്തപയ്യന്മാരുമൊത്ത് വായും നോക്കിയിരിപ്പുണ്ടാവും. എന്നെക്കണ്ടാൽ അറിയുന്ന ഭാവം നടിക്കില്ല. കള്ളലക്ഷണമാണവന്. രാവിലെ പത്രമെടുക്കാൻ ചെല്ലുമ്പോൾ കടയുടെ പരിസരത്ത് കാണാം. നേരം വെളുക്കുംമുമ്പ് അവന് റോഡിൽ ചാടേണ്ട കാര്യമെന്താ?"

"കുട്ടിയല്ലേ. വളരുമ്പോൾ നന്നാകും."

"ങ്ഹും നന്നാകും. ലാളിച്ച് ചീത്തയാക്കപ്പെട്ട കുട്ടിയാണവൻ. വൃദ്ധനെ മുടിക്കാനായി പിറന്നവൻ." ഗിരി പുലമ്പി.

"മൂന്നാഴ്ചയായി ചിത്രമൊന്നുമില്ലാതെയാണ് വിശ്വനാഥൻ മടങ്ങുന്നത്. ബാരക്കിന്റെ മൂഡ് ശരിയല്ലെന്ന് തോന്നുന്നു. ഇന്നലെ വൈകുന്നേരം മുറിയിൽ ചെന്നപ്പോൾ പൂർത്തിയായൊരു ചിത്രം, മനോഹരമായിരിക്കുന്നു. കൊലുന്തുനുള്ളുന്ന പെണ്ണുങ്ങളെ ജീവനുള്ളതുപോലെ പെയിന്റ് ചെയ്തിരിക്കുന്നു. എന്നാലത് ബാരക്കിന്റെ ഭാവനയ്ക്കൊത്തു വന്നിട്ടില്ല! ഉറപ്പാണ്." മാർത്ത പറഞ്ഞു.

"അമ്മായിക്കെങ്ങനെ മനസ്സിലായി." ഗിരി ഉദ്വേഗത്തിലായി.

"ഒരേ പെയിന്റിങ്ങിന്റെ വിവിധ ക്യാൻവാസുകൾ മുറിയിൽ കണ്ടു. ബാരക്കതിൽ സംതൃപ്തയല്ല. അതു നന്നാക്കാനുള്ള ശ്രമത്തിലാണ്."

"മാഡത്തിന്റെ ഉന്മേഷമില്ലായ്മയ്ക്കു കാരണമെന്താവും?" ഗിരി ചോദിച്ചു.

"ആഹ് എനിക്കറിയില്ല." മാർത്ത അത്താഴം മതിയാക്കി എണീറ്റു.

"അല്പമെങ്കിലും അറിയാവുന്നത് അമ്മായിക്കാണ്. മാഡം അമ്മായിയോട് മിണ്ടാറുണ്ടല്ലോ."

"എന്നോട് മിണ്ടുന്നതൊന്നും പറയണ്ട. അളന്നുമുറിച്ചാണ് വർത്തമാനം. പണ്ടുമുതലേ ആർക്കും പിടികൊടുക്കാത്തൊരു പുള്ളിയാണ്. നീ ഇവിടെ വരുമ്പോൾ നിനക്ക് എട്ടുവയസ്സായിരുന്നുവല്ലോ, അന്ന് പായലിനു പ്രായം പതിമൂന്നും ബാരക്കിന് എട്ടുമായിരുന്നു. അന്നു നീയെപ്പോഴും നിലത്തുനോക്കി നില്ക്കുന്നൊരു കുട്ടിയായിരുന്നു. എപ്പോഴെങ്കിലും നിലത്തുനിന്ന് കണ്ണെടുത്തപ്പോൾ നീ കണ്ടിട്ടുണ്ടാവും സദാ പായലും ബാരക്കും ഒരുമിച്ച് നടക്കുന്നത്. വൈകാതെ അവർ കോൺവെന്റിലേക്കു പോയല്ലോ. അവിടെയുമതേ. മറ്റുകുട്ടികളോട് കൂട്ടുകൂടാറില്ലായിരുന്നു. ആരെങ്കിലും ബാരക്കിനോടെന്തെങ്കിലും ചോദിച്ചാൽ പായലായിരുന്നു മറുപടി പറഞ്ഞിരുന്നത്. അവരുടെ ട്യൂട്ടർ മാർഗരറ്റ് ആഴ്ചതോറും ഇവിടേക്ക് ഫോൺചെയ്ത് വിവരങ്ങൾ പറയുമായിരുന്നു. ഒരുദിവസം."

"ഗിരീ ഗിരീ." മാർത്ത മുഴുമിപ്പിക്കുംമുമ്പേ ക്യാപ്റ്റന്റെ വിളിവന്നു.

"ഗിരീ ഫയർപ്ലേസിലെ തീ കെട്ടിരിക്കുന്നു. അതൊന്നാളിക്കൂ."

"ദേ എത്തി ക്യാപ്റ്റൻ." ഗിരി വേഗം അടുക്കളയിലൊരുഭാഗത്ത് നേരിയ കനത്തിനു മുറിച്ചു സൂക്ഷിച്ചിരുന്ന കൊള്ളികളിൽനിന്ന് മൂന്നുനാലെണ്ണമെടുത്ത് ക്യാപ്റ്റന്റെ മുറിയിലേക്കു നടന്നു.

## നാല്

**മേ**രി ഓടി. ഞൊണ്ടിക്കാൽ വലിച്ചുവച്ച് വീട്ടുവഴിയിലെ കൽക്കെട്ടും വേലിയും കടന്ന് കിതപ്പോടെ മെയ്യാരത്ത് മേരി മറ്റക്കര ജങ്ഷനിലെത്തി. ജങ്ഷനിലൊരുവശത്തെ ആദ്യത്തെ നാലുനിര കടകളിലൊന്നായ മാടസ്വാമിയുടെ ചായക്കടയ്ക്കു മുമ്പിലെത്തി വെപ്രാളത്തിൽ ചോദിച്ചു: "സ്വാമീ സ്വാമീ എന്റെ പ്രാവിനെ ആരെങ്കിലും കൊണ്ടുപോകുന്നത് കണ്ടോ?" തലപൊക്കാൻ നേരമില്ലാതെ ചായയടിച്ചോണ്ടു നില്ക്കുകയായിരുന്ന മാടസ്വാമി അമ്പരപ്പോടെ മേരിയെ നോക്കി. അതിരാവിലെ ചായകുടിക്കാനെത്തിയ നിർമ്മാണത്തൊഴിലാളികളും ഹിൽസ്റ്റേഷനിലേക്കുള്ള യാത്രികരും ചായ കാത്ത് തണുപ്പുതിയകറ്റി കടവരാന്തയിലെ ബെഞ്ചുകളിലിരിപ്പുണ്ട്. തൊട്ടടുത്ത കടകളിലും അതുതന്നെയാണവസ്ഥ. നാലുനിര കടകളിലൊന്ന് മേരിയുടേതാണ്. പുലർച്ചെ നാലരയ്ക്ക് കട തുറക്കും. മൂന്നാർ ടൗണിൽനിന്നും നാലുകിലോമീറ്റർ അകലെയുള്ള മലയോരഗ്രാമമാണ് മറ്റക്കര. ടൗണിൽനിന്നും ഹിൽസ്റ്റേഷനിലേക്കുള്ള വ

ഴിയിലുടനീളം അതിരാവിലെ തുടങ്ങി രാവേറെനീളുന്ന അത്തരം നിരവധി വഴിയോരക്കടകൾ കാണാം. മറ്റക്കരയിലെ തോട്ടം ലെയിനിലാണ് മേരിയുടെ വീട്. പുലർച്ചെ നാലുമണിക്ക് മേരിയുണരും. നാലരയോടെ കടയിലേക്ക് തിരിക്കുംമുമ്പ് തന്റെ ഓമനപ്പക്ഷികൾക്കും മൃഗങ്ങൾക്കും കൂടിനകത്ത് തീറ്റയും വെള്ളവും വയ്ക്കും. കടയിൽ തിരക്കില്ലാത്തപ്പോൾ ഇടയ്ക്കിടെ വീട്ടിൽപ്പോയി അവറ്റകളെ നോക്കും. ഇന്നുമതുപോലെ തന്റെ മൂന്ന് സുന്ദരി വെള്ളപ്രാവുകൾക്കും രണ്ട് അണ്ണാറക്കണ്ണന്മാർക്കും തിനയും പഴവും വെള്ളവും വച്ചിട്ടാണ് കടയിലേക്ക് പോന്നത്. ഏഴരയോടെയൊന്ന് വീട്ടിലേക്കിറങ്ങിയപ്പോൾ അവറ്റകളെ കാണാനില്ല. കൂടു തകർത്ത് എല്ലാത്തിനേയും ആരോ കടത്തിയിരിക്കുന്നു. ആറുമാസം മുമ്പ് മേരിയുടെ രണ്ട് തത്തയേയും ആറ് ലവ്ബേർഡ്സിനെയും കാണാതായിരുന്നു. മേരി പൊലീസിൽ പരാതികൊടുത്തു. ഇത്ര നിസ്സാരകാര്യത്തിന് പൊലീസ് സ്റ്റേഷനിൽ പരാതിയുമായി വരാൻ മേരിക്കെന്താ ഭ്രാന്താണോന്ന് അന്ന് എസ് ഐ ചോദിച്ചു. മാത്രമല്ല വനംവകുപ്പുകാരറിഞ്ഞാൽ കാട്ടുതത്തയെ വീട്ടിൽ പിടിച്ചിട്ടതിന് മേരിക്കെതിരെ കേസെടുക്കുമെന്ന് പേടിപ്പെടുത്തുകയും ചെയ്തു. തത്തകളെ മേരി കെണിവച്ച് പിടിച്ചതൊന്നുമല്ല. ഭാരതിക്കും നാട്ടുവൈദ്യൻ ചന്ദ്രനുമൊപ്പം മുതുവർക്കുന്നിൽ കാട്ടുതേനെടുക്കാൻ പോയപ്പോൾ വഴിയിൽനിന്ന് കിട്ടിയതാണ് കാലൊടിഞ്ഞൊരു അമ്മ തത്തയേയും ചിറകുവിടർന്നിട്ടില്ലാത്തൊരു കുഞ്ഞിതത്തയേയും. മേരിയതിനെ കൊണ്ടുവന്ന് അപ്പോൾ പെറ്റിട്ട കുഞ്ഞുങ്ങളെപ്പോലെ പരിചരിച്ചു. മേരിയും തത്തകളും കൂട്ടുകാരായി. അവയ്ക്കുകൂട്ടായി ടൗണിലെ പെറ്റ്ഷോപ്പിൽ നിന്ന് മൂന്നുജോഡി ലവ്ബേർഡ്സിനെയും വാങ്ങിയിട്ടു. ഒറ്റത്തടിയായ മേരിക്ക് സ്വന്തം മക്കളായിരുന്നു അവറ്റകൾ. അവയെയാണ് ആറുമാസം മുമ്പ് ഇരുട്ടിവെളുക്കെ കാണാതായത്. ശേഷമാണ് മേരി മൂന്നുപ്രാവിനെ വാങ്ങിയിട്ടത്. തൊട്ടടുത്ത് മുറ്റത്തെ ആനപ്പുളിഞ്ചിയിൽ പതിവായെത്തുന്ന അണ്ണാന്മാർക്കും കൂടൊരുക്കി. അവറ്റകളെയാണ് പുലർച്ചെ ആരോ കട്ടുകൊണ്ടുപോയത്.

"അതെന്തു ചോദ്യാ മേരീ. ഇത്തിരി മുമ്പുവരെ നീയും ഇവിടെ ഉണ്ടായിരുന്നതല്ലേ. ഇതിലേ പോയെങ്കിൽ നീ കാണാതിരിക്കോ." മാടസ്വാമി ചോദിച്ചു.

"സ്വാമിയാരെ ഞാൻ വരുമ്പോ കൂട്ടിലുണ്ടായിരുന്നു. ഇപ്പോ ചെന്ന് നോക്കിയപ്പോ കാണാനില്ല. കൂട് തകർത്തിട്ടുണ്ട്. ആരാണോ ഈ ദ്രോഹികൾ."

"അന്ന് നിന്റെ തത്തകളെ കൊണ്ടുപോയവർ തന്നെയാകും. നിന്റെ ചിട്ടേം സമയോക്കെ നന്നായി അറിയാവുന്നവർ. ചുരുക്കിപ്പറഞ്ഞാൽ ഈ പരിസരത്തുള്ളവർ. തോട്ടം ലെയ്നിലൂടെ എത്രവഴിയുണ്ട്. അതുവഴിവന്ന് കൊണ്ടുപോയിക്കാണും. അല്ലാതെപിന്നെ മോഷ്ടാക്കൾ ആ മൊതലുംകൊണ്ട് നമ്മടെ മുമ്പിക്കൂടിയാണോ പോകുന്നത്." ചായകൂട്ടുമ്പോൾ

മാടസ്വാമി പറഞ്ഞു. അപ്പോഴേക്കും ചന്ദ്രൻ വന്നു. ഉണർന്നു കഴിഞ്ഞാൽ ചന്ദ്രൻ വീട്ടീന്ന് നേരെ വരുന്നത് കടയിലേക്കാണ്. മേരിയുടെയോ സ്വാമിയുടെയോ കടയിൽ നിന്ന് ചായയുംപലഹാരവും. പിന്നെ പത്രംവായന, പൊടിക്ക് തമാശ, ഇത്തിരി പരദൂഷണം! അതാണ് ചന്ദ്രന്റെ പതിവ്. ലേശം മുറിവൈദ്യമൊക്കെ അറിയാം. നാട്ടുവൈദ്യനെന്നാണ് വയ്പ്പ്. മുതുവർക്കുന്നീന്ന് ഔഷധച്ചെടികൾ ശേഖരിച്ച് കഷായമുണ്ടാക്കി വില്ക്കലാണ് പണി. അടി, ഇടി, ഒടിവ്, ചതവ് എന്നിവയ്ക്ക് തന്റെ കഷായം അത്യുത്തമമാണെന്നാണ് ചന്ദ്രന്റെ വാദം. ഇടയ്ക്കിടെ മുത്തച്ഛന്റെ വൈദ്യപാരമ്പര്യത്തെക്കുറിച്ച് കടത്തിണ്ണയിലിരുന്ന് വാചാലനാകും.

"മേര്യേ കടുപ്പത്തിലൊരു ചായയെടുക്ക്." മേരിയുടെ കടത്തട്ടിൽ കയറിയിരുന്നിട്ട് സ്വന്തക്കാരിയോടെന്നപോലെ ചന്ദ്രൻ പറഞ്ഞു.

"കെളവാ നിങ്ങക്ക് വേണോങ്കി സ്വാമിടേന്ന് വാങ്ങിക്കുടിക്ക്. എനിക്കിപ്പോ ചായ തരാനൊന്നും പറ്റില്ല." മേരി ചൊടിച്ചു.

"എന്താഡീ രാവിലെത്തന്നെ നിനക്കൊരു മുറുതാറ്കെട്ട സ്വഭാവം." ചന്ദ്രൻ ചോദിച്ചു.

"മേരിയുടെ കുട്ടികളെ ആരോ കട്ടോണ്ടുപോയി ചന്ദ്രാ." മാടസ്വാമി ഉറക്കെപ്പറഞ്ഞു.

"ആഹാ... ഹാ... ഹാ.. ഹാ ഹ്." മുൻവശത്ത് ബാക്കിയുള്ള രണ്ട് കോന്ത്രപ്പല്ലുകൾ കാട്ടി ചന്ദ്രൻ ചിരിയോട്ചിരി.

"കരിമ്പടോം പുതച്ച് നേരംവെളുക്കുമ്പം ഇങ്ങെറങ്ങും. ആൾക്കാരെ കളിയാക്കാനായിട്ട്." മേരി പിറുപിറുത്തു.

"എഡി മേര്യേ നല്ല കാലത്ത് നിനക്കൊരു കുഞ്ഞിനെ തരാന്ന് ഞാൻ പറഞ്ഞതല്ലേ. ഞാനോ ഒരു വിഭാര്യൻ. നീയും ഒറ്റത്തടി. നിനക്ക് എന്നേക്കാൾ ചേർന്നൊരാളെ ഈ മറ്റക്കര കിട്ടില്ല. അപ്പോ നിനക്ക് വേണ്ട. നിനക്കാ അത്തറുകാരൻ അബൂനെ മതി. അവനിന്നുവരും നാളെവരും എന്നും പറഞ്ഞിരുന്നിരുന്ന് നിന്റെ നല്ല കാലോം പോയി. എന്നിട്ടിപ്പോ മക്കളൊന്നും പറഞ്ഞ് കോഴിയേം പ്രാവിനേം വളർത്തുന്നു. നന്നായി. നന്നായീന്നുവച്ചാ നന്നായി. നിന്റെ കിളിയെ കട്ടവരെ കണ്ടാ ഞാൻ അക്കരേന്ന് ഒരുകുപ്പി വാറ്റ് വാങ്ങിച്ചുകൊടുക്കും." ചന്ദ്രൻ മേരിയെ ചൊടിപ്പിച്ചു.

"എറങ്ങ് കെളവാ എന്റെ കടത്തട്ടീന്ന് എറങ്ങ്." മേരി ചന്ദ്രനടുത്തേക്ക് പാഞ്ഞെത്തി. മെലിഞ്ഞു ചുരുണ്ട ചന്ദ്രൻ അവിടന്ന് ചാടിമാറി മാടസ്വാമിയുടെ കടവരാന്തയിൽ ചെന്നിരുന്നു. അപ്പോഴേക്കും മാടസ്വാമിയുടെ കടയിലെ തിരക്കൊഴിഞ്ഞിരുന്നു. സ്വാമിയതു ശ്രദ്ധിക്കാനൊന്നും പോയില്ല. ചന്ദ്രനും മേരിയുമായി ഉടക്ക് പതിവാണ്. മേരിയുടെ വായീന്ന് രണ്ട് കേട്ടില്ലെങ്കിൽ ചന്ദ്രനുറക്കം വരില്ല. മേരിയുടെ അപ്പൻ മെയ്യാരത്ത് ദേവസ്യ തോട്ടം തൊഴിലാളിയായിരുന്നു. അപ്പൻ മരിച്ചതോടെ മേരിയും ചേച്ചിമാരും തോട്ടം പണിക്കു പോയിത്തുടങ്ങി. ഒരുസമയം കഴിഞ്ഞപ്പോൾ

ചേച്ചിമാർ സത്യക്രിസ്ത്യാനികളെ കല്യാണം കഴിച്ച് ചുരമിറങ്ങിപ്പോയി. അമ്മ ശോശയും മരിച്ചു. നാടുതെണ്ടി വന്നൊരു അത്തറ് വില്പനക്കാരൻ അബുവിനെ മേരി പ്രേമിച്ചു. കല്യാണവും കഴിച്ചു. പള്ളീന്ന് മേരിയെ പുറത്താക്കുകയും ചെയ്തു. രണ്ടുമാസം മറ്റക്കരയിലെ മേരിയുടെ മെയ്യാരത്ത് വീട്ടിൽ ഒരുമിച്ച് താമസിച്ച ശേഷം അബു പതിവു അത്തറ് കച്ചവടത്തിനു പോയതാ. പിന്നെ കണ്ടിട്ടില്ല. മേരി പലയിടത്തും അന്വേഷിച്ചു. പലരെക്കൊണ്ടും അന്വേഷിപ്പിച്ചു. അബുവിന്റെ നാടായ കാസർകോട്ടടക്കം. ഒരു വിവരവുമില്ല. വർഷമെത്ര കഴിഞ്ഞു. മേരി ഇപ്പോഴും അബുവിനെ പ്രതീക്ഷിക്കുന്നു.

"മേര്യേ നീ രണ്ട് നായയെ വാങ്ങി വളർത്ത്. കിളിമോഷ്ടാക്കളെ തടയാൻ ഇനിയതേ മാർഗ്ഗമുള്ളൂ." മാടസ്വാമി പറഞ്ഞു. തലയ്ക്കു കൈ കൊടുത്ത് മൗനമായി മേരി കടത്തട്ടിലിരുന്നു.

"ആഹാ.. ഹാ... ഹാഹ്... എന്നിട്ടു വേണം ഇനി ആ പട്ടി, കിളിയെ പിടിച്ചുതിന്നാൻ. അല്ല മേര്യേ നിനക്ക് നായയെ വേണമെങ്കിൽ നല്ല നാടൻ ഇനത്തെ ഞാൻ കൊണ്ടുത്തരാം." ചന്ദ്രൻ മേരിയെ എരികയറ്റിക്കൊണ്ടിരുന്നു.

"എനിക്ക് നായയെ വാങ്ങാൻ നിങ്ങട സഹായം വേണ്ട. ഇനിയും ഓഞ്ഞ വർത്തമാനം പറഞ്ഞാ ഞാൻ ചായയ്ക്ക് തിളപ്പിച്ചിട്ടിരിക്കുന്ന വെള്ളം തലവഴിയേ വീഴ്ത്തിതരും." മേരി കലിതുള്ളി.

"ഓഹ് അത്തറുകാരനെ പറഞ്ഞതവൾക്ക് പിടിച്ചില്ല."

"മിണ്ടാതിരിക്കുന്നുണ്ടോ." മേരി താക്കീതോടെ നോക്കി. അതോടെ ചന്ദ്രനടങ്ങി.

## അഞ്ച്

**അ**ടുത്തതിന്റെയടുത്തമാസം സൂറിച്ചിലെ ഒരു പ്രദർശന മത്സരത്തിനുവേണ്ട ചിത്രങ്ങൾ കപ്പലിൽ അയക്കാനായി ഇന്നലെ ഉച്ചയ്ക്കാണ് വിശ്വനാഥൻ ടാക്സിയിൽ കൊച്ചിയിലേക്കു പോയത്. കപ്പലെത്താൻ വൈകുന്നതു കാരണം അവിടെ തങ്ങുകയാണെന്നും പിറ്റേന്ന് രാത്രിയേ മടങ്ങൂവെന്നും അയാൾ ഭാര്യയെ അറിയിച്ചിരുന്നു. അപ്പൻ സ്ഥലത്തില്ലാത്തതിനാൽ തലേന്ന് മുതൽ ചെറുക്കൻ സർവ്വത്ര സ്വതന്ത്രനാണ്. വൃദ്ധൻ പോയയുടൻ വീട്ടീന്ന് ചാടിയ ചെറുക്കൻ അന്ന് സന്ധ്യക്കാണ് തിരികെ കയറിയത്. വയറുനിറച്ച് ഭക്ഷണം കഴിച്ചിട്ട് തങ്കന്റെ വീട്ടിൽ കിടക്കാൻ പോണെന്നും പറഞ്ഞ് പിന്നെയും ചാടി. ഉച്ചയായിട്ടും ചെറുക്കനെ കണ്ടില്ല. പുഷ്പയൊട്ട് അന്വേഷിക്കാനും പോയില്ല. ചെറുക്കന്റെ അടുത്ത സുഹൃത്താണ് പാൽക്കാരൻ മണിയപ്പന്റെ മകനായ പത്തൊമ്പതുകാരൻ തങ്കൻ. ഒന്നുരണ്ടു തവണ തങ്കനോടൊപ്പം കണ്ടതിന് ചെറുക്കനെ വൃദ്ധൻ കണക്കിന് ശാസിച്ചിരുന്നു. അതിനാലിപ്പോൾ രഹസ്യമായാണ് സൗഹൃദം കൂടൽ. വർക്ക്ഷോപ്പ് പണി പഠിക്കാനായി മ

ണിയപ്പൻ മകനെ ടൗണിലെ ഒരു കടയിലാക്കിയതാണ്. എന്നും അവിടേക്കാന്നും പറഞ്ഞിറങ്ങും. വീട്ടിൽ നിന്നിറങ്ങിയാൽ എങ്ങോട്ടാണ് പോകുന്നതെന്ന് തങ്കനു മാത്രമേയറിയൂ. നിത്യച്ചെലവിനുള്ള കാശ് മുടങ്ങാതെ വീട്ടിലേല്പിക്കും. അതുകൊണ്ട് മണിയപ്പനവനെയോർത്ത് ആവലാതികളൊന്നുമില്ല. തടാകക്കരയിൽ കൂാത്തൻ ജോസും ഇടിയൻ പ്രതാപനുമടങ്ങിയ സംഘത്തോടൊപ്പം ചില പാതിരാത്രികളിൽ തങ്കനേയും കാണാം. വൃദ്ധൻ കണ്ടിട്ടുണ്ട്. അതാണ് തങ്കനോട് കൂട്ടുവേണ്ടെന്ന് ജീവനോട് പറഞ്ഞത്. മറ്റക്കരയിലെ പ്രമാണിയായ തോട്ടത്തിൽ ചെറിയാന്റെ ലോറി ഡ്രൈവർമാരാണ് ജോസും പ്രതാപനും. ഡ്രൈവർ പണിക്കുമുമ്പ് ഗുണ്ടാപ്പണിയായിരുന്നു ജോസിനും പ്രതാപനും. അങ്ങനെ കിട്ടിയ പേരാണ് കൂാത്തനെന്നും ഇടിയനെന്നുമൊക്കെയുള്ളത്. ഇപ്പോളെന്നും പാതിരാത്രിയായാൽ അവന്മാരും ക്ലീനർമാരും ചേർന്നൊരു സംഘത്തിന്റെ അഴിഞ്ഞാട്ടമാണ് തടാകക്കരയിൽ. ആദ്യമാദ്യം വലിയ ശല്യമില്ലായിരുന്നു, ലോറി കഴുകിക്കഴിഞ്ഞാലുടൻ സ്ഥലം വിടുമായിരുന്നു.

മണിയപ്പന്റെ വീട്ടിൽ നിന്നിറങ്ങി ചെറുക്കൻ അന്നുച്ചയ്ക്ക് പലതവണ കാൽക്കിലോമീറ്റർ ദൂരെയുള്ള കാബേജ്പാടത്തേക്കു പോവുകയുണ്ടായി. തലേന്ന് രാത്രി അവൻ മണിയപ്പന്റെ വീട്ടിലേക്കെന്നും പറഞ്ഞിറങ്ങിയെങ്കിലും തങ്കനോടൊപ്പം തടാകത്തിനപ്പുറത്തെ ചെറിയകുന്നിലെ പാറക്കെട്ടിനു താഴെയാണ് ഉറങ്ങിയത്. തങ്കൻ പന്നിവേട്ടയെക്കുറിച്ചൊക്കെ പറഞ്ഞ് ചെറുക്കനെ ആകെ മോഹിപ്പിച്ചിരുന്നു. പന്നിയെ നോക്കി നോക്കിയിരുന്ന തങ്കനും ചെറുക്കനും ഒടുവിലതു കാണാതെ പുലർച്ചെ അഞ്ചിന് മേരിയുടെ പ്രാവിനെയും അണ്ണാനെയും മോഷ്ടിച്ച് കാബേജ് പാടത്തൊളിപ്പിച്ചു. മണിയപ്പൻ ഫാമീന്ന് പാൽ ശേഖരിക്കാനായി അതിരാവിലെ തന്റെ മോപ്പഡിൽ പോകും. പന്ത്രണ്ടാം ക്ലാസിലും പത്താം ക്ലാസിലും പഠിക്കുന്ന പെൺമക്കൾ രാവിലെ സ്കൂളിലേക്കിറങ്ങിയാലുടൻ മണിയപ്പന്റെ ഭാര്യ ശോഭ തോട്ടപ്പണിക്കും പോകും. രാവിലത്തെ പാൽക്കച്ചവടം കഴിഞ്ഞ് മണിയപ്പനെത്താൻ പതിനൊന്നു മണിയെങ്കിലും പിടിക്കും. വീട്ടിന്റെ താക്കോല് അടുക്കള വശത്തെ ചെടിച്ചോട്ടിൽ കുഴിച്ചു വച്ചിട്ടാണ് ശോഭയുടെ പോക്ക്. തങ്കൻ വീട്ടിലുള്ളതും ഇല്ലാത്തതും കണക്കാണ്. ഉണ്ടെങ്കിലും മുറ്റത്തെ ചായ്പ്പിലാണ് ഉറക്കം. കാപ്പി കുടിയും മറ്റും കടയിൽ നിന്നാണ്. വല്ലപ്പോഴും വീട്ടിൽനിന്നായാലായി. പോക്കും വരവും തോന്നുമ്പോളാണ്. സഹോദരിമാരോടൊക്കെ വലിയ ആങ്ങള ചമയലാണ്. വീട്ടിലാരുമില്ലന്നായപ്പോൾ പാറക്കെട്ടിൽ നിന്ന് തങ്കൻ ജീവനെയും കൂട്ടി വീട്ടിൽ വന്നു.

"നീയാ ചായ്പ്പിലിരുന്നോഡാ. ഞാൻ മേരിയുടെ കടയിൽ നിന്ന് തിന്നാൻ വല്ലതും വാങ്ങിവരാം." ചായ്പ്പിലേക്ക് ചൂണ്ടി തങ്കൻ പറഞ്ഞു.

"തങ്കാ മേരിക്ക് സംശയമാവോ?" ചെറുക്കൻ ശങ്കയോടെ ചോദിച്ചു.

"നീയൊന്നു പോഡാ. കക്കാൻ പഠിച്ചാൽ നില്ക്കാനും പഠിക്കണം.

അവളുടെ രണ്ട് തത്തയെയും ലവ്ബേർഡ്സിനെയും ഞാനൊറ്റയ്ക്ക് പൊക്കീട്ടൊണ്ട്. ആറുമാസം കഴിഞ്ഞു. ഒരു മീൻ കുഞ്ഞുപോലും തങ്കനെ സംശയിച്ചില്ല. പതിനായിരം രൂപയ്ക്കാ അന്നാ രണ്ട് കാട്ടുതത്തയെ ഞാനൊരു പഞ്ചാബിക്ക് വിറ്റത്. ലവ്ബേർഡ്സിനെ കോതമംഗലത്തൊരു കടയിലും വിറ്റു. അതിൽ ലാഭമൊന്നുമില്ല." തങ്കൻ മുണ്ട് മടുത്തുകെട്ടി വേഗത്തിൽ നടന്നു.

ഒറ്റയ്ക്കായപ്പോൾ ചെറുക്കനാകെ വെപ്രാളം കയറി. അവൻ പ്രാവിനേയും അണ്ണാനേയും ഒളിപ്പിച്ചു വച്ചിരിക്കുന്ന കാബേജ് പാടത്തേക്കോടി. അതെ അവിടെയുണ്ട്. ആരും കണ്ടിട്ടില്ല. രണ്ടുദിവസം കഴിഞ്ഞ് വിളവെടുപ്പായതിനാൽ മൂന്നുനാലായി ദിവസ പരിപാലനമില്ലാതെ പാടമൊഴിഞ്ഞു കിടപ്പാണ്. ചെറുക്കൻ തിരികെ ചെല്ലുമ്പോൾ തങ്കൻ ചായ്പ്പിലിരുന്ന് തീറ്റ തുടങ്ങിയിരുന്നു. ചെറുക്കനും ഒപ്പംകൂടി.

"മേരിക്ക് എന്തെങ്കിലും സംശയമുണ്ടോ." ചെറുക്കൻ ചോദിച്ചു.

"എന്തു സംശയം. അവളവിടെ കരഞ്ഞോണ്ടിരിപ്പുണ്ട്. ഇത് മാടസ്വാമിയുടെ കടയിൽനിന്നാ." തങ്കൻ ഏമ്പക്കത്തോടെ എണീറ്റ് കൈകഴുകിവന്ന് ചായ്പ്പിലെ കട്ടിലിൽ കിടപ്പായി. ചെറുക്കൻ പിന്നെയും പാടത്തേക്കോടി. തിരികെ വന്നിട്ട് ഇരിപ്പുറയ്ക്കാതെ പിന്നെയും പോയി.

"തങ്കാ അപ്പനിന്നു രാത്രിയെത്തും. അതിനു മുമ്പ് കാര്യം നടക്കോ." മൂന്നാംവട്ടവും പാടത്തേക്ക് പോയിവന്ന ചെറുക്കൻ ചോദിച്ചു.

"എഡാ നിനക്ക് പക്ഷിയിറച്ചി തിന്നണം. അത്രയല്ലേയുള്ളൂ. ഞാനത് സാധിച്ചു തരും." തങ്കൻ വലിയ ആളായി. ചെറുക്കനെ കാട്ടിറച്ചിയുടെയും പക്ഷിയിറച്ചിയുടെയും കാര്യം പറഞ്ഞിളക്കിയത് തങ്കനാണ്. അങ്ങനെയാണ് മേരിയുടെ പ്രാവിനെ കക്കാൻ ഒപ്പം കൂടിയത്. ഉച്ചകഴിഞ്ഞ് തങ്കനും ചെറുക്കനും ചെറിയകുന്നിലെ പാറക്കെട്ടിലേക്കുപോയി. കുറേനേരം സൊറ പറഞ്ഞിരുന്ന് സമയം കളഞ്ഞു. സന്ധ്യ മയങ്ങിയപ്പോൾ ഇരുവരും കാബേജ് പാടത്തേക്ക് ചെന്നു. പാടത്തിനരികെ വേലികെട്ടിയ വഴിയിൽ പച്ചകേറിക്കിടന്ന കുഴിയിൽനിന്ന് തങ്കൻ, ചണച്ചാക്കിൽ കാല് കെട്ടിയിട്ടിരുന്ന പ്രാവുകളെയും അണ്ണാനെയും പുറത്തെടുത്തു. അവ നന്നേ തളർന്നിരുന്നു.

"നീയിതിനെ കൊല്ലാൻ പോവുകയാണോ." ചെറുക്കൻ പരിഭ്രമത്തോടെ ചോദിച്ചു.

"അല്ലാതെങ്ങനെയാ ഇറച്ചിയാവുന്നത്."

"ഇവറ്റകളുടെ കരച്ചിൽ കേട്ട് ആരെങ്കിലും വന്നാലോ."

"ഒന്നു പോഡാ പേടിത്തൊണ്ടാ." ചെറുക്കന്റെ സൈക്കിളിനിട്ടൊരു ചവിട്ടും കൊടുത്തിട്ട് തങ്കൻ അവറ്റകളുമായി തടാകത്തിനടുത്തേക്ക് നടന്നു. ചെറുക്കൻ അനുസരണക്കുട്ടിയെപ്പോലെ തങ്കനെ അനുഗമിച്ചു. തങ്കൻ തടാകത്തിന്റെ നല്ല മറവുള്ള ഓരത്തിരുന്നു. മിന്തീന്ന് മടക്കുകത്തിയെടുത്ത് ഓരത്തെ കല്ലിൽ രാകിമിനുക്കി. ചുടുചോര തടാകത്തി

ലെ തെളിനീരിൽ കലങ്ങി. ചെറുക്കൻ പാറക്കെട്ടിനടിയിൽ നിന്ന് കൊള്ളികളും മസാലക്കൂട്ടുമെടുത്തു വന്നു. തങ്കൻ തീ കാളിച്ചു. തൂവലും പൂടയും കരിയുന്ന മണം ചെറുക്കന് ഓക്കാനമുണ്ടാക്കി. അവൻ കുറച്ചു മാറി അക്ഷമയോടെയിരുന്നു. മസാലക്കൂട്ടിൽ മുങ്ങിയ ഇറച്ചിയുടെ വെന്തമണം വന്നതും ചെറുക്കൻ തങ്കനടുത്തേക്ക് ചാടിത്തുള്ളി വന്നു. ഇലക്കീറിലിട്ട് ചൂടോടെ തിന്നു. അപ്പൻ വന്നിട്ടുണ്ടാവുമോ എന്തോ എന്ന വേവലാതിയോടെ പിന്നെ സൈക്കിളുമെടുത്ത് ഒറ്റപ്പോക്കായിരുന്നു. ഭാഗ്യം! അപ്പൻ വന്നിട്ടില്ല. ചെറുക്കൻ മുറ്റത്തൊരു വശത്ത് സൈക്കിളൊതുക്കിയിട്ട് വരാന്തയിലേക്കു കയറി. മാടസ്വാമിയുടെ വീട്ടിൽ വെളിച്ചം കണ്ടു. ആളില്ലെന്ന് തോന്നുന്നു. തടി ഗേറ്റും മുൻവശത്തെ വാതിലും അടഞ്ഞുകിടക്കുന്നു. വൈകിട്ട് തോട്ടംപണി കഴിഞ്ഞുവന്നാൽ ചിലപ്പോഴൊക്കെ ഭാരതി മാടസ്വാമിയെ സഹായിക്കാൻ കടയിലേക്കു പോകും. പിന്നെ പാതിരാത്രി കടയടച്ച ശേഷം രണ്ടുപേരും ഒരുമിച്ചാണ് മടങ്ങിവരവ്. ഹാവൂ. ശല്യങ്ങളൊന്നുമില്ല. ചെറുക്കന് ആശ്വാസമായി. അടുക്കളമുറ്റത്ത് അമ്മ ആരോടോ സംസാരിക്കുന്ന ശബ്ദം കേട്ട് ചെറുക്കനവിടേക്കു ചെന്നു. കൂത്തൻ ജോസിനോടാണ് വർത്തമാനം.

"നീയെവിടായിരുന്നു? ഞാനാകെ വിഷമിച്ചു. ജോസിനോട് ചോദിക്കുകയായിരുന്നു നിന്നെ കണ്ടോന്ന്." പുഷ്പ സങ്കടപ്പെട്ടു.

"ഞാൻ ജങ്ഷനിൽ തന്നെയുണ്ടായിരുന്നു." ചെറുക്കൻ ഉഴപ്പൻ മട്ടിലായി.

"എന്തായാലും അവൻ വന്നല്ലോ." ജോസ് ചെറുക്കനെ നോക്കി ചെറുതായൊന്ന് ചിരിച്ചിട്ട് പുഷ്പയോട് യാത്ര പറഞ്ഞ് അടുക്കളമുറ്റത്തിനു താഴെയുള്ള ഇടവഴിയിലൂടെ മറഞ്ഞു. ചെറുക്കൻ അടുക്കളയിൽ ചെന്ന് വേണ്ടതൊക്കെ എടുത്തുതിന്നിട്ട് മുറിയിൽ പോയി പതുങ്ങിക്കിടന്നു.

## ആറ്

**ബാ**രക്ക് കോട്ടേജിലേക്ക് ഒരു അതിഥി വരുന്നുവെന്ന വാർത്തയെ മാർത്തയും ഗിരിയും അത്ഭുതത്തോടെയാണ് എതിരേറ്റത്. അതും കുറച്ചുദിവസം തങ്ങാനായി.

"ഇതു വിശ്വസിക്കാമോ അമ്മായീ." ഗിരി അതിശയംവിടാതെ മാർത്തയോട് ചോദിച്ചു.

"ഇന്നലെ രാത്രി ജഗ്ഗിൽ വെള്ളം വയ്ക്കാനായി മുറിയിൽ ചെന്നപ്പോഴാണ് ബാരക്ക് പറഞ്ഞത്, ബറോലിയിൽനിന്നും പത്രപ്രവർത്തകനായ തന്റെ സുഹൃത്ത് അങ്കിത് വരുന്നുണ്ടെന്നും അയാൾക്കിവിടെ ഒരുകുറവും വരാതെയുള്ള ഒരുക്കങ്ങൾ ചെയ്യണമെന്നും."

"അമ്മായിക്കറിയാമോ മാഡത്തിന്റെ ആ സുഹൃത്തിനെ."

"ഞാനെങ്ങനെ അറിയാനാണ്." അടുക്കളപ്പണിയിൽ മുഴുകി മാർത്ത പറഞ്ഞു.

"ഒരുക്കങ്ങളെന്തൊക്കെയാണ് വേണ്ടതെന്ന് പറഞ്ഞോ."

"വിശദമായിട്ടൊന്നും പറഞ്ഞില്ല. ഉത്തരേന്ത്യാക്കാരനല്ലേ. ഭക്ഷണത്തിനു തീർച്ചയായും അത്തരം വിഭവങ്ങളാവും വേണ്ടത്."

"അതുപിന്നെ അമ്മായിക്കറിയാമല്ലോ, ക്യാപ്റ്റനുവേണ്ടി ചിലപ്പോഴൊക്കെ ഉണ്ടാക്കാറുള്ളതല്ലേ. ഏതു മുറിയാണ് അയാൾക്കായി തയ്യാറാക്കേണ്ടത്."

"ക്യാപ്റ്റന്റെ മുറിക്ക് അപ്പുറത്തുള്ള ആ വലിയ മുറിയായിരിക്കും നല്ലത്. ജനാല തുറന്നാൽ താഴ്‌വാരത്തേക്ക് മഞ്ഞിറങ്ങുന്ന ദൃശ്യം കിട്ടും. മുറിയാകെയൊന്നു വൃത്തിയാക്കിയിട്ട് മേശയും കസേരകളും കോട്ടും മാറ്റി ക്രമീകരിക്കണം. വിരികൾ മാറ്റി പുതിയതിടണം. മേശവിളക്കും പൂപ്പാത്രവും പുതിയതായിക്കോട്ടെ."

"അമ്മായി ദിവസവും ഈ വീടിന്റെ ഓരോ മുക്കുംമൂലയും വൃത്തിക്കടിച്ചല്ലേ സൂക്ഷിക്കുന്നത്. സാധനങ്ങളെല്ലാം ക്രമീകരിച്ചിരിക്കുന്നത് ചിട്ടയ്ക്കും ഭംഗിക്കുമാണ്. അതിൽക്കൂടുതൽ ഞാനെന്തു ചെയ്യാനാണ്." ഗിരി ചോദിച്ചു.

"ഇവിടെ ആദ്യമായിട്ടല്ലേ താമസിക്കാൻ ഒരു അതിഥി വരുന്നത്. വീടല്പം പകിട്ടിലാകുന്നത് നല്ലതാ. നിനക്കതിനു കഴിയും."

"ആയിക്കോട്ടെ." ഗിരി സ്റ്റോർ റൂമിൽനിന്നും പണിയായുധങ്ങളുമെടുത്ത് കോഴിക്കൂടിനടുത്തുള്ള വഴിയിലൂടെ പതിവുജോലികൾക്കായി കൃഷിയിടത്തിലേക്കു നടന്നു. കോട്ടേജിന്റെ ചുറ്റുവട്ടത്തുള്ള കൃഷിയിടത്തിൽ പഴങ്ങളും പച്ചക്കറികളുമുണ്ട്. വീട്ടാവശ്യത്തിനുള്ളത് കഴിച്ച് ബാക്കി വില്ക്കുകയാണ് രീതി. കൃഷിയിടത്തിനൊരുവശത്ത് ഭംഗിയായി പന്തലിട്ടൊരുക്കിയ ചെറിയൊരു മുന്തിരിത്തോട്ടമുണ്ട്. ഉച്ചയൂണിനു വന്നപ്പോൾ ഗിരി ചോദിച്ചു "അമ്മായീ എന്നാണ് ആ സുഹൃത്ത് വരുന്നത്."

"അതൊന്നും പറഞ്ഞില്ല. ചിലപ്പോൾ നാളെ എത്തിയേക്കാം അല്ലെങ്കിൽ മറ്റന്നാൾ. എന്തായാലും ഈയാഴ്ചയ്ക്കപ്പുറം പോവില്ല. മെയിലിലൂടെയാവും അറിയിപ്പു കിട്ടിയത്. ഉടനെത്തും എന്നായിരുന്നിരിക്കാം സന്ദേശം! ഫോൺവിളിച്ച് കാര്യങ്ങൾ അപ്പപ്പോൾ അന്വേഷിക്കുന്ന രീതിയൊന്നും ബാരക്കിനില്ലല്ലോ."

"ഞാനിന്നുതന്നെ മുറി ശരിയാക്കിയിടാം." ഭക്ഷണം കഴിഞ്ഞശേഷം ഗിരി അതിഥിക്കായി കോട്ടേജിലെ പടിഞ്ഞാറേ മുറി ശരിയാക്കുന്ന ജോലിയിലേർപ്പെട്ടു. തങ്ങളുടെ വീട്ടിലെത്തുന്ന അതിഥിക്ക് എങ്ങനെയാണ് ഉപചാരമരുളേണ്ടത് എന്നതിൽ ആകാംക്ഷയുള്ള രണ്ടു കുട്ടികളെപ്പോലെയായിരുന്നു പലപ്പോഴും മാർഗരറ്റയുടേയും ഗിരിയുടേയും സംഭാഷണം.

രാത്രി അത്താഴത്തിനിരുന്നപ്പോൾ ഗിരി ചോദിച്ചു "അമ്മായീ അയാളെ സ്വീകരിച്ചുവരാൻ ഞാനാണോ പോകേണ്ടത്, അതോ മാഡം പോകുമോ?"

"ബാരക്ക് തന്നെ പോകുമായിരിക്കാം."

"കൊച്ചിയിൽ ഫ്ളൈറ്ററിങ്ങിയിട്ട്, അവിടന്നിങ്ങോട്ട് ടൗൺവരെ ടാക്സിയിലാകും വരിക. ടൗണിൽ നിന്നിങ്ങോട്ടേക്ക് മാഡം ജീപ്പിലെടുത്ത് വരുമായിരിക്കും. അമ്മായീ നമ്മുടെ ജീപ്പൊന്നു മിനുസപ്പെടുത്തണ്ടേ."

"കഴിഞ്ഞമാസം സർവ്വീസ് ചെയ്തപ്പോൾ പെയിന്റ് ചെയ്ത് വെടിപ്പാക്കിയതല്ലേ. ഇനിയിപ്പോ അതിലെന്താ ചെയ്യാനുള്ളത്." മാർത്ത ഗിരിയെ നോക്കി.

"എന്നാൽ വേണ്ട വേറെന്താ ചെയ്യേണ്ടത്."

"ബാരക്ക് എന്തെങ്കിലും പറയുന്നതുവരെ നമുക്ക് കാത്തിരിക്കാം." മാർത്ത പറഞ്ഞു.

രണ്ടുദിവസം കടന്നുപോയി. തന്റെ സുഹൃത്തിന്റെ വരവുമായി ബന്ധപ്പെട്ട് മറ്റൊന്നും പിന്നീട് ബാരക്ക് അവരോട് പറഞ്ഞില്ല.

ഒരുദിവസം കാലത്ത് ഗിരി മുറ്റത്ത് ചില്ലറപ്പണിയിലായിരിക്കുമ്പോൾ മാർത്ത വന്ന് പറഞ്ഞു, ബാരക്കിന്റെ സുഹൃത്ത് എത്തിയിട്ടുണ്ട്. ടൗണിൽ ചെന്ന് കൂട്ടിവരാൻ. ഗിരിയുടൻ തന്നെ ടൗണിൽപ്പോയി അയാളെ കൂട്ടി വന്നു. ബാരക്ക് താഴത്തെ സ്വീകരണമുറിയിൽ കാത്തുനില്പുണ്ടായിരുന്നു. അങ്കിതിനെ കണ്ടതും അവൾ മുറ്റത്തേക്കിറങ്ങി ഹസ്തദാനം ചെയ്ത് സ്വീകരിച്ചു.

"ബാരക്ക് നിന്റെ വീടും സ്ഥലവും മനോഹരമായിരിക്കുന്നു." ഒഴുക്കുള്ള ഹിന്ദിയിൽ അങ്കിത് പറഞ്ഞു. നന്ദി പറഞ്ഞിട്ട് ബാരക്ക് അയാളെ സ്വീകരണമുറിയിലേക്ക് ക്ഷണിച്ചിരുത്തി. അവിടെ തീൻമേശയിലൊരുക്കിയിരുന്ന പഴച്ചാറുകളും സ്നാക്സും സാലഡും മാർത്ത അയാൾക്ക് വിളമ്പി. അങ്കിത് എല്ലാത്തിൽനിന്നും അല്പാല്പം രുചിയോടെ ഭക്ഷിച്ചു. ഗിരി അയാളുടെ ബാഗുകൾ പടിഞ്ഞാറേ മുറിയിലേക്കെടുത്ത് അവിടെ സ്റ്റാൻഡിൽ ഒതുക്കിവച്ചു. ഹ്രസ്വമായ കുശലാന്വേഷണങ്ങൾക്കുശേഷം പിന്നെ കാണാമെന്നുപറഞ്ഞ് അങ്കിതും ബാരക്കും അവരവരുടെ മുറികളിലേക്കു പോയി. ഗിരി അങ്കിതിന് മുറികാട്ടിക്കൊടുത്തു.

"താങ്കൾക്കായി ഞാനിനി എന്താണ് ചെയ്യേണ്ടത്." അങ്കിതിനെ മുറിയിലെത്തിച്ചിട്ട് പിൻവാങ്ങാൻ നേരം ഗിരി വിനയപൂർവ്വം ഇംഗ്ലീഷിൽ ചോദിച്ചു. അപ്പോഴാണ് അങ്കിത് ഗിരിയെ ശരിക്കു ശ്രദ്ധിക്കുന്നത്. ഒരു കാര്യസ്ഥന്റെ വായിൽനിന്ന് അത്ര ചെറിയ വാചകം പോലും ഇംഗ്ലീഷിൽ അയാൾ പ്രതീക്ഷിച്ചിരുന്നില്ല. സ്വീകരിക്കാൻ വന്നപ്പോൾ പെറുക്കി വച്ചതുപോലുള്ള ഹിന്ദിയിലായിരുന്നു മൂന്നു വാചകങ്ങൾ പറഞ്ഞത്. ഒത്ത ശരീരവും ബലിഷ്ഠമായ കരങ്ങളുമായി ചുമലുയർത്തിയുള്ള അവന്റെ നില്പും സൂക്ഷ്മനോട്ടവും അങ്കിതിൽ അകാരണമായ ദേഷ്യമുളവാക്കി. ആവശ്യം വരുമ്പോൾ വിളിക്കാമെന്ന് പരുക്കൻ മട്ടിൽ പറഞ്ഞിട്ട് അങ്കിത് വാതിൽപിടിച്ചടച്ചു.

വൈകുന്നേരം ചായകുടി കഴിഞ്ഞ് അങ്കിതും ബാരക്കും നടക്കാനിറങ്ങി.

"എന്തൊരു പച്ചപ്പും കുളിർമ്മയുമാണിവിടെ." കഴുത്തിൽ മഫ്ള റും ടീഷർട്ടിനു മീതെ കമ്പിളിയും പുതച്ച് കൈകൾ ജീൻസിന്റെ ഇരു പോക്കറ്റിലും തിരുകി കുന്നിൻചെരിവിലൂടെ നടക്കുമ്പോൾ അങ്കിത് പ ലകുറി പറഞ്ഞു.

"ഈ കുളിരിനൊരു കുഴപ്പമുണ്ട്. ഇടയ്ക്കിടെ ശ്വാസതടസ്സവും ഒന്നാം തരം ചുമയും ജലദോഷവുമൊക്കെ തന്നിട്ടുപോകും." ബാരക്ക് സാവ ധാനം പറഞ്ഞു.

കൊളുന്തു ശേഖരിക്കുന്ന പെണ്ണുങ്ങളെക്കണ്ടപ്പോൾ കുറേനേരം നോ ക്കിനിന്നിട്ട് അങ്കിത് പറഞ്ഞു "ഇവരെക്കുറിച്ചുള്ള ഫീച്ചർ തീർത്തിട്ട് കുറ ച്ചുദിവസം ഇവിടെ തങ്ങി ഈ നാട് മുഴുവനുമൊന്ന് കാണണം."

"മൂന്നാഴ്ചകൊണ്ട് നിങ്ങൾ ഫീച്ചർ പൂർത്തിയാക്കുമോ?"

"പൂർത്തിയാക്കണം. ചീഫ് എഡിറ്റർ എനിക്കനുവദിച്ചിരിക്കുന്നത് അത്രസമയം മാത്രമാണ്."

"സമയബന്ധിതമായി കാര്യങ്ങൾ പൂർത്തിയാക്കാൻ സാധിക്കുന്നത് നല്ലതാണ്. എന്നെക്കൊണ്ടൊരിക്കലും അതിനു കഴിയില്ല." നടക്കുന്ന തിനിടെ തോളത്തേക്കിറങ്ങിക്കിടന്ന മുടിയൊതുക്കി ബാരക്ക് പറഞ്ഞു. അന്തിവെളിച്ചം വീണ് അവളുടെ മുടിക്കൊന്നുകൂടി മിനുസം വച്ചു. നട ത്തയ്ക്കും വർത്തമാനത്തിനുമിടെയുള്ള നോട്ടത്തിനിടയിലെ പെട്ടെന്നുള്ള കണ്ണുവലിക്കലിനിടയിൽ ആ മിനുസക്കാഴ്ച ശ്രദ്ധിച്ച അങ്കിത് വീണ്ടും വീണ്ടും പാളി നോക്കി. അപ്പോളയാളുടെ നരച്ച കുറ്റിത്താടിരോമങ്ങൾ വെളിച്ചം വീണ് വല്ലാതെ തിളങ്ങുന്നുണ്ടായിരുന്നു.

"ഈ തോട്ടം എത്രവരും." അങ്കിത് ബാരക്കിനോട് സംസാരിക്കാൻ വിഷയങ്ങൾ എടുത്തിട്ടു.

"എനിക്കറിയില്ല. ചിലപ്പോൾ മാർത്തയ്ക്കോ ഗിരിക്കോ അറിയുമാ യിരിക്കും."

"ഒരു കലാകാരിക്ക് സ്വന്തം ചുറ്റുപാട് അറിയില്ലെന്നോ."

"അതെ അറിയില്ല. അതുകൊണ്ടെന്താ കലാപ്രവർത്തനം നടത്താൻ കഴിയില്ലേ." ബാരക്ക് സ്വല്പം ദേഷ്യത്തിലായി.

"എന്നല്ല ഞാനുദ്ദേശിച്ചത്."

"നിങ്ങളെന്തുദ്ദേശിച്ചാലും എനിക്കൊന്നുമില്ല." ബാരക്കിന്റെ പെട്ടെ ന്നുള്ള ഭാവമാറ്റം അങ്കിതിനെ വല്ലാതെയാക്കി. തിരികെ കോട്ടേജിലേ ക്കു നടക്കുമ്പോൾ ബാരക്ക് നിശ്ശബ്ദത സൂക്ഷിച്ചു. ആ നടത്ത അങ്ങനെ അവസാനിച്ചതിൽ അങ്കിതിനു നഷ്ടബോധം തോന്നി. ഞാനല്പംകൂടി സൂക്ഷ്മതയോടെ സംസാരിക്കേണ്ടതായിരുന്നു, അയാൾ മനസ്സിലോർ ത്തു. അത്താഴത്തിന് ബാരക്ക് അങ്കിതിനെ മുറിയിലേക്ക് ചെന്ന് ക്ഷണി ച്ചു. എങ്കിൽ മാത്രമേ അത്താഴത്തിനുള്ളൂവെന്ന് അയാൾ മനസ്സിൽ നി ശ്ചയിച്ചിരുന്നു. രണ്ടാംനിലയിലെ ഡൈനിങ്ഹാളിലിരുന്ന് അത്താഴം ക ഴിക്കുന്നതിനിടെ അവർ പലവിഷയങ്ങളെക്കുറിച്ച് സംസാരിച്ചു. അതോ ടെ മനസ്സിനേറ്റ അപമാനം അയാളെ വിട്ടകന്നു.

കഴുകിയ പാത്രങ്ങളും മറ്റും തുടച്ച് വൃത്തിയാക്കി അലമാരയിൽ വയ്ക്കാൻ മാർത്തയെ സഹായിച്ചുകൊണ്ട് അടുക്കളയിൽനിന്ന ഗിരി പറഞ്ഞു "മാഡത്തിന്റെ ഗമയ്ക്കൊത്തൊരു സുഹൃത്ത് തന്നെയാണ് വന്നിരിക്കുന്നത്."

"എന്നാലും എനിക്കത്ഭുതമാണ് ഈ കാഴ്ച. ബാരക്ക് ഇത്തരത്തിലാരോടെങ്കിലും ഇടപെടുന്നത് ഈ ജന്മത്തിൽ കാണാൻ പറ്റുമെന്ന് ഞാൻ കരുതിയതല്ല. അവർ തമ്മിൽ നല്ല ചേർച്ചയുണ്ട്." മാർത്ത പറഞ്ഞു.

## ഏഴ്

**ഉ**ണർന്നിട്ടും എഴുന്നേല്ക്കാതെ പുലർകാല മഞ്ഞുതിർച്ചയുടെ മൃദുനാദവും അടുക്കളയിൽനിന്നുള്ള ചായക്കോപ്പയുടെ തട്ടുമുട്ടലുകളും ഇടനാഴിയിലൂടെയെത്തിയ കാലടിവിന്യാസവും തൊട്ടടുത്തമുറിയുടെ വാതിൽ തുറക്കുന്നതിന്റെയും അടയ്ക്കുന്നതിന്റെയും ഒച്ചയും ശ്രദ്ധിച്ച് വെറുതെ കിടക്കുകയായിരുന്നു അങ്കിത്. അല്പനേരം കഴിഞ്ഞ് അയാളെണീറ്റ് താഴ്വാരത്തേക്ക് നോക്കി. ദൂരെ മഞ്ഞ് ചാഞ്ഞിറങ്ങുന്നു. ഒരു കലാഹൃദയം ആഗ്രഹിക്കുന്ന സ്വകാര്യത, വിശാലത, നൈർമ്മല്യം ഒക്കെ മതിയാവോളമുണ്ട്. ബാരക്ക് എത്ര ഭാഗ്യവതിയാണ്. ഈ സ്വകാര്യതയ്ക്ക് ഭംഗം വരാതിരിക്കാനാണ് അവർ മറ്റുള്ളവരിൽനിന്നും അകന്നിരിക്കുന്നത്.

പത്തുവർഷം മുമ്പ് ഡൽഹിയിലെ നാഷണൽ ഗാലറി ഓഫ് മോഡേൺ ആർട്ടിൽ വച്ചാണ് അങ്കിത് ബാരക്കിനെ കാണുന്നത്. അതിനു മുമ്പേ ബാരക്കിന്റെ ചിത്രകലാ മാതൃകയെക്കുറിച്ചുള്ള നിരൂപണങ്ങൾ വായിച്ചിട്ടുണ്ട്. പാശ്ചാത്യമെന്നോ-പൗരസ്ത്യമെന്നോ വേർതിരിച്ചെടുക്കാനാവാത്ത തനതു ശൈലിക്കുടമയായ ബാരക്ക് മാധ്യമങ്ങൾക്ക് പേരുകൊണ്ട് സുപരിചിതയെങ്കിലും രൂപംകൊണ്ട് തീർത്തും അപരിചിതയായിരുന്നു. അക്കാലത്ത് ബാരക്കിന്റെ ഒരു ഫോട്ടോ പോലും ഒരു മാധ്യമ ഫോട്ടോഗ്രാഫർമാരുടെയും പക്കലില്ലായിരുന്നു. അന്ന് *ടൈംസ് ഓഫ് ഇന്ത്യ*ക്കുവേണ്ടി പ്രദർശനം റിപ്പോർട്ടുചെയ്യാനെത്തിയതായിരുന്നു ഇരുപത്തഞ്ചുകാരനായ അങ്കിത്. ജോലിയിൽ ഒരു തുടക്കക്കാരന്റേതായ സങ്കോചം ഇത്തിരിയുണ്ടായിരുന്നു. എന്തെങ്കിലും വ്യത്യസ്തമായി റിപ്പോർട്ടുചെയ്യാനുള്ള ശ്രമത്തിൽ ഉദ്ഘാടനം കഴിഞ്ഞപ്പോൾ മറ്റു പത്രക്കാർക്കിടയിൽ നിന്നുമാറി നീണ്ടുവിശാലമായ ഹാളിലൂടെ തനിക്ക്ത്രയും ആവശ്യമില്ലെങ്കിലും ഓരോ ചിത്രവും നോക്കി അയാൾ നടന്നു. ഹാളിന്റെ ഏറ്റവും അങ്ങേയറ്റത്ത് ഒറ്റക്കാഴ്ചയിൽ തന്നെ അന്തർമുഖയെന്നു തോന്നിക്കുന്ന ഗംഭീരയായൊരു യുവതി എല്ലാവരിൽനിന്നും മാറിനില്ക്കുന്ന പ്രതീതി തന്ന് ചിത്രങ്ങൾ ശ്രദ്ധാപൂർവ്വം വീക്ഷിക്കുകയായിരുന്നു. ഒരു ചെറു ആസ്വാദന വിവരണം ചോദിക്കാമെന്നു കരുതി അടുത്തേക്കു ചെന്നു. അവർ മുഖമുയർത്തിയപ്പോൾ ചിത്രകാരിയല്ലേ എന്നു

ചോദിക്കാനാണ് അങ്കിതിനു തോന്നിയത്. അയാളുടെ ചോദ്യത്തിന് അതെ എന്നായിരുന്നു യുവതിയുടെ മറുപടി. പക്ഷേ, നിങ്ങളെന്നെ ബുദ്ധിമുട്ടിക്കരുത്. ഇപ്പോൾ ഞാനിവിടെ പ്രദർശനം കാണാനെത്തിയ ആസ്വാദക മാത്രമാണ്, എന്റെ സ്വകാര്യതയെ മാനിക്കണം എന്ന യുവതിയുടെ കൂട്ടിച്ചേർക്കലും ഒറ്റമാത്രയിൽ മനസ്സിൽ പതിഞ്ഞ മുഖവുമാണ് അങ്കിതിന് അതു ബാരക്കാണോ എന്ന സംശയമുണർത്തിയത്. അവരുടെ കലയെക്കുറിച്ചുള്ള നിരൂപക വിവരണങ്ങളിൽ നിന്ന് അങ്കിതിന്റെ മനസ്സിലുടലെടുത്ത ചിത്രകാരിയുടെ മുഖം അതായിരുന്നു.

"നിങ്ങൾ നിങ്ങൾ ബാരക്കാണോ." അങ്കിത് സംഭ്രമത്തോടെ ചോദിച്ചു.

"അതെ." അവൾ ശാന്തമായി മറുപടി പറഞ്ഞു. അങ്കിത് കുറച്ചുസമയം ഉദ്വേഗത്തോടെ എന്തുപറയണമെന്നറിയാതെ നിന്നു. കാഴ്ചയിൽ ഇരുപതോ ഇരുപത്തിരണ്ടോ മതിക്കുന്നൊരു പയ്യന്റെ അപ്പോഴത്തെ വിഹ്വലത മുപ്പത്തിമൂന്നുകാരിയായ ബാരക്കിന്റെയുള്ളിൽ ചിരി വിടർത്തി.

"ഞാനീ ചിത്രങ്ങൾ കണ്ടോട്ടെ." ബാരക്ക് അങ്കിതിനു മുമ്പിൽനിന്നു മാറിനടന്നു.

"മാഡം എനിക്കൊരു അഭിമുഖം തരാമോ?" അങ്കിത് പിന്നാലെകൂടി. സ്വന്തം കലാസൃഷ്ടി പ്രദർശനത്തിനുണ്ടായിട്ടും ഒരന്യയെപ്പോലെയെത്തിയത് തിരിച്ചറിയപ്പെടാതിരിക്കാനാണ്. അതു മനസ്സിലാക്കാനുള്ള സാമാന്യബുദ്ധിപോലുമിയാൾക്കില്ലല്ലോ - അങ്കിതിന്റെ ഔചിത്യമില്ലായ്മയെ അവൾ മനസ്സിൽ പഴിച്ചു.

"സൃഷ്ടികളാസ്വദിക്കാനാണ് ഞാനിവിടെ വന്നത്. എന്നെ വിട്ടേയ്ക്കൂ." ബാരക്ക് സ്വരം കടുപ്പിച്ചു.

അതോടെ അവൻ പിൻവാങ്ങി. ബാരക്കവിടെയുള്ള വിവരം അങ്കിത് മറ്റ് മാധ്യമപ്രവർത്തകരോട് പങ്കുവയ്ക്കാതെ സൂക്ഷിച്ചു. അവരുടെ ഒരഭിമുഖം സാദ്ധ്യമായാൽ തന്റെ കരിയറിലതൊരു വഴിത്തിരിവാകും. ബാരക്കിനോട് അടുക്കാനൊരവസരത്തിനായി അങ്കിത് കൊതിച്ചു. അവന്റെ ഭാഗ്യമെന്നോണം അന്ന് വൈകീട്ട് ആറോടെ ഇന്ത്യാഗേറ്റിനടുത്തുവച്ച് വീണ്ടും ബാരക്കിനെ കണ്ടുമുട്ടി. പൊതുഗതാഗതസർവ്വീസും പ്രൈവറ്റ് ഗതാഗതസർവ്വീസും തമ്മിൽ പ്രാദേശികമായി ഉടലെടുത്തൊരു തർക്കത്താൽ അനിശ്ചിതനേരത്തേക്ക് എല്ലാ പ്രൈവറ്റ് വാഹനസർവ്വീസുകളും നിർത്തിവച്ച സമയം ബാരക്ക് എയർപോർട്ടിലേക്കുപോകാൻ ടാക്സി തേടി ഇന്ത്യാ ഗേറ്റിനടുത്ത് നില്ക്കുകയായിരുന്നു. എട്ടിനുള്ള ഫ്ളൈറ്റ് നഷ്ടപ്പെടുമോ എന്ന ആശങ്കയിലായിരുന്നു അവൾ. ഉടൻ നാട്ടിലെത്തിയിട്ട് മറ്റ് തിരക്കില്ലെങ്കിലും താനുദ്ദേശിച്ചതിൽനിന്നും അധികമായി ഒരുദിവസം പോലും ഡൽഹിയിൽ ചെലവഴിക്കാൻ അവൾ ആഗ്രഹിച്ചില്ല. അതുകൊണ്ടുതന്നെ ആ സമയം അങ്കിത് തന്റെ കാറിൽ ലിഫ്റ്റ് ഓഫർ ചെയ്തപ്പോൾ ബാരക്കിനതു നിരസിക്കാൻ കാരണമില്ലായിരുന്നു.

“നിങ്ങളുടെ പേരെന്താണ്.” യാത്രയ്ക്കിടെ ബാരക്ക് ചോദിച്ചു.

“അങ്കിത്. ഉത്തർപ്രദേശിലെ അലിഗഢ് ജില്ലയിലെ ബറോലിയിൽ നിന്നും വരുന്നു. എന്റെ ഗ്രാമത്തിന് പൂക്കളുടെ സുഗന്ധമാണ്. എന്റെ ഗ്രാമവാസികൾ പൂക്കളിൽനിന്ന് വിവിധതരം മണങ്ങളുണ്ടാക്കുന്നു. അത്തറുല്പാദിപ്പിക്കുന്ന വലിയ സുഗന്ധശാലകൾ ഗ്രാമത്തിലുണ്ട്. ഗ്രാമത്തിലെ വീട്ടിലാണ് അച്ഛനും അമ്മയും സഹോദരിയും. ഞാൻ ജോലിയുടെ സൗകര്യാർത്ഥം ഇവിടെ നോയിഡയിൽ താമസിക്കുന്നു. മാഡത്തിന്റെ ഒരഭിമുഖം ലഭിച്ചാൽ എനിക്കതു നേട്ടമാകും.” ബാരക്കിന്റെ ഒറ്റച്ചോദ്യത്തിൽ അവൻ വാചാലനായി.

“അഭിമുഖം പിന്നീടൊരിക്കലാകാം.” ബാരക്ക് പറഞ്ഞു.

“മതി. പിന്നീടായാലും മതി. തരാമെന്നേറ്റല്ലോ.” അങ്കിത് കൃതജ്ഞതയോടെ പറഞ്ഞു. കൃത്യസമയത്ത് എയർപോർട്ടിലെത്തിച്ചതിന് അങ്കിതിന് നന്ദി പറഞ്ഞ ബാരക്ക് അന്ന് തന്റെ ഇമെയിൽ വിലാസം അവന് കൈമാറിയിട്ടാണ് പോന്നത്. പിന്നീട് ഇടയ്ക്കിടെ സുഖവിശേഷങ്ങളും പുതിയ കലാസൃഷ്ടികളെ സംബന്ധിച്ച വിവരങ്ങളുമന്വേഷിച്ചുള്ള അങ്കിതിന്റെ ഇമെയിൽ സന്ദേശങ്ങൾ ബാരക്കിനെ തേടിവന്നു. ചിലപ്പോഴൊക്കെ താൻ ചെയ്ത സ്പെഷ്യൽ ഫീച്ചറുകളെക്കുറിച്ചുള്ള വിവരങ്ങളും ഒപ്പമുണ്ടാകും. വല്ലപ്പോഴും ബാരക്ക് നാലോ അഞ്ചോ വാചകങ്ങളിൽ അവനായി മറുപടി സന്ദേശങ്ങൾ കുറിച്ചു. തന്റെ ജോലിയിൽ ആത്മാർത്ഥതയും ചുറുചുറുക്കും പ്രകടിപ്പിക്കുന്ന ഒരു യുവാവിനോടുള്ള മതിപ്പായിരുന്നു അങ്കിതിനോട് ബാരക്കിന്റെ മനസ്സിൽ. തന്നോട് ബാരക്കിനെന്തോ താല്പര്യം ഉടലെടുത്തിട്ടുണ്ട്. അല്ലെങ്കിൽ ആർക്കും മുഖംകൊടുക്കാത്ത അവർ തനിക്കായി മറുപടികൾ കുറിക്കുമായിരുന്നില്ല, അതായിരുന്നു അങ്കിതിന്റെ ഉള്ളിൽ. അതെ ഞാനും ഭാഗ്യവാനാണ്. ബാരക്കിന്റെ അതിഥിയായി ഇവിടെ എത്താനായല്ലോ. താഴ്വാരത്തിലേക്ക് നോക്കിനില്ക്കേ അയാളുടെ ഉള്ളിൽ അനിയന്ത്രിതവും നിശ്ശബ്ദവുമായ ആഹ്ലാദവും തന്റെ ജോലി ഉത്സാഹപൂർവ്വം തുടങ്ങാനുള്ള ശക്തമായ ഒരുൾപ്രേരണയുമുണ്ടായി. കാപ്പിയുമായി വന്ന ഗിരിയുടെ ശബ്ദംകുറച്ചുള്ള വിളിയും വാതിലിൽ മുട്ടും കേട്ടു. ഒരു സുഖശയനത്തിൽ നിന്ന് വിളിച്ചുണർത്തിയാലുണ്ടാകുന്ന ദേഷ്യത്തോടെ അങ്കിത് വാതിൽ തുറന്നു. ഗിരി മുറിയിലേക്കു കടന്ന് മണമൂറുന്ന ചൂടുകാപ്പി ടീപ്പോയിൽ വച്ചു. ഗിരി പോയതും അയാൾ വാതിലടച്ചു. താഴ്വാരത്തേക്ക് നോക്കി കാപ്പി ഊതിക്കുടിച്ചു. അല്പം കഴിഞ്ഞ് ചൂടുവെള്ളത്തിലുള്ള കുളിയും മറ്റും കഴിച്ച് വേഷം മാറി പുറത്തേക്കിറങ്ങി. അന്നു പകൽ മുഴുവൻ ഹൈറേഞ്ചാകെ ചുറ്റിയ അങ്കിത് പിറ്റേന്ന് തോട്ടം തൊഴിലാളികളുടെ ലയങ്ങൾ സന്ദർശിക്കാൻ തീരുമാനിച്ചുകൊണ്ട് സന്ധ്യയോടെ കോട്ടേജിലേക്ക് മടങ്ങി. വന്നയുടൻ മാർത്ത അയാൾക്ക് ചൂടുചായയും പലഹാരങ്ങളും വിളമ്പി. ഗിരിയപ്പോൾ പുറത്ത് കോഴികളെ കൂട്ടിലാക്കുകയായിരുന്നു. അങ്കിത് എത്തിയതറിഞ്ഞ് ബാരക്ക് താഴേക്കുവന്നു.

"നിങ്ങളുടെ ഫീച്ചറിന് സുപ്രധാനമായതെന്തെങ്കിലും കിട്ടിയോ."

"തീർച്ചയായും." അങ്കിത് ഉത്സാഹഭരിതനായി.

"ഒരുപാട് അലച്ചിലുണ്ടായിരുന്നെങ്കിൽ ഇവിടന്ന് വണ്ടിയെടുക്കാമായിരുന്നില്ലേ."

"ഏയ് കുറച്ച് നടന്നു. ഇടയ്ക്കൊരു ടാക്സി പിടിച്ചു. തോന്നിയയിടത്തിറങ്ങി. ചില വിവരങ്ങൾ അന്വേഷിച്ചു. പിന്നെ മറ്റൊരു ടാക്സിയിൽ അടുത്ത സ്ഥലത്തേക്ക്. അങ്ങനെ പോകുന്നതിന്റെയൊരു ത്രില്ല് വണ്ടിയോടിച്ചു പോകുമ്പോൾ കിട്ടില്ല. യാത്രക്കാരനാവുമ്പോൾ നമ്മളൊരു നല്ല കാഴ്ചക്കാരനുമാകും."

"നിങ്ങൾ ക്ഷീണിച്ചെങ്കിൽ അല്പനേരം വിശ്രമിച്ചിട്ട് കുളിച്ചുവരൂ. അത്താഴം കഴിഞ്ഞ് നിങ്ങൾക്ക് എഴുത്തിനിരിക്കാം." ബാരക്ക് പറഞ്ഞു.

തേയിലക്കാടുകളിൽ മഞ്ഞുമൂടി. തണുപ്പരിച്ചരിച്ചിറങ്ങി. പൂച്ചകൾ സ്റ്റോർറൂമിലെ ചാക്കുകെട്ടുകൾക്കിടയിൽ ചുരുണ്ടു. കൂട്ടിനുള്ളിൽ കോഴികൾ ചൊതുങ്ങിക്കൂടി. ഗിരി മുറികളിലെ നെരിപ്പോടുകളിൽ തീകാളിച്ചു. കുളികഴിഞ്ഞപ്പോൾ അങ്കിത് ഒന്നുകൂടി ഉത്സാഹവാനായി. അത്താഴശേഷം എഴുത്തിനിരിക്കുമ്പോൾ അയാളുടെ മനസ്സ് മുഴുവൻ ബാരക്കായിരുന്നു. അവളുടെ ഊർന്ന നടത്തം, അംഗചലനങ്ങൾ, കൂർത്തനോട്ടം, സ്ഫുടസ്വരം. ടേബിൾലാമ്പ് ഓഫ് ചെയ്ത് എണീറ്റ അങ്കിത് മുറ്റത്തേക്കിറങ്ങി. മഞ്ഞുറഞ്ഞ നിലാവിൽ നിശ്ചലമായ മലഞ്ചെരിവിലേക്ക് നോക്കി. അപ്പോഴേക്കും ഗിരി അവിടേക്കു വന്നു.

"സർ നല്ല തണുപ്പുണ്ട്. മുറ്റത്ത് തീ കാളിക്കണോ?"

"വേണ്ട നിങ്ങളിവിടന്ന് പോയാൽ മതി." അങ്കിത് നീരസം കാട്ടി. ക്ഷമാപണം നടത്തിയിട്ട് ഗിരി വേഗം അവിടം വിട്ടു.

ബാരക്ക് ഉറങ്ങിയിട്ടുണ്ടാകുമോ? ഈ അന്തരീക്ഷത്തിലിരുന്ന് അവളോട് ഇത്തിരി സംസാരിക്കാനായാൽ എന്തു രസമായിരുന്നു. നക്ഷത്രങ്ങൾക്കിടയിൽ ഏകനായി സ്വർണ്ണനിറത്തിലൊരു ഹിമാംശു! അതിന്റെ പ്രസരിപ്പിൽ സ്വച്ഛമായ മലമേട്ടിലിരിക്കുമ്പോൾ അങ്കിതിന്റെ ഹൃദയം തുടിച്ചു. ബാരക്ക് ഒരു തണുത്ത കിരണംപോലെ ഉള്ളിൽ പതുങ്ങുന്നു. പക്ഷേ, ബാരക്ക് അതു മനസ്സിലാക്കുന്നുണ്ടോ. അതോ അറിഞ്ഞിട്ടും ഇല്ലെന്ന് നടിക്കുന്നതോ? ഈ രാത്രി അവളോടൊന്നു മിണ്ടാനായെങ്കിൽ പിന്നെ സ്വസ്ഥമായിരുന്ന് എഴുതാമായിരുന്നു. അങ്കിതിന്റെ ഹൃദയം ആവേശപൂർവ്വമിടിച്ചു. ആ നില്പ് അയാൾ ചന്ദ്രാസ്തമയംവരെ തുടർന്നു.

ഒരാഴ്ച അങ്ങനെ കടന്നുപോയി. വിചാരിച്ചതുപോലെ ബാരക്കിനോട് അടുക്കാനുള്ള അവസരങ്ങളൊന്നും കിട്ടിയില്ല. ഫീച്ചറെഴുത്ത് നന്നായി മുമ്പോട്ടു നീങ്ങി. ഏകദേശം പൂർത്തിയായെന്നുതന്നെ പറയാം. മിനുക്കുപണികൾ മാത്രമേ ബാക്കിയുള്ളു. ബാരക്ക് കോട്ടേജിൽ തനിക്കിനി അധികം ദിവസമില്ലല്ലോയെന്ന ചിന്ത അങ്കിതിനെ നിരാശനാക്കി. സൂറിച്ചിലെ പ്രദർശനത്തിൽ ബാരക്കിന്റെ *പ്ലക്കിങ് റ്റീ ബഡ്സ്* എന്ന ചിത്രം

സമ്മാനാർഹമായെന്ന വാർത്ത അന്നുരാവിലെ ഡൽഹിയിൽ നിന്ന് *ടൈംസ് ഓഫ് ഇന്ത്യ*യിലെ തന്റെ സഹപ്രവർത്തകൻ വിളിച്ചുപറഞ്ഞാണ് അങ്കിത് അറിഞ്ഞത്. പുറത്തേക്കിറങ്ങാൻ തയ്യാറെടുക്കുകയായിരുന്ന അങ്കിതിനെ ആ വാർത്ത ഊർജ്ജസ്വലനാക്കി. ഈ പ്രഭാതത്തിൽ ബാരക്കിനെ ഒരു സന്തോഷവാർത്ത അറിയിക്കാനുള്ള യോഗം കൈവന്നിരിക്കുന്നു. തീർച്ചയായും ഇത്തരമൊരു വാർത്ത കൈമാറുമ്പോൾ അവൾക്കെന്നോടുള്ള മമത വർദ്ധിക്കും. അയാൾ കോണികൾ കയറി അവളുടെ മുറിയിലേക്ക് ചെന്നു. ഒരനക്കവുമില്ല. ആകെ നിശ്ശബ്ദത. മുറി അടഞ്ഞുകിടക്കുന്നു. ഉറക്കത്തിലായിരിക്കുമോ. വിളിച്ചുണർത്തിയാൽ ദേഷ്യമായാലോ. കുറച്ചുകൂടി കാത്തിരിക്കാം. അയാൾ തിരികെ കോണികളിറങ്ങി. താഴെ സ്വീകരണമുറിയിൽ മാർത്തയെ കണ്ടു. അവർ ഒന്നും ശ്രദ്ധിക്കാതെ തന്റെ ജോലിയിലായിരുന്നു. ശബ്ദംകേട്ട് ഒന്ന് മുഖമുയർത്തി നോക്കുക മാത്രം ചെയ്തു. അങ്കിത് ആകെ വല്ലാതെയായി. താൻ പടവുകളിറങ്ങുന്ന സ്വരം അയാൾക്കുതന്നെ വെറുപ്പുളവാക്കി. അവിടെ എല്ലാവരും കൃത്രിമഗൗരവം സൂക്ഷിക്കുകയാണെന്ന് ആ നിമിഷം അങ്കിതിനു തോന്നി. ഇന്ത്യയിലെ അറിയപ്പെടുന്ന യുവജേർണലിസ്റ്റായ ഞാൻ ഒരു വേലക്കാരിക്കു മുമ്പിൽ പതറേണ്ട കാര്യമെന്താ.

"ബാരക്ക് ഉണർന്നില്ലേ." അങ്കിത് സഗൗരവം മാർത്തയോട് ചോദിച്ചു.

"അറിയില്ല സർ." മാർത്തയുടെ സർ വിളിയിലെ താഴ്മ അങ്കിതിനു നന്നേ ബോധിച്ചു.

ഛേയ്. ഇവരെക്കാളൊക്കെ സ്വാതന്ത്ര്യം എനിക്ക് ബാരക്കിന്റെ മേലുള്ളപ്പോഴാണ് അവളുടെ കാര്യങ്ങൾ ഞാൻ ഇവറ്റകളോട് അന്വേഷിക്കുന്നത്. അയാൾ ഉള്ളിൽ തന്റെ അഭിമാനത്തെ തിരിച്ചുപിടിച്ചു. തിരികെ കോണികൾ കയറി ബാരക്കിന്റെ മുറിക്കുമുമ്പിലെത്തി മുട്ടിവിളിച്ചു. അല്പംകഴിഞ്ഞപ്പോൾ അവൾ മുറിതുറന്ന് വന്നു. ശരീരമാകെ മൂടിക്കിടക്കുന്ന അയഞ്ഞ നിശാവസ്ത്രമായിരുന്നു വേഷം.

"നിങ്ങളോ" അങ്കിതിനെ അവിടെ പ്രതീക്ഷിക്കാത്ത മട്ടിൽ ചോദിച്ചു. പാതിയുണർന്ന അലസമുഖത്തിൽ.

വെള്ള ഉടയാടയിൽ മഞ്ഞണിഞ്ഞ വെള്ള കാട്ടുറോസാപ്പൂപോലെ മുമ്പിൽ ബാരക്ക്. അങ്കിത് സാകൂതം നോക്കി നിന്നുപോയി.

"മിസ്റ്റർ അങ്കിത് നിങ്ങൾ സ്വപ്നം കാണുകയാണോ?"

ഇക്കുറി അയാൾ പരിസരബോധം വീണ്ടെടുത്തു.

"ഓഹ്, ഞാനെന്തോ ആലോചിച്ചങ്ങനെ." അയാൾ അങ്കലാപ്പോടെ പറഞ്ഞു.

"നിങ്ങൾ വന്നകാര്യം പറഞ്ഞില്ല." ബാരക്കിന്റെ സ്വരത്തിലെ ഗൗരവം അങ്കിതിനെ ദുർബ്ബലനാക്കി.

"ബാരക്ക്, സൂറിച്ചിലെ പ്രദർശനത്തിൽ ബാരക്കിന്റെ ചിത്രത്തിനാണ് സമ്മാനം ലഭിച്ചിരിക്കുന്നത്."

“ഓ അതോ അതു ഞാനറിഞ്ഞു. ഇന്നലെ രാത്രി മെയിലുണ്ടായിരുന്നു.” അവളുടെയാ മറുപടിയിൽ അങ്കിതിന്റെ സകല ഔത്സുക്യവും തകർന്നടിഞ്ഞു. അവളുടെ പ്രീതിപറ്റാൻ നടത്തിയ ശ്രമം വിഫലമായതിന്റെ ആത്മനിന്ദ ഒരുവശത്ത്. ബാരക്ക് തനിക്ക് അപ്രാപ്യയാണെന്നുള്ള തോന്നൽ മറുവശത്ത്. അഭിനന്ദനം പറയാതെ ശുഭദിനം നേർന്നിട്ട് അവളുടെ മറുപടിക്ക് കാത്തുനില്ക്കാതെ അങ്കിത് പുറത്തേക്കിറങ്ങി. മുറ്റത്ത് ഗിരി അപ്പോൾപിഴുതെടുത്ത കാരറ്റ് കൊട്ടകളിൽ നിറച്ച് വണ്ടിയിൽ വയ്ക്കുകയായിരുന്നു. അയാളെക്കണ്ടപ്പോൾ ഭവ്യതയോടെ പുഞ്ചിരിച്ചു. അങ്കിത് അതൊന്ന് ശ്രദ്ധിക്കുകപോലും ചെയ്യാതെ ധൃതിയിൽ മലഞ്ചെരിവിൽ മറഞ്ഞു.

ടൗണിലെ തിരക്കേറിയ റസ്റ്റോറന്റിൽ ഏകനായിരുന്ന് ബ്രൂകോഫി നുണയുമ്പോൾ അങ്കിതിന്റെ മുഖവും മനസ്സും മ്ലാനമായിരുന്നു. ബാരക്ക് എന്നെ തീർത്തുമൊരു നിസ്സാരനായിട്ടാണോ കാണുന്നത്. ഞാനും അവളെപ്പോലെ ഉന്നതകുലജാതനാണ്. കാഴ്ചയിൽ സുമുഖനും ചെറുപ്പക്കാരനുമാണ്. ഇന്ത്യയിലെ പ്രശസ്തമായ മാധ്യമസ്ഥാപനത്തിലെ അറിയപ്പെടുന്ന ജേർണലിസ്റ്റാണ്. അവിവാഹിതനാണ്. ലോകപരിചയമുള്ളവനാണ്. എന്നേക്കാൾ കൂടുതലായി അവൾ വലിയ പ്രതിഭയാണ്. എന്നിരുന്നാലും അവളൊരു സ്ത്രീതന്നെയല്ലേ. ഞാനോ ഒരു പുരുഷനും. എന്തിനാണ് അവളോട് വിധേയത്വം. കഴിഞ്ഞകാലങ്ങളിൽ അവളോടുള്ള പെരുമാറ്റത്തിൽ തനിക്കുണ്ടായിരുന്ന ഒരുതരം അവ്യക്തമായ എളിമയിൽ അവനു സ്വയം പുച്ഛം തോന്നി. എങ്കിലും അവളെക്കാണുമ്പോഴൊക്കെ അങ്കിത് ഒരു വികാരജീവിയായി മനസ്സുകൊണ്ട് വല്ലാതെ അടിപ്പെട്ടുപോകും.

സന്ധ്യയോടെ അങ്കിത് മടങ്ങിവരുമ്പോൾ ബാരക്ക് മലഞ്ചെരിവിലൂടെ നടക്കുകയായിരുന്നു. സന്ധ്യയുടെ കനൽച്ചുകപ്പിൽ തിളങ്ങി തേയിലക്കാടും ബാരക്കും. ഓടിച്ചെന്നവളെ ആശ്ലേഷിച്ച് മതിവരുവോളം ചുംബിക്കാൻ തോന്നി. എന്നാൽ അതിനവൻ അശക്തനാണ്. വളരെ സമർത്ഥമായി ഗൂഢമായൊരു അകലം അവൾ സൂക്ഷിക്കുന്നു. അങ്കിത് തികഞ്ഞ നൈരാശ്യത്തിലായി. ഗിരി ജീപ്പിൽ കയറ്റം കയറി വരുന്നു. ടൗണിൽ നിന്നുള്ള മടങ്ങിവരവാണ്. ഗിരി ബാരക്കിനെയോ അങ്കിതിനെയോ കണ്ടതായി നടിച്ചില്ല. ഡ്രൈവിങ്ങിൽ മാത്രം ഏകാഗ്രത പിടിച്ചുള്ള അവന്റെ ഇരിപ്പും അടങ്ങഭാവവും അങ്കിതിനു തീരെ പിടിച്ചില്ല. ഒരു വേലക്കാരനുപോലും ഇവിടെ തന്നേക്കാൾ സ്ഥാനമുണ്ട്. ഇവനെപ്പോലുള്ള അടിമകൾ പാദസേവ ചെയ്യാനുള്ളതുകൊണ്ടാണ് ഇവൾക്കിത്ര അഹങ്കാരം. ആ ചുറ്റുവട്ടത്തിന്റെ വന്യപ്രകൃതി അങ്കിതിൽ അസൂയയും വിദ്വേഷവുമുണ്ടാക്കി. ബാരക്ക് മറ്റുള്ളവരെ പരിഗണിക്കാത്തവളാണ്. അവളെ ഞാനെന്തിന് മാനിക്കണം. ഏകാകിയായൊരു യവനസുന്ദരിയെപ്പോലെ തലയുയർത്തി നടക്കുന്ന ബാരക്കിനെ കണ്ടപ്പോൾ അവന്റെ

ഹൃദയം തരളമായി. അവളെ പൂർണ്ണമായും തന്റേതാക്കാനുള്ള ഉൽക്കട മായബോധമുണ്ടായി. എങ്ങനെയാണ് അവളുടെ ഹൃദയത്തിലേക്കൊന്ന് കടക്കാനാവുക? ഏതുവിധത്തിലാണ് അവളെ സന്തോഷിപ്പിക്കേണ്ടത്? എങ്ങനെയാണ് അവളുടെ മേലൊരു മുൻകൈ സാദ്ധ്യമാകുക? അങ്കിത് ചഞ്ചലചിത്തനായി. എത്രയൊക്കെയായാലും ഇവളൊരു പെണ്ണാണ്. വെറും പെണ്ണ്! ഒരിക്കൽ പുരുഷന്റെ വലയത്തിൽ പെട്ടാൽ പിന്നെയവന്റെ സ്നേഹത്തിനായി യാചിച്ചുനില്ക്കുന്ന വർഗ്ഗം. ബാരക്കിന്റെ മനസ്സൊന്നു കുലുക്കി അവളുടെ ആത്മവിശ്വാസത്തെ തകർക്കാനായെങ്കിൽ.

ബാരക്ക് തനിക്കടുത്തെത്തിയപ്പോൾ അങ്കിത് അഭിവാദ്യം ചെയ്തു. തിരിച്ചവളും.

"നിങ്ങളുടെ ജോലി പൂർത്തിയായോ?" ബാരക്ക് ചോദിച്ചു.

"എന്നെ പറഞ്ഞുവിടാൻ തിടുക്കമായോ? ബാരക്കിന്റെ കൊച്ചു സാമ്രാജ്യത്തിൽ ഞാനൊരധികപ്പറ്റായോ?"

"സാമ്രാജ്യമോ."

"അതെ. ഈ കോട്ടേജും ചുറ്റുപാടും ബാരക്കിന്റെ സാമ്രാജ്യം തന്നെയല്ലേ. ബാരക്കതിലെ രാജ്ഞി. പിന്നെയൊരു സേവിക, അടിമ, ചുറ്റും മനോഹരമായ തോട്ടങ്ങൾ, സൗകര്യങ്ങൾ."

"നിങ്ങൾ തമാശ പറയുകയാണോ."

"അല്ല. കാര്യമായിട്ട്."

"എനിക്ക് സാമ്രാജ്യമില്ല. ഞാൻ രാജ്ഞിയുമല്ല. എനിക്ക് അടിമയും സേവികയും ഉടമയുമില്ല."

"വീതിയേറിയ ശരീരമുള്ള ആ തവിട്ടുനിറക്കാരൻ. പൂച്ചനടത്തം നടക്കുന്ന അവൻ നിന്റെ അടിമയല്ലേ. ആ തവിട്ടുനിറക്കാരി വയസ്സിത്തള്ള നിന്റെ സേവികയല്ലേ. കുനുകുനെ ചുരുണ്ടമുടിയും വിധേയത്വമുള്ള പെരുമാറ്റവും കണ്ടാലറിയാം അവനൊരു താണ കുലത്തിൽപ്പെട്ടതാണെന്ന്. അതാ അവനെ അടിമയായി കിട്ടിയത്. നിന്റെ പ്രായത്തിനൊത്ത അടിമ. നിന്റെ അമ്മയുടെ പ്രായത്തിനൊത്ത സേവിക. ഒരുന്നത ജാതനെ നിനക്കൊരിക്കലും അടിമയായി കിട്ടില്ല."

"അങ്കിത്, നിങ്ങൾ പരിധിവിട്ട് സംസാരിക്കുകയാണ്. മാർത്തയും ഗിരിയും ഈ വീട്ടിലെ അംഗങ്ങളാണ്. സ്വന്തം പേരിൽ വാലായി ചേർത്തിരുന്ന കുലപ്പേര് വെട്ടിമാറ്റി ആദർശം വിളംബരം ചെയ്ത നീ ഇപ്പോൾ കുലമഹിമ പറയുന്നതെത്ര പരിഹാസ്യമാണ്. നീയെത്ര പൊള്ളയായ മനുഷ്യനാണ്." ബാരക്കിന്റെ മുഖം വലിഞ്ഞു മുറുകി.

"നിന്റെ വീട് വലിയൊരു ശരിയാണെന്ന് നീ അഹങ്കരിക്കുന്നു. അതെത്ര പൊള്ളയായ വിശ്വാസമാണ്. ഒരു പുരുഷനും അംഗീകരിക്കാൻ കഴിയാത്ത കാര്യങ്ങളാണ് ഇവിടെ നടക്കുന്നത്. ആ വേലക്കാരിക്കിളവി ഇടയ്ക്കിടെ നിന്റെ അച്ഛന്റെ മുറിയിൽ വന്നു പോകുന്നതെന്തിനാണ്. ആ വയസ്സിയൊരു കള്ളിപ്രാവാണ്. അറിഞ്ഞുതന്നെയാണ് അവൾക്കാരോ

മാർത്ത എന്ന പേരിട്ടത്. ഇവരും ഒരു സഞ്ചാരിപ്രാവാണ്. രഹസ്യസഞ്ചാരി."

"ആഹാ മനോഹരമായ ഉപമ. നിങ്ങളല്ലാതെ മാർത്തയ്ക്കാരും ഇത്ര നല്ല ഉപമ കൊടുക്കാൻ സാദ്ധ്യതയില്ല." ബാരക്കിന്റെ മുഖത്തെ ചെറുചിരിയും കൂസലില്ലായ്മയും അങ്കിതിനെ കൂടുതൽ പ്രകോപിപ്പിച്ചു.

"പാതിരാത്രികളിൽ ഞാൻ താമസിക്കുന്ന മുറിക്കുസമീപമുള്ള കോണികൾ കയറി നിന്റെ അടിമ എവിടേക്കാണ് പോകുന്നത്. ഓരോ രാത്രിയും രണ്ടു പ്രാവശ്യം അവനവിടേക്ക് വരികയും പോവുകയും ചെയ്യുന്നു. രണ്ടാം നിലയിൽ നീയല്ലാതെ ആരെങ്കിലും താമസമുണ്ടോ."

"ഓ എന്റെ പാതിരാ രഹസ്യം കണ്ടെത്തിക്കളഞ്ഞല്ലോ! എന്റെ മനസ്സിൽ ഈ വർഷത്തെ അന്വേഷണാത്മക പത്രപ്രവർത്തനത്തിനുള്ള പുരസ്കാരം നിങ്ങൾക്കാണ് അങ്കിത്."

"ഞാനിതൊക്കെ തുറന്നെഴുതിയാൽ നീയെന്ന ബിംബം തകർന്നടിയും. ഒരു കലാകാരനെ വളർത്തുന്നതിലും തളർത്തുന്നതിലും മാധ്യമങ്ങൾക്കുള്ള പങ്കെത്ര വലുതാണെന്ന് നിനക്കറിയാം."

"കഥകൾ മെനയാൻ ജേർണലിസ്റ്റുകൾ മിടുക്കരാണെന്നറിയാം. എന്നാൽ അത്തരം കഥകൾ ഒരുതരത്തിലും എന്നെ ബാധിക്കാൻ പോകുന്നില്ല. ഞാൻ ഭൗതികതയ്ക്കു നല്കുന്ന പ്രാധാന്യം അത്രയേറെ ചെറുതാണ്. ഒന്ന് പൊലിപ്പിച്ചൊരു പുസ്തകമെഴുതിക്കോളൂ. ഇന്ത്യയിൽ ബെസ്റ്റ് സെല്ലറാകും. കുറച്ചുകാലം നിങ്ങൾക്ക് പണിയെടുക്കാതിരുന്ന് ഭക്ഷിക്കാം." ബാരക്ക് കൂസലേന്യ പറഞ്ഞു. അങ്കിതിന്റെ മുഖം വികൃതമായി. അവൻ വെട്ടിത്തിരിഞ്ഞ് കോട്ടേജ് ലക്ഷ്യമാക്കി വേഗത്തിൽ നടന്നു. ഏതാണ്ട് ഒരുമണിക്കൂർ കഴിഞ്ഞപ്പോൾ അങ്കിത് വിളിച്ചിട്ട് കോട്ടേജിലേക്കൊരു ടാക്സി വന്നു. ഗിരിയും മാർത്തയും പുറത്തുവന്നു നോക്കി. അങ്കിത് തന്റെ ബാഗുകളുമായി ടാക്സിയിൽ കയറി. സഹായിക്കാൻ ഗിരി ഓടിയെത്തിയപ്പോൾ മാറിനില്ക്ക് എന്നൊരു ആക്രോശമാണുണ്ടായത്. ടാക്സി മലഞ്ചെരിവിറങ്ങി. മാർത്തയും ഗിരിയും എന്തോ പന്തികേടിനു സാക്ഷ്യംവഹിച്ചപോലെ നിന്നു. ബാരക്ക് തന്റെ മുറിയിൽ കണ്ണടച്ച് ധ്യാനത്തിലെന്നപോലെയിരുന്നു.

## എട്ട്

**ചെ**റുക്കനും തങ്കനും രാവിലെതന്നെ ചെറിയകുന്നിലെ പാറയിലൊത്തുകൂടി. കുറച്ചകലെ അതിനൊരുവശത്ത് തെളിനീർതടാകം. മറുവശത്തെ താഴ്വാരത്തിൽ വിളവെടുപ്പ് കഴിഞ്ഞ കാബേജ്പാടം ഒഴിഞ്ഞുകിടക്കുന്നു. വൃദ്ധൻ ബാരക്ക് കോട്ടേജിലേക്കുപോയ തക്കത്തിനാണ് ചെറുക്കന്റെയീ നാടോട്ടം. ജങ്ഷനിലൂടെ പോയാൽ മാടസ്വാമിയോ മേരിയോ ചന്ദ്രനോ കാണും. അങ്ങനെ അപ്പന്റെ കാതിലെത്തുകയും ചെയ്യും. അതുകാരണം വീടിനു പുറകുവശത്തുള്ള ഇടവഴിയിലൂടെ കുറച്ചു

പോയിട്ട് ജങ്ഷൻ കഴിഞ്ഞുള്ള റോഡിലെത്തി അവിടന്ന് മുറിച്ചുകടന്നാണ് തങ്കന്റെ വീടിനടുത്തുകൂടി രഹസ്യസങ്കേതത്തിലേക്കുള്ള പോക്ക്. ചെറുക്കൻ കുന്തിച്ചുനില്ക്കുന്ന ചെറിയൊരു പാറയിൽക്കയറി താഴ്വാരത്തേയ്ക്കുനോക്കി കാലാട്ടിയിരുന്ന് തങ്കനോട് ചോദിച്ചു "തങ്കാ ഞാനും നിന്റെയൊപ്പം ടൗണിലെ വർക്ക്ഷോപ്പിൽ വരട്ടെ."

"എഡാ നീയവിടെ വന്നിട്ട് എന്തെടുക്കാനാ വല്ല പണിയും അറിയോ?"

"നീ പഠിപ്പിച്ചു തന്നാൽ പോരെ." ചെറുക്കൻ ചോദിച്ചു.

"എനിക്കു തന്നെ കാര്യമായിട്ടൊന്നും അറിയില്ല. ചത്തുകിടന്ന് അവർ പറയുന്ന പണിയെടുക്കണം. അങ്ങനെയാണത്രേ പഠിക്കുക. പുകയും ഓയിലും ഗ്രീസുമടിച്ച് കരുവാളിക്കും. രാത്രി വീട്ടിലെത്തിയാൽ ഭയങ്കര ക്ഷീണമാ. രാവിലെ പിന്നേം പോണം."

"എന്നാലെന്താ നല്ല കാശുകിട്ടില്ലേ."

"എവിടന്ന്. സ്വന്തമായിട്ട് വർക്ക്ഷോപ്പിട്ടാൽ ലാഭമാണ്. നമ്മൾ വെറുതെ കാശുവാങ്ങാനിരുന്നാൽ മതി. പണിക്കാരെവച്ച് ജോലി ചെയ്യിക്കാം."

"തങ്കനൊരു വർക്ക്ഷോപ്പിട്. എനിക്കും പണി പഠിക്കാല്ലോ."

"അതിനൊക്കെ തരക്കേടില്ലാത്ത മുതൽമുടക്കുവേണം."

"അതിനെന്താ തങ്കന്റെ കൈയിലിപ്പോ കാശുണ്ടല്ലോ."

"ജീവാ നിനക്കൊന്നുമറിയില്ല. നീ വെറും കുട്ടിയാ ഇപ്പോഴും. നിന്റെ അപ്പൻ നിന്നെ വളർത്തി വൃത്തികേടാക്കി. ഒരു വർക്ക്ഷോപ്പിടാൻ നല്ല കട കിട്ടണം. ടൗണിലൊരു കട കിട്ടാൻ ലക്ഷങ്ങൾ കൊടുക്കണം. കടയിലേക്കാവശ്യമായ സാധനങ്ങൾ വാങ്ങണം. അങ്ങനെ പലതുമുണ്ട്."

"തങ്കനിപ്പം ആവശ്യത്തിന് കാശുകിട്ടുന്നുണ്ട്. ആഗ്രഹംപോലെ ജീവിക്കുന്നുണ്ട്. പിന്നെ ഈ പണിയങ്ങ് തുടർന്നാൽപ്പോരെ."

"ങ്ഹാ ആ പണി തന്നെയാ ഞാൻ തുടരുന്നത്. പക്ഷേ, അത് നീ വിചാരിക്കുമ്പോലെ വർക്ക്ഷോപ്പിലെ പണിയല്ല."

"പിന്നെന്താ?"

"ങ്ഹാ അതൊക്കെ പറയാം. നീ ഇതങ്ങോട്ടുപിടിക്ക്." തങ്കൻ രണ്ട് സിഗരെറ്റെടുത്ത് കൊളുത്തി ഒന്നു ചെറുക്കനു നീട്ടി പറഞ്ഞു.

"അയ്യോ ഞാനിത് ഇതുവരെ വലിച്ചിട്ടില്ല."

"വലിച്ചാൽ ചത്തൊന്നും പോകില്ല. നീയങ്ങോട്ട് പിടിക്ക്." കിഴക്ക് മുതുവർക്കുന്നിലേക്ക് നോക്കിയിരുന്ന് തങ്കൻ മൂക്കിലൂടെ പുകയൂതിവിട്ടു. ചെറുക്കൻ രണ്ടുവലി വലിച്ചതും ചുമയോടുചുമ.

"ആദ്യമായോണ്ടാ ഒന്നുവലിച്ചുകഴിഞ്ഞാൽ പിന്നേം വലിക്കാൻതോന്നും. ദേ ഇങ്ങോട്ടു നോക്കിയിരുന്ന് രണ്ടുപിടിയങ്ങ് പിടിച്ചേ." തങ്കൻ ചെറുക്കനെ തോണ്ടിപ്പറഞ്ഞു. ചെറുക്കൻ മുതുവർക്കുന്നിനഭിമുഖമായിരുന്നു. ദൂരെ മുതുവർക്കുന്നിലൊരിടത്തുനിന്ന് മെല്ലെമെല്ലെ പുകയുയർന്ന് പരക്കുന്നു.

"കണ്ടോഡാ മുതുവൻമാര് പന്നിയിറച്ചി പുകയിൽ വാട്ടുന്നത്."

"ശരിക്കും."

"മ്, അർദ്ധരാത്രി കഴിഞ്ഞനേരം ഇവിടെയിരുന്ന് നോക്കിയാൽ കുന്നിലൂടെ പന്തങ്ങളുടെ ഒരുനിര പോകുന്നതു കാണാം. മുതുവൻമാർ വേട്ടയ്ക്കിറങ്ങുന്നതാ." തങ്കൻ ആസ്വദിച്ചൊരു പുകയെടുത്തു പറഞ്ഞു.

"അവരുടെ കൈയിൽ അമ്പും വില്ലുമൊക്കെ കാണോ?" ചെറുക്കൻ ജിജ്ഞാസയിലായി.

"പോഡാ ചെറുക്കാ അതൊക്കെ പണ്ട്. ഇപ്പോ കത്തിയും കയറും കൂർപ്പിച്ച കമ്പുമൊക്കെയാ വേട്ടയ്ക്കുപയോഗിക്കുന്നത്. പിന്നെ നാടൻതോക്കും."

"ഞാനിതുവരെ തോക്ക് കണ്ടിട്ടില്ല." ചെറുക്കൻ പറഞ്ഞു.

"നീ തോക്കുമാത്രമല്ല പലതും കണ്ടിട്ടില്ല. ആൺകുട്ടികളായാൽ കട്ടിമീശയൊക്കെ വച്ച് നല്ല തന്റേടം വേണം. അല്ലാതെ അപ്പനെ പേടിച്ച് വീട്ടിൽക്കയറിയിരുന്നാൽ പെണ്ണായിപ്പോകും."

"തങ്കാ നിന്റേതുപോലെ കട്ടിമീശ വരാൻ എന്തുചെയ്യണം." ചെറുക്കൻ കിളിർത്തു തുടങ്ങിയ തന്റെ പൊടിമീശയിൽ തടവി വിഷണ്ണനായി ചോദിച്ചു.

"ചെറുപ്പക്കാരന്മാർക്ക് ജനിക്കണം. എന്നാലേ ഉശിരുള്ള ആൺകുട്ടിയാവൂ. നിന്റെ അപ്പനെപ്പോലുള്ള വയസ്സന്മാർക്ക് ജനിച്ചാൽ മീശയുംതാടിയുമൊന്നും കിളിർക്കില്ല." അതുകേട്ട് തലകുനിച്ച ചെറുക്കൻ കുറേനേരം മൗനിയായിരുന്നു.

"നീ വിഷമിക്കണ്ട. മുതുവർക്കുന്നീന്ന് ഞാൻ കരടിനെയ്യ് കൊണ്ടുത്തരാം. അതുപുരട്ടിയാൽ മീശ തഴച്ചുവളരും." തങ്കൻ ചെറുക്കന്റെ തോളിൽ തട്ടി.

"എപ്പോൾ തരും?"

"ഉടനെയൊന്നും പറ്റില്ല. ഞാനിനിയെന്നെങ്കിലും അവിടെ പോയിട്ടുവരുമ്പോൾ കൊണ്ടുവരാം. കൂത്തൻ ജോസിനും ഇടിയൻ പ്രതാപനും സമയമൊക്കണം. എന്നാലേ പോകാൻ പറ്റൂ."

"നിങ്ങളെല്ലാംകൂടി എന്തിനാ അവിടേക്കു പോകുന്നത്."

"വേട്ടയ്ക്ക്. അല്ലാതെന്തിനാ."

"തോക്കുമായിട്ടാണോ."

"പിന്നല്ലാതെ."

"ഞാനും വരട്ടെ."

"നീ അത്രയ്ക്കൊന്നും മൂത്തിട്ടില്ല." തങ്കൻ മടിയിൽ കരുതിയിരുന്ന പൊതിയഴിച്ച് വെറ്റിലയെടുത്ത് ചുണ്ണാമ്പുതേച്ച് അടയ്ക്കയും പുകയിലയും നിറച്ച് ചുരുട്ടി വായിലേക്കിട്ടു.

"തങ്കാ എനിക്കും തരുമോ." ചെറുക്കൻ കൊതിയോടെ ചോദിച്ചു. പുകയിലകുറച്ചൊരു ചുരുട്ട് ചെറുക്കനും കൊടുത്തു. അല്പം കഴിഞ്ഞ

പ്പോൾ തങ്കൻ ചെറിയൊരു പ്ലാസ്റ്റിക് കൂടുപൊട്ടിച്ച് അതിനുള്ളിലുണ്ടായിരുന്നത് വായിലേക്ക് തട്ടി.

“എന്താത്.” ചെറുക്കന് ആകാംക്ഷയായി

“ശംഭു. ലഹരി കിട്ടുന്നൊരു സാധനമാ.”

“എനിക്കുംവേണം.” ചെറുക്കൻ കയറിപ്പറഞ്ഞു.

“പോടാ അവിടന്ന്. നീ ഇതടിച്ചാൽ ഇവിടെയെങ്ങാനും കിറുങ്ങിക്കിടക്കും. പിന്നെയെനിക്ക് പണിയാവും.”

ചെറുക്കൻ തങ്കനോട് പിണങ്ങി മുഖം വീർപ്പിച്ചു.

“ടാ നീ പിണങ്ങണ്ട നിനക്കു ഞാൻ വേറൊരു രസം കാട്ടിത്തരാം.” തങ്കൻ തന്റെ സ്മാർട്ട്ഫോണെടുത്ത് നെറ്റ് ഓണാക്കി പോൺസൈറ്റിൽ കയറി. ചെറുക്കനതിലേക്ക് കണ്ണുകൂർപ്പിച്ചു. ചലനദൃശ്യങ്ങളുടെ കുത്തൊഴുക്കിൽ കുറേനേരത്തേക്ക് അവന്റെ ശബ്ദംവലിഞ്ഞു. ദേഹം വിറകൊണ്ടു. ചുറ്റുപാട് മറന്നു. ട്രൗസറാകെ നനഞ്ഞു.

“തങ്കാ ഇതുപോലൊരു ഫോൺ വാങ്ങാൻ എത്രയാകും.”

“ഇരുപതിനായിരം.”

“എനിക്ക് ഇരുപതിനായിരം കടം തര്വോ?”

“എന്റെ കൈയിൽ അത്രയൊന്നും ഇല്ല ജീവാ. പക്ഷേങ്കിൽ നിനക്ക് കാശുണ്ടാക്കാനൊരു വഴി ഞാൻ പറഞ്ഞുതരാം.”

“എന്താത്.”

“നീ ചെവിയിങ്ങ് കാട്ടിയേ.” ചെറുക്കൻ തങ്കനടുത്തേക്ക് ചാഞ്ഞിരുന്നു. തങ്കൻ ചെറുക്കന്റെ ചെവിയിൽ ആ രഹസ്യമോതി.

“അയ്യോ എന്നെക്കൊണ്ടതൊന്നും പറ്റൂല്ല.” ചെറുക്കൻ വല്ലാതെയായി.

“ഒന്നുപോടാ. ആൺകുട്ടികളെക്കൊണ്ടുപറ്റാത്ത കാര്യമൊന്നുമല്ലിത്. നീയാ വീഡിയോയിൽ കണ്ടതുപോലെയൊക്കെ ചെയ്താൽമതി. സായിപ്പന്മാർക്ക് ഇഷ്ടമായാൽ നിറച്ചും കാശുകിട്ടും. ആദ്യമൊക്കെ മനംമറിപ്പും ഓക്കാനവുംവരും. പിന്നെപ്പിന്നെ ശരിയാകും. ഞാനെത്രയോ സായിപ്പന്മാരെ മുതുവർക്കുന്നിൽ കൊണ്ടുപോയിരിക്കുന്നു. അവരിനിയെന്നു മൂന്നാറിൽവന്നാലും എന്നെ വിളിക്കും.”

എല്ലാംകേട്ട് ആകെപ്പാടെ കണ്ണുതള്ളിയ ചെറുക്കൻ സൈക്കിളെടുത്ത് വീട്ടിലേക്ക് പാഞ്ഞു. ചെറുക്കനെന്തുപറ്റി എന്നറിയാതെ തങ്കൻ അന്തിച്ചിരുന്നു. വീട്ടിലെത്തിയപാടെ കുറേ വെള്ളമെടുത്ത് കുടിച്ചിട്ട് ചെറുക്കൻ മുറിയിൽക്കയറി വാതിലടച്ചു.

“എടാ ജീവാ വല്ലതും തിന്നിട്ട് പോയി കിടക്കെടാ.” പുഷ്പ കതകിൽമുട്ടി വിളിച്ചെങ്കിലും ചെറുക്കനതൊന്നും ശ്രദ്ധിച്ചില്ല. അപ്പോഴേക്കും വൃദ്ധനെത്തി. എത്തിയപാടെ ചെറുക്കനെയന്വേഷിച്ചു. അയാൾ സന്തോഷത്തിലായിരുന്നു. ബാരക്ക് കോട്ടേജിൽ നിന്ന് ഇത്തിരി കാശ് തരപ്പെട്ടു. ബാരക്കിന് പുരസ്കാരം കിട്ടിയതറിഞ്ഞ ശേഷമുള്ള ആദ്യപോക്കായി

രുന്നു. കിട്ടിയതിൽനിന്നൊരു വിഹിതം ചെറുക്കന്റെ അക്കൗണ്ടിലിട്ടു. ചെറുക്കനറിയാതെ അവന്റെ പേരിൽ ടൗണിലെ ദേശസാൽകൃതബാങ്കിൽ വൃദ്ധനൊരു അക്കൗണ്ടുണ്ട്. അതൊരു തുകയാകുമ്പോൾ ചെറുക്കനെ വിടെയെങ്കിലും തരക്കേടില്ലാത്തൊരു കച്ചവടമിട്ടുകൊടുക്കാമെന്ന കണക്കുകൂട്ടലിലാണ് അയാൾ. വീട്ടുചെലവിന് മാറ്റിവച്ചശേഷമുള്ളതിൽനിന്ന് ഏഴായിരം രൂപയെടുത്ത് ടൗണിൽനിന്നൊരു സ്മാർട്ട്ഫോൺ വാങ്ങി. അതുകിട്ടുമ്പോഴുള്ള മകന്റെ സന്തോഷവും മനസ്സിൽക്കണ്ടായിരുന്നു വൃദ്ധന്റെ വരവ്.

"അവൻ ദേ മുറിയിൽക്കിടന്നുറങ്ങുന്നു." പുഷ്പ അലസമായി പറഞ്ഞു.

"നീ അവനെ വിളിച്ചേ."

"ഓ എനിക്കെങ്ങും വയ്യ." പുഷ്പ തന്റെ പാടു നോക്കിപ്പോയി. വൃദ്ധൻ പലവുരു കതകിൽ തട്ടിവിളിച്ചശേഷമാണ് ചെറുക്കൻ പുറത്തേക്കുവന്നത്.

"എന്താപ്പാ ഉറങ്ങാനും സമ്മതിക്കില്ലേ." ചെറുക്കൻ കോട്ടുവായിട്ടു.

"നീയിതു തുറന്നു നോക്കിയേ." വൃദ്ധൻ പാക്കറ്റ് ചെറുക്കനു നീട്ടി.

"ഹായ് മൊബൈൽ." ചെറുക്കൻ വേഗം കവറുപൊട്ടിച്ച് ഫോൺ പുറത്തെടുത്തു. പെട്ടെന്ന് ചെറുക്കന്റെ മുഖം വാടി.

"അപ്പാ കുറച്ചുകൂടി വലുത് വാങ്ങായിരുന്നില്ലേ."

"ഞാൻ നിന്റെ ആവശ്യം കടക്കാരോട് പറഞ്ഞ് അതിനനുസരിച്ച ഫോണാ വാങ്ങിയത്. ഇത് സാമാന്യം വലിയ ഫോണാണല്ലോ. ഇതിനേക്കാൾ വലുത് നിനക്കെന്തിനാ." വൃദ്ധൻ ചോദിച്ചു.

"ശ്ശൊ! അപ്പനിതു വാങ്ങാൻ പോയപ്പോ എന്നെയും കൂട്ടാമായിരുന്നില്ലേ." ചെറുക്കൻ തലചൊറിഞ്ഞു.

"രാവിലെ നിന്നെ വിളിച്ചതല്ലേ. നീയല്ലേ വരുന്നില്ലാന്ന് പറഞ്ഞത്."

"അപ്പൻ ആ കല്ലുകൊട്ടാരത്തിലേക്ക് പോകാനല്ലേ എന്നെ വിളിച്ചത്."

"ആ അവിടന്ന് വരുന്ന വഴിക്കാ ഇതുവാങ്ങിയത്."

"ങ്ഹാ തല്ക്കാലം ഇതുമതി. പിന്നീട് നല്ലതൊന്നു വാങ്ങാം." ചെറുക്കൻ ആരോടെന്നില്ലാതെ പറഞ്ഞു.

## ഒമ്പത്

**മ**ഞ്ഞുകാലമധികരിച്ചതോടെ മൂന്നാറിൽ സഞ്ചാരികളുടെ തിരക്കേറി. സ്ട്രോബറികളുടെയും കാരറ്റിന്റെയും വിളവെടുപ്പിനായി ഗിരി അതിരാവിലെ കൃഷിയിടത്തിലേക്കിറങ്ങും. പത്തുമണിയോടെ വിളകളുമായി ചന്തയിൽ പോകും. ഉച്ചകഴിയും മടങ്ങിയെത്താൻ. ആ സമയം കോഴികളെ തുറന്നുവിടുന്നതും കൂടുവൃത്തിയാക്കുന്നതും അവറ്റകൾക്ക് തീറ്റകൊടുക്കുന്നതും മാർത്തയാണ്. മാർത്ത അങ്ങനെ പിടിപ്പതു പണി

യുമായി നില്ക്കുമ്പോഴാണ് ബാരക്കിന്റെ വിളിവന്നത്. മാർത്ത ഉടൻ അവളുടെ മുറിയിലെത്തി. സ്കൂളിലേക്കും ഓർഫനേജിലേക്കുമുള്ള ചെക്കുകൾ മാർത്തയെ ഏല്പിച്ചിട്ട് ബാരക്ക് പറഞ്ഞു "ഇത് നാളെത്തന്നെ അതാതിടങ്ങളിൽ എത്തിക്കണം."

"ശരി മോളേ." മാർത്ത പറഞ്ഞു.

എന്തെങ്കിലും പുരസ്കാരം കിട്ടിയാൽ ആ പുരസ്കാരത്തുകയിൽ നിന്ന് നല്ലൊരു വിഹിതം അനാഥാലയങ്ങൾക്ക് സംഭാവന നല്കുക ബാരക്കിന്റെ ശീലമാണ്. ചിലപ്പോഴൊക്കെ ഒരു തുക ഗുഡ്‌വിൽ സ്കൂളിലേക്കും നല്കും. പുസ്തകവായനയും സംഗീതവുമായി ബാരക്ക് മുറിയിൽ ത്തന്നെയാണധികവും. ഇനിയൊന്നും വരയ്ക്കാനില്ല എന്നൊരു തോന്നൽ. ആയിരത്തിലധികം ചിത്രങ്ങൾ വരച്ചുകഴിഞ്ഞു.

ചിത്രകലയിൽ തനിക്കിനി ഒന്നും ചെയ്യാനില്ല. ബാരക്കിനു ജീവിതം പായലിനടുത്തെത്താനുള്ള കാത്തിരിപ്പ് മാത്രമാണ്. ചെന്നിട്ട് അവളോട് എന്തൊക്കെ വിശേഷങ്ങൾ പറയാനുണ്ട്. മഞ്ഞുപാടത്തെ പ്രഭാമയമാക്കുന്ന കനലെരിയുന്ന ഒരു സന്ധ്യയെ വരയ്ക്കണം. നിമിഷാർദ്ധങ്ങളിൽ മാറിമാറി വിരിയുന്ന തീക്ഷ്ണമായ ആ നിറക്കൂട്ടിനെ പൂർണ്ണമാക്കാൻ എന്റെ ചായക്കൂട്ടുകൾക്കാവുമോ? മെയിൽ നോക്കുമ്പോൾ അങ്കിതിന്റെ ഒരു സന്ദേശം കണ്ടു. മൂന്നു വാചകത്തിലൊതുങ്ങിയ ആ സന്ദേശം ഒരു ക്ഷമാപണമായിരുന്നു "നിങ്ങളുടെ വ്യക്തിത്വത്തെ മലീമസമാക്കാൻ എനിക്കുസാധിക്കില്ല. എല്ലാം നിങ്ങളുടെ പരിഗണനയ്ക്കു വേണ്ടിയുള്ള കലഹമായിരുന്നു. ക്ഷമ ചോദിക്കുന്നു." ബാരക്ക് നിർമ്മമതയോടെ അതു വായിച്ചു.

ഹിൽസ്റ്റേഷനിലേക്കൊരു യാത്ര പോയാലോ. രാത്രിയോടെ മടങ്ങാം. ബാരക്ക് ആലോചിച്ചു. ദൂരേക്കെങ്ങും പോകാൻവയ്യ. പായലിനടുത്തുനിന്ന് മാറിനില്ക്കാനേ തോന്നുന്നില്ല. ബാരക്ക് വേഷംമാറി മുറ്റത്തേക്കിറങ്ങി. മാർത്തയെ വിളിച്ച് വണ്ടിയുടെ താക്കോൽ വാങ്ങി. വില്ലീസ് ജീപ്പ് മലഞ്ചെരിവിറങ്ങി. മാർത്ത നോക്കിനിന്നു. ജീപ്പ് ഹെയർപിൻ വളവുകൾ തിരിയുമ്പോൾ നീണ്ടമുഴുക്കൈയൻ മേലുടുപ്പിനു മീതെയിട്ട ജാക്കറ്റും, ചുറ്റിയിട്ട കമ്പിളിയും കടന്ന് തണുപ്പ് അസ്ഥിയിലൂടെ അരിച്ചുകയറി നെഞ്ചിൻകൂടിനെ ദുർബ്ബലമാക്കി. ഹിൽസ്റ്റേഷനിലെ തടാകക്കരയിൽ കുട്ടികളും ചെറുപ്പക്കാരും തണുപ്പിലുല്ലസിക്കുന്നു. തടാകത്തിലെ സ്പീഡ് ബോട്ടിൽ യുവമിഥുനങ്ങളുടെയും സന്ദർശക കുടുംബങ്ങളുടെയും തിരക്ക്. തടാകക്കരയിൽ കുതിരകളുമായി നടന്ന് കുറഞ്ഞ നിരക്കിൽ തടാകത്തെച്ചുറ്റി സവാരി വാഗ്ദാനംചെയ്യുന്ന യുവാക്കളായ കുതിരക്കാരന്മാർ. അതിനിടയിലൂടെ തൊപ്പിയും കൂളിങ്ഗ്ലാസും പേഴ്സും വിറ്റുനടക്കുന്നവർ. കടലക്കച്ചവടക്കാർ. സ്വെറ്റർവില്പനക്കാർ. മാലയും വളയും കമ്മലും മറ്റ് കരകൗശല വസ്തുക്കളും വില്ക്കുന്നവർ. ബാരക്ക് ബഹളത്തിനിടയിലൂടെ തടാകക്കാഴ്ചകളാസ്വദിച്ച് ഒരു കോണിലിരുന്നു.

ഗിരി സന്ധ്യയോടെ കൃഷിയിടത്തിൽനിന്നും കയറി. കുളിയുംനന യും കഴിഞ്ഞ് അടുക്കളയിലേക്ക് വന്നു. മാർത്തയപ്പോൾ അത്താഴത്തി നുള്ള പൂരിയുണ്ടാക്കുകയായിരുന്നു. ചൂടു പൂരിയൊരെണ്ണമെടുത്ത് കടി ച്ചുകൊണ്ട് ഗിരി ചോദിച്ചു "അമ്മായീ എന്തെങ്കിലും സഹായം വേണോ?"

"ഏയ് ഒന്നുംവേണ്ട. പൂരിയുണ്ടാക്കി കഴിയാറായി. കുറുമകൂടി തയ്യാ റായാൽ അത്താഴം റെഡി."

"മാഡം എങ്ങോട്ടാ അമ്മായീ പോയത്?"

"എവിടെയാന്ന് പറഞ്ഞില്ല. ഇവിടെ അടുത്താന്ന് പറഞ്ഞു."

"മാഡം ഈ മലമേടിറങ്ങിയിട്ട് ഒത്തിരി നാളാവുമല്ലേ."

"മ്. ആറേഴു മാസമായിട്ടുണ്ടാകും. അവസാനം പോയത് ടൗണിൽ ഷോപ്പിങ്ങിനാ. അന്ന് ഞാനുമൊപ്പമുണ്ടായിരുന്നു. ങ്ഹാ പിന്നൊരുകാ ര്യം, ഓർഫനേജുകളിലേക്കും സ്കൂളിലേക്കുമുള്ള സംഭാവന ബാരക്ക് ഏല്പിച്ചിട്ടുണ്ട്. നീ നാളെത്തന്നെയത് കൊണ്ടുകൊടുക്കണം."

"ആയിക്കോട്ടെ."

"വിളവെടുപ്പ് എത്രദിവസത്തേക്കുകൂടി ഉണ്ടാവും."

"ഒരാഴ്ചകൂടി."

"അടുത്തകൃഷിയിറക്കൽ വിളവെടുപ്പ് തീർന്നയുടൻ തുടങ്ങുകയ ല്ലേ?"

"ഇല്ല അമ്മായീ ഒരുമാസം മൊത്തത്തിലൊന്ന് കിളച്ചിളക്കി കോഴി ക്കാട്ടം വിതറിയിട്ടേക്കാം. അപ്പോഴേക്കും മുന്തിരി പരുവപ്പെടും. അതിന്റെ വിളവെടുപ്പുകൂടി കഴിഞ്ഞിട്ട് ഒന്നിച്ച് കൃഷിയിറക്കാം."

"അതുമതി. അത്രനാളെങ്കിലും നീയൊന്ന് വിശ്രമിക്കുമല്ലോ."

"ഏയ് അങ്ങനെ വിശ്രമിക്കാനൊന്നും സമയമില്ല. വേറെ ഒത്തിരി കാര്യങ്ങളുണ്ട്. അമ്മായീ അമ്മായി അന്നൊരു കഥ മുഴുമിപ്പിക്കാതെ നിർത്തിയില്ലേ, അതിപ്പോൾ പറയ്."

"ഏതു കഥ."

"ട്യൂറ്റർ മാർഗരറ്റ് ഫോൺവിളിച്ച കാര്യം."

"ഓ ആ കഥ. അതായത് ബാരക്കും പായലും കോൺവെന്റിലായി രുന്നല്ലോ. അന്ന് ബാരക്കിനൊരു ഒൻപതുവയസ്സു വരും. ഒരുദിവസം രാത്രി ബാരക്ക് കോൺവെന്റിലെ കിടപ്പറയിൽ എണീറ്റിരുന്ന് കരച്ചിലോടു കരച്ചിൽ. പായൽ അടുത്ത് കിടപ്പുണ്ട്. എന്താണ് കാര്യമെന്ന് മാർഗരറ്റ് ചോദിച്ചപ്പോ പറഞ്ഞെത്രെ, പായൽ മരിച്ചെന്ന്. പായലിനെ ബാരക്ക് എ ന്തോ പറയാൻ തട്ടിവിളിച്ചപ്പോൾ ഉണർന്നില്ല. അപ്പോൾ കുഞ്ഞുബാര ക്ക് കരുതി പായൽ മരിച്ചെന്ന്. ഒടുവിൽ പായലുണർന്നപ്പോഴാണത്രെ കരച്ചിൽ നിർത്തിയത്. അതന്നു രാത്രിതന്നെ മാർഗരറ്റ് എന്നെവിളിച്ച് പ റഞ്ഞു. ഒരു നിമിഷംപോലും പായലിനെ പിരിഞ്ഞിരിക്കാൻ കൊച്ചുബാ രക്ക് ഇഷ്ടപ്പെട്ടിരുന്നില്ല. അത്രയ്ക്ക് അടുപ്പമായിരുന്നു ചേച്ചിയോട്. പാ യലുണ്ടായിരുന്നെങ്കിൽ ബാരക്കിന്റെ ജീവിതം മറ്റൊന്നായേനെ." മാർ

ത്ത നിശ്വാസമുതിർത്തു. ചൂടു വെജിറ്റബിൾക്കുറുമ സെറാമിക്ബൗളുകളിൽ നിറയ്ക്കുമ്പോൾ ഇരുവരും ഒന്നുംമിണ്ടിയില്ല. ഗിരി ക്യാപ്റ്റനുള്ള ഭക്ഷണവും പഴങ്ങളും തളികയിലാക്കി മുറിയിലേക്കു കൊണ്ടുപോയി. ബാരക്കിനുള്ളത് മാർത്ത രണ്ടാംനിലയിലെ തീൻമേശയിൽ കൊണ്ടുപോയി അടച്ചുവച്ചു. മാർത്തയും ഗിരിയും ഭക്ഷണംകഴിഞ്ഞശേഷം പതിവുപോലെ പാത്രങ്ങളും അടുക്കളയും വൃത്തിയാക്കി. ഒമ്പതുമണിയോടെ മുറ്റത്തൊരുവശത്ത് നെരിപ്പോടുകൂട്ടി തീകാഞ്ഞ് വെറുതെ വർത്തമാനം പറഞ്ഞിരുന്നു. അപ്പോഴേക്കും ബാരക്കെത്തി. വണ്ടിയുടെ താക്കോൽ മാർത്തയെ ഏല്പിച്ചിട്ട് ഒന്നുംമിണ്ടാതെ കോണികൾ കയറിപ്പോയി. വടക്ക് ചോലക്കുന്നിൽ നിന്ന് ദീർഘതാളത്തിലുള്ള കുരുതിപ്പാട്ട് നേർത്തുകേട്ടു. മഞ്ഞിനിടയിലൂടെ പൊട്ടുവെളിച്ചമായി കുന്നിലെ ദീപങ്ങൾ. ചോലനായ്ക്കന്മാർക്കിടയിൽ കൊടും തണുപ്പത്ത് കോഴിക്കുരുതി പതിവാണ്. സന്ധ്യകഴിഞ്ഞ് തീക്കുണ്ഡത്തിനു ചുറ്റും എല്ലാവരുമൊത്തുകൂടി കുരുതിപ്പാട്ട് പാടും. പാട്ടവസാനിക്കുന്ന മുറയ്ക്ക് കോഴികളെക്കൊന്ന് രക്തം ദേവിക്ക് സമർപ്പിക്കും. മാംസം ചോലന്മാർക്കുള്ളതാണ്. രാത്രി തീരുംവരെ ചുട്ടമാംസവും കള്ളുമായി ആഘോഷിക്കും. ചോലക്കുന്നിലെ പൊട്ടുദീപങ്ങൾ കെട്ടു. മാർത്തയും ഗിരിയും അതിനുമുമ്പേ നെരിപ്പോടു കെടുത്തി അകത്തേക്കുപോയിരുന്നു. സമയം അർദ്ധരാത്രി കഴിഞ്ഞു. മരവിക്കുന്ന തണുപ്പ്. പുറത്തുപോയി വന്നപ്പോ മനസ്സ് വല്ലാതെ ഉണർന്നിരിക്കുന്നു. ബാരക്കിന് ഉറക്കം വന്നതേയില്ല. അവൾ ഹാളിലെ ഫയർപ്ലേസിൽ രണ്ടുകൊള്ളികൂടിയിട്ടു. മങ്ങിയ വെളിച്ചത്തിൽ ചൂടേറ്റ് ആ തീജ്ജ്വാലകളിലേക്ക് നോക്കി കൂനിക്കൂടിയിരിക്കാൻ സുഖമായിരുന്നു. കുട്ടിക്കാലത്ത് പായലിനോടൊത്ത് മിക്കരാത്രികളിലും എന്തെങ്കിലും കൊറിച്ച് വർത്തമാനം പറഞ്ഞങ്ങനെയിരിക്കുമായിരുന്നു. രാത്രി പായൽ കൂർക്കംവലിച്ചുറങ്ങുമ്പോൾ അവളുടെ ബുക്കെടുത്ത് കുഞ്ഞുബാരക്ക് പായൽ തീക്കടുത്ത് കൂനിക്കൂടിയിരുന്ന് കൊറിക്കുന്ന ചിത്രം വരച്ചുവയ്ക്കും. പിറ്റേന്നതുകാണുന്ന പായൽ അതിശയംകൂറി കൊച്ചുബാരക്കിനെ കെട്ടിപ്പിടിച്ചുമ്മവയ്ക്കും. ചിത്രം മാർത്തയെ കാണിച്ച് പായൽ അഭിപ്രായം തേടും. വൈകുന്നേരം രണ്ടുപേരും ഒളിച്ചുകളിക്കിടെ അടുക്കളയിലെത്തും. മാർത്ത അവർക്കിഷ്ടപ്പെട്ട പലഹാരങ്ങളുണ്ടാക്കി കൊടുക്കും. ക്യാപ്റ്റനെത്തുന്നതുവരെയേയുള്ളൂ ആ കളിയും ചിരിയും. അന്നൊക്കെ ക്യാപ്റ്റൻ സ്കൂളും കാര്യങ്ങളുമായി ബന്ധപ്പെട്ട് പകൽ മുഴുവൻ പുറത്തായിരിക്കും. വല്ലപ്പോഴും അദ്ദേഹം കൊച്ചുഗിരിയെ ഒപ്പം കൂട്ടും. അല്ലാത്തപ്പോഴൊക്കെ കുഞ്ഞുഗിരിയുടെ പണി അടുക്കളക്കോണിലൊരു കസേരയിൽ മാർത്ത പണിയെടുക്കുന്നതും നോക്കി വെറുതേയിരിക്കലായിരുന്നു.

പായൽ നക്ഷത്രമായി എന്നെ കാത്തുനില്പുണ്ടാകുമോ. ബാരക്ക് ഹാളിലെ വടക്കേ ജനാല തുറന്നു. ഇരുട്ടുമൂടി മഞ്ഞുമൂടി മലയോരങ്ങൾ...

ദൂരെ ചോലക്കുന്നിലെ ആകാശത്തിലലിഞ്ഞുതുടങ്ങിയ ചന്ദ്രികയ്ക്കൊപ്പമൊരു തിളക്കമേറിയ കുഞ്ഞുനക്ഷത്രം! ജനാലയിലൂടെ തണുപ്പിരച്ചുകയറുന്നത് ബാരക്ക് അറിഞ്ഞതേയില്ല. നക്ഷത്രവും ചന്ദ്രികയും മഞ്ഞിൽ മറഞ്ഞു. ദീർഘമായി നിശ്വസിച്ചുകൊണ്ട് ബാരക്ക് പിൻവാങ്ങാൻ നേരമാണ് അതു ശ്രദ്ധയിൽപ്പെട്ടത്, ഹാളിനപ്പുറത്തെ മട്ടുപ്പാവ് കഴിഞ്ഞ് വടക്കേക്കോണിലേക്കിറങ്ങിനില്ക്കുന്ന മുറികളിലൊന്നിൽ നേരിയവെളിച്ചം! അച്ഛന്റെ പഴയ ലൈബ്രറി മുറി. അതിപ്പോൾ ആരും ഉപയോഗിക്കുന്നില്ലല്ലോ. പിന്നെന്താ ഈ സമയത്ത് വെളിച്ചം! അച്ഛനാവശ്യപ്പെട്ടിട്ട് ഗിരിയോ മാർത്തയോ ഏതെങ്കിലും പുസ്തകം തിരയുകയാണോ? കാഴ്ച നഷ്ടപ്പെട്ട ശേഷം വായന നിർത്തിയതാണല്ലോ. അതോടെ അവിടവും അടച്ചുപൂട്ടിയതാണല്ലോ. പിന്നെന്താണവിടെ? അവൾ തിരിഞ്ഞ് ചുമർഘടികാരത്തിലേക്ക് നോക്കി. രണ്ടുമണി കഴിഞ്ഞിരിക്കുന്നു. ഈ അസമയത്ത് എന്നോപൂട്ടിയ ലൈബ്രറിമുറിയിൽ എന്താണ് നടക്കുന്നത്? ഗിരിയോ മാർത്തയോ പുസ്തകം വായിക്കുകയാണോ? അവർക്കത്തരം ശീലമില്ലല്ലോ. ബാരക്ക് ആശയക്കുഴപ്പത്തിലായി. പോയിനോക്കിയാലോ? അവൾ തെക്കേക്കോണിയിറങ്ങി താഴത്തെ ഹാളുംസ്വീകരണമുറിയും കടന്ന് മാർത്തയുടെ മുറിക്കുമുമ്പിലൂടെ വടക്കേയിടനാഴിയിലേക്കു കയറി. അവിടെ ഗിരിയുടെ മുറിയും ക്യാപ്റ്റന്റെ മുറിയും അതിഥിമുറിയും കടന്നൊരു തിരിവിലൂടെ വടക്കേക്കോണിക്കടുത്തെത്തി. അവിടെയെങ്ങും ആരെയും കാണാനില്ല. പടവുകൾ കയറി മുകളിലേക്കു ചെന്നു. ആകെയിരുട്ട്. വെളിച്ചമിട്ടിട്ട് രണ്ടുതിരിവുകൾ കടന്ന് ലൈബ്രറിക്കുമുമ്പിലെത്തി. അത് പൂട്ടിയനിലയിലായിരുന്നു. ബാരക്ക് തിരികെയിറങ്ങി. ക്യാപ്റ്റന്റെയും ഗിരിയുടെയും മാർത്തയുടെയും മുറികൾ അകത്തുനിന്ന് കുറ്റിയിട്ട നിലയിലാണ്. രക്തം കട്ടപിടിക്കുന്ന തണുപ്പത്ത് ചുരമാകെ കനത്ത ഇരുട്ടിൽമുങ്ങി നിശ്ശബ്ദമാകുമ്പോൾ കുന്നിലെ സെമിത്തേരിയിൽനിന്ന് പുറത്തുകടക്കുന്ന വില്യംസായിപ്പ് വെള്ളക്കോട്ടും വെള്ളത്തൊപ്പിയുമണിഞ്ഞ് ചുണ്ടിൻകോണിൽ പുകയുന്ന പൈപ്പുമായി കുതിരപ്പുറത്ത് കോട്ടേജ് ചുറ്റിക്കാണാനിറങ്ങും. ശ്വാസംപിടിച്ച് കാതുകൂർപ്പിച്ച് കമിഴ്ന്നുകിടന്നാൽ കുതിരയുടെ കുളമ്പടി ശബ്ദം കേൾക്കാം. ആ സമയം തെക്കേക്കോണിലെ ജനാല തുറന്നാൽ പുകമണം വരും! വില്യംസായിപ്പ് ഊതുമ്പോൾ ആട്ടമണിയിളകും. കാറ്റുവിളക്ക് തെളിയും. അദ്ദേഹത്തിനിഷ്ടപ്പെട്ട മുറിയിൽ വെളിച്ചം വീഴും! പായൽ പണ്ട് പറയാറുണ്ടായിരുന്നതുപോലെ വില്യംസായിപ്പിന്റെ പ്രേതം കോട്ടേജു കാണാൻ വന്നതാകുമോ! കോട്ടേജിൽ കൗതുകകരമായതെന്തോ നടക്കുന്നുവെന്ന കുസൃതിച്ചിന്തയോടെ ബാരക്ക് തന്റെ മുറിയിലേക്ക് മടങ്ങി. കെറ്റിലിൽ ഒരു കോഫി തയ്യാറാക്കിക്കുടിച്ചു. ബ്രഷും ചായക്കൂട്ടുകളുമെടുത്ത് വരയ്ക്കാനിരുന്നു. മനസ്സിൽ പ്രക്ഷുബ്ധതയില്ലാതെ ഉള്ളിൽ ക്ഷമയില്ലാതെ സ്വയംമറക്കാതെ അലക്ഷ്യമായൊരു വര!

മാർത്ത രാവിലെ ചായയുമായി എത്തുമ്പോൾ ബാരക്ക് വരയിലായിരുന്നു. തീൻമുറിയിൽ മാർത്തയുടെ ശബ്ദംകേട്ടപ്പോൾ ബാരക്ക് വരനിർത്തി അങ്ങോട്ടേക്കുചെന്നു.

“മാർത്താ ആരെങ്കിലും അച്ഛന്റെ ലൈബ്രറി ഉപയോഗിക്കുന്നുണ്ടോ?” കുട്ടിക്കാലം മുതലേ ബാരക്ക് മാർത്തയെ മാർത്ത എന്നുതന്നെയാണ് സംബോധന ചെയ്യാറുള്ളത്.

“ഇല്ല അത് പൂട്ടിക്കിടക്കുകയാണ്. ഗിരി ഇടയ്ക്ക് തുറന്ന് വൃത്തിയാക്കും.”

“പാതിരാത്രി കഴിഞ്ഞിട്ടാണോ വൃത്തിയാക്കാറുള്ളത്?”

“അല്ല ആഴ്ചതോറും പകൽ.”

“ഇന്നലെ പുലർച്ചെ അവിടെ വെളിച്ചം കണ്ടല്ലോ.”

“ങ്ഹാ അതോ ഗിരി ചിലപ്പോഴൊക്കെ ക്യാപ്റ്റനുവേണ്ടി പുസ്തകമെടുക്കാൻ പോകാറുണ്ട്.” മാർത്ത പറഞ്ഞു.

“ശരി ശരി ഞാൻ ചോദിച്ചെന്നുമാത്രം.” ബാരക്ക് ചായമൊത്തി. കണ്ണുകാണാത്ത അച്ഛനുവേണ്ടി പുസ്തകമെടുക്കുകയോ? അദ്ദേഹം ഗിരിയെക്കൊണ്ടത് വായിപ്പിച്ച് കേൾക്കുമോ? ഇല്ല അദ്ദേഹത്തിന്റെ സ്വഭാവപ്രകൃതിവച്ച് ഒരിക്കലുമത് സംഭവിക്കാനിടയില്ല. പത്രം വായിപ്പിച്ച് കേട്ടേക്കാം. എഴുത്തുകുത്തുകൾ പറഞ്ഞുകൊടുത്ത് ചെയ്യിപ്പിച്ചേക്കാം. വായന ഒരാളുടെ സ്വകാര്യ അനുഭവമാണെന്ന് മറ്റാരെക്കാളും നന്നായി അദ്ദേഹത്തിനറിയാം. അതിനാൽ അദ്ദേഹത്തിനുവേണ്ടിയൊരു പുസ്തകം ഗിരിയെക്കൊണ്ട് വായിപ്പിച്ച് ആസ്വദിക്കുക അസംഭവ്യം! ബാരക്ക് അനുമാനിച്ചു. അന്നുരാത്രി അവൾ വടക്കേജനാലയിലൂടെ ലൈബ്രറിയിലേക്ക് നോട്ടമൊപ്പിച്ച് നിന്നു. അർദ്ധരാത്രി കഴിഞ്ഞനേരം മുറിയിൽ വെളിച്ചംവീണു. ബാരക്ക് വേഗം കോണികളിറങ്ങി വടക്കേ കോണിക്കരികിലെത്തി. കൈയിലൊരു തടിച്ച പുസ്തകവുമായി അതാ ഗിരി പടവുകളിറങ്ങി വരുന്നു. തവിട്ടുനിറത്തിൽ കട്ടി പുറംചട്ടയോടു കൂടിയ പുസ്തകം! ബാരക്കിനെക്കണ്ട് അമ്പരന്ന ഗിരി ഇറങ്ങിയ പടവിൽ തന്നെ നിന്നു. ബാരക്കവനെ തുറിച്ചുനോക്കി.

“എവിടേക്കാ പുസ്തകവുമായി?” അവൾ അധികാരത്തോടെ ചോദിച്ചു.

“ക്യാപ്റ്റന്റെ മുറിയിലേക്ക്.”

“ഈ സമയത്ത് നിനക്കെന്താ അവിടെ ജോലി?” ബാരക്കിന്റെ പെരുമാറ്റത്തിനൊട്ടും മയമില്ലായിരുന്നു.

“കുറച്ച് എഴുത്തുപണി.” ഗിരി തന്റെ കൈയിലിരുന്ന പുസ്തകത്തിന്റെ പുറംചട്ട കാട്ടി.

കറുത്തയക്ഷരത്തിലെ ഉരുട്ടിയെഴുത്ത് ബാരക്ക് മനസ്സിൽ വായിച്ചു *മഞ്ഞുവീണവഴിയിലെ ഓർമ്മപ്പുസ്തകം.*

# പത്ത്

മറ്റക്കരയിൽ കച്ചവടം ഉഷാറായിരുന്നു. മേരിക്കും മാടസ്വാമിക്കും നിന്നുതിരിയാൻ നേരമില്ല. മാടസ്വാമിക്കൊരു കൈസഹായമായി ചില പ്പോഴൊക്കെ വൃദ്ധനും ഒപ്പംകൂടും. അതുകാണുമ്പോ ചന്ദ്രൻ സ്വാമിയു ടെ കടത്തിണ്ണയിലിരുന്ന് മേരിയോടു വിളിച്ചുപറയും "മേര്യേ നിനക്കു വേണമെങ്കിൽ ഞാൻ സഹായിയായി വരാം. കാശൊന്നും വേണ്ടെടീ സ്നേഹംമാത്രം മതി."

"ഒന്നു പോ കെളവാ." എന്നു പറഞ്ഞ് മേരിയതൊക്കെ അവഗണി ച്ചുതള്ളി തന്റെ പണിയിലേർപ്പെടും. വിശ്വനാഥനോട് മേരിക്കു ബഹുമാ നമാണ്. തിരിച്ചയാൾക്കും അങ്ങനെതന്നെ. മേരി അയാളെ മേടയിൽ എന്നാണ് സംബോധനചെയ്യുന്നത്. എന്നാൽത്തന്നെ ഞൊണ്ടിക്കാലി എ ന്നുവിളിച്ച് പരിഹസിക്കുന്ന ചെറുക്കനെ മേരിക്ക് തീരെ പിടിത്തമില്ല, മാ ത്രമല്ല തന്റെ പ്രാവുകളെ കട്ടത് അവനാണോന്ന് സംശയവുമുണ്ട്. ഭാര തി അത്തരത്തിലൊരു സൂചന നല്കിയതിൽപ്പിന്നെയാണത്. മേരിയു ടെ ഓമന പ്രാവുകളെയും അണ്ണാനെയും കാണാതായ ദിവസം രണ്ടുമൂ ന്നു തവണ ചെറുക്കനെ സംശയാസ്പദമായ രീതിയിൽ കാബേജുപാട ത്ത് കണ്ടെന്ന് ഭാരതി മേരിയോടു പറഞ്ഞു. പാടത്തിനു കുറച്ചകലെയു ള്ള തോട്ടത്തിൽ നിന്ന് കൊളുന്തുശേഖരിക്കുകയായിരുന്ന ഭാരതി കണ്ട ത് ചെറുക്കനെത്തന്നെയാണോയെന്ന് മേരിക്കുറപ്പില്ല. ഭാരതിയുടെ അ ഭിപ്രായത്തിൽ തനിക്കെത്ര ദൂരെ നിന്നാലും കണ്ണെത്തിയാൽ ആ ചെറു ക്കനെ തിരിച്ചറിയാം. ജനിച്ചുവീണപ്പോൾ മുതൽ ഭാരതി ചെറുക്കനെ കാണുന്നതാണ്. ഭാരതി തറപ്പിച്ചു പറയുന്നു, അതു ചെറുക്കൻ തന്നെ യാണ്. അവനന്ന് ചുവന്ന ബനിയനും കറുത്ത പാന്റുമാണിട്ടിരുന്നത്. ജീവനെ അതേവേഷത്തിൽ പലതവണ മേരിയും കണ്ടിട്ടുണ്ട്. അന്നു വൈകുന്നേരം ഭാരതി മടങ്ങുമ്പോൾ തടാകത്തിലേക്കുള്ള വഴിക്കരികെ ചെറുക്കന്റെ സൈക്കിളുംകണ്ടു. മുമ്പൊന്നും ചെറുക്കനെയങ്ങനെ പാട ത്തും തടാകവഴിയിലും ഭാരതി കണ്ടിട്ടില്ല. അതാണ് ഭാരതിക്ക് സംശയ മുറയ്ക്കാൻ കാരണം. എങ്കിലും തന്റെ സംശയം ഭാരതി മേരിയോടല്ലാ തെ മാടസ്വാമിയോടുപോലും പങ്കുവച്ചില്ല. മേരിയാകട്ടെ, അറിഞ്ഞവിവ രം സംശയനിഴലിലായതിനാൽ മേടയിലിനോട് പറയാനും മുതിർന്നില്ല. ചെറുക്കനതു സൗകര്യമായി. ഫോൺ കിട്ടിയതിൽപ്പിന്നെ ചെറുക്കൻ നി ലത്തൊന്നുമല്ല. മുറിയടച്ചിരുന്ന് പോൺസൈറ്റുകൾ സന്ദർശിക്കലാണ് മുഖ്യവിനോദം. തങ്കനുമായി സന്ധിക്കാൻ അവസരം നോക്കിയിരിപ്പാ ണ്. വൃദ്ധൻ മറ്റക്കരയിൽത്തന്നെയുള്ളതുകൊണ്ട് ചെറുക്കന്റെ കറക്ക മൊന്നും കാര്യമായി നടക്കുന്നില്ല. അമ്മയോട് പഴയതുപോലുള്ള കൂ ട്ടൊന്നുമില്ല. പുഷ്പയൊട്ട് അതൊന്നും ശ്രദ്ധിച്ചതുമില്ല. വൃദ്ധനെ കെട്ടി യതുകാരണം തന്റെ ജീവിതം തുലഞ്ഞു എന്ന ചിന്തയാണ് പുഷ്പയ്

ക്കെപ്പോഴും. എന്നാൽ അതല്ലാതെ തനിക്കുമുമ്പിൽ മറ്റുവഴികളില്ലായിരുന്നൂവെന്ന തിരിച്ചറിവും പുലർത്തുന്നുണ്ട്. അതുകൊണ്ടുതന്നെ ഒരുതരം അലസസമീപനമാണ് അവർക്കെല്ലാത്തിനോടും! ചെറിയ ഒറ്റനില ടെറസുവീട്ടിൽ തനിക്കും കുടുംബത്തിനും സാമാന്യം കഴിയാനുള്ള സാഹചര്യം വൃദ്ധൻ തന്റെ അദ്ധ്വാനംകൊണ്ട് ഒരുക്കിയിട്ടുണ്ട്. എന്നാലയാളുടെ ഭാര്യയോ മകനോ അതിൽ സംതൃപ്തരല്ല. വൃദ്ധൻ കാരണം എന്തൊക്കെയോ പോരായ്മകൾ തങ്ങളുടെ ജീവിതത്തിൽ സംഭവിച്ചു എന്ന തോന്നലാണ് ഇരുവർക്കും! വർഷത്തിൽ രണ്ടുമൂന്നുതവണ കോതമംഗലത്തുള്ള സഹോദരിമാരെ സന്ദർശിക്കുന്ന പതിവ് വൃദ്ധനുണ്ട്. ഭാര്യയും മകനും അവിടേക്ക് ഒപ്പം കൂടില്ല. പുഷ്പയുടെ ഉടുപ്പും നടപ്പും വൃദ്ധന്റെ സഹോദരിമാർക്കും, തന്നെക്കാണുമ്പോഴുള്ള സഹോദരിമാരുടെ മട്ടുംഭാവവും പുഷ്പയ്ക്കും തീരെപിടിക്കില്ല. അതിനാൽത്തന്നെ കോതമംഗലത്തേക്കുള്ള വൃദ്ധന്റെ യാത്രകൾ വർഷങ്ങളായി ഒറ്റയ്ക്കാണ്. അപ്പൻ പിറ്റേന്ന് കോതമംഗലത്തേക്ക് പോകുന്നൂവെന്നറിഞ്ഞ് ചെറുക്കനെന്നു രാത്രിതന്നെ ഇരിക്കപ്പൊറുതിയില്ലാതെയായി. വിളവെടുപ്പ് കാലമായതിനാൽ ബാരക്ക് കോട്ടേജിൽനിന്ന് വൃദ്ധന് ഒരുസഞ്ചി കാരറ്റും ഒരു സഞ്ചി സ്ട്രോബറിയും കിട്ടിയിരുന്നു. കോതമംഗലത്തേക്ക് പോകാനിറങ്ങിയപ്പോൾ അതിൽനിന്നും കുറച്ച് സഹോദരിമാർക്കും കരുതി. അപ്പൻ പുലർകാലത്തുണർന്നതിന്റെയും യാത്രയ്ക്കൊരുങ്ങുന്നതിന്റെയും നേരിയ ഒച്ചയും സംസാരവും കേട്ടെങ്കിലും ചെറുക്കൻ ഒന്നുമറിയാത്തതുപോലെ മുറിയിൽ പതിയിട്ട് കിടന്നു. വൃദ്ധൻ മാടസ്വാമിയുടെ കടയിൽനിന്നൊരു കാലിച്ചായ കുടിച്ചിട്ട് ടൗണിലേക്കുള്ള ജീപ്പ് കാത്തുനിന്നു. ഇനി രണ്ടുമൂന്ന് ദിവസത്തേക്ക് അപ്പന്റെ ശല്യമില്ല. ചെറുക്കൻ മനസ്സിൽ തുള്ളിച്ചാടി. ഇളംവെയിൽ മഞ്ഞിലുരുകിയിറങ്ങി. യാത്രയ്ക്കിടെ ബസിലിരുന്ന് വൃദ്ധൻ ഒന്നുരണ്ടുപ്രാവശ്യം ചെറുക്കനെ ഫോണിൽ വിളിച്ച് എണീറ്റോന്നും ചായകുടിച്ചോന്നും പലഹാരംതിന്നോന്നുമൊക്കെ അന്വേഷിച്ചു. ചെറുക്കൻ സ്നേഹമഭിനയിച്ച് കൊഞ്ചി തഞ്ചത്തിനു നിന്നു. പതിനൊന്നുമണിയോടെ സൈക്കിളിൽ ചെറിയകുന്നിലേക്ക് പാഞ്ഞു. കുന്നിലെ പാറയ്ക്കുതാഴെ ചെറുക്കനെ കാത്തെന്നവണ്ണം കഞ്ചാവ് ചുരുട്ടും വലിച്ച് തങ്കനിരിപ്പുണ്ടായിരുന്നു.

“നിനക്കു വേണോ.” ചെറുക്കനെക്കണ്ടപ്പോൾ ആലസ്യത്തോടെ തങ്കൻ ചുരുട്ട് നീട്ടി. പുകയിലച്ചുരുട്ടാണെന്ന് ധരിച്ച് നീട്ടിയപാടെ ചെറുക്കൻ ചാടിവാങ്ങി വലിച്ചു. ഒറ്റവലിക്കുതന്നെ അവൻ കുന്തിച്ചിരുന്നുപോയി.

“തങ്കാ ഞാൻ ആകാശത്തേക്കുയർന്നു പോകുന്നു. എന്റെ ശരീരം വികസിക്കുന്നു. ഞാനൊരു ഭീമാകാര ജീവിയായി. നോക്ക് നോക്ക് തങ്കാ... ഹ ഹ ഹ. നീയെന്റെ മുമ്പിലൊരു അശു. അയ്യോ തങ്കാ എന്റെ തല കറങ്ങിത്തിരിയുന്നു. ഞാനിപ്പോ താഴെവീഴും. തങ്കാ എന്നെ പിടിക്ക്.” ചെറുക്കൻ വിറയലോടെ പുലമ്പി. അവന്റെ കണ്ണുകൾ മിഴിച്ചുവന്നു. ഞരമ്പ് വലിഞ്ഞുമുറുകി.

"മ് മ് കുറച്ചുനേരത്തേക്ക് അങ്ങനെ പലതും തോന്നും. പൂച്ച പുലിയാകും. എലി ആനയാകും." തങ്കനൊരു പുൽത്തണ്ട് പൊട്ടിച്ചെടുത്ത് പല്ലിട കുത്തിക്കൊണ്ട് ഉദാസീനമായി ചെറുക്കനെ നോക്കി മൂളിച്ചിരിച്ചു. ചെറുക്കനപ്പോൾ ജലപ്പരപ്പിൽ ഒഴുകിക്കിടന്ന് ആകാശം കാണുമ്പോലെ പാറപ്പടർപ്പിൽ നീണ്ടുനിവർന്നു. തങ്കൻ ജങ്ഷനിൽപ്പോയി പൊറോട്ടയും വറട്ടിയപോത്തിറച്ചിയും വാങ്ങിവന്നു. വരുന്നവഴി തടാകത്തിലിറങ്ങി മുളങ്കമ്പിൽ കെട്ടിത്താഴ്ത്തിയിരുന്നതിൽനിന്ന് രണ്ടുകുപ്പി കള്ള് അഴിച്ചെടുത്തു. ചെറുക്കനെപ്പോഴും പാറമേൽ എന്തൊക്കെയോ പുലമ്പിക്കൊണ്ട് പകുതിബോധത്തിലായിരുന്നു. കുറേനേരം തട്ടിവിളിച്ചിട്ടും ചെറുക്കനതേപടി തന്നെ. പിന്നെപ്പോഴോ ബോധം വന്നു. ഞാനെവിടെയായിരുന്നെന്ന് തങ്കനോട് ചോദിച്ചു. തങ്കൻ മുതുവർക്കുന്നിലേക്ക് നോക്കിയിരുന്ന് പൊട്ടിപ്പൊട്ടി ചിരിച്ചു. പരിസരബോധം വീണ്ടെടുത്ത ചെറുക്കൻ ജാള്യതയോടെ കുറേനേരമിരുന്നു. പിന്നെ തടാകത്തിൽപ്പോയി കുളിച്ചു. കുളിച്ചുവന്നപ്പോൾ നല്ലവിശപ്പ്. സൂര്യൻ ഉച്ചസ്ഥായിയിലായി. തണുപ്പുംചൂടും ഇടകലർന്ന സുഖകരമായ അവസ്ഥ. താഴ്‌വാരത്തുനിന്നും കാറ്റ് ഇടതടവില്ലാതെ കുന്നുകയറി. തങ്കൻ ഭക്ഷണപ്പൊതി തുറന്നു. വരട്ടിയ പോത്തിറച്ചിയുടെ കൊതിയൂറുന്ന മണം. ചെറുക്കൻ ആർത്തിയോടെ ഇറച്ചിയും പൊറോട്ടയും അകത്താക്കി.

"പതുക്കെ തിന്നെടാ ആരും എടുത്തോണ്ടോടില്ല." കഴിക്കുന്നതിനിടെ തങ്കൻ ചെറുക്കനെ കളിയാക്കി.

ഭക്ഷണശേഷം ഇരുവരും പാറയിൽ അലസമായി വർത്തമാനം പറഞ്ഞിരുന്നു. ഇടയ്ക്കിടെ തങ്കൻ കള്ളുകുപ്പി തുറന്ന് കുറേശ്ശേ അകത്താക്കി. ചെറുക്കൻ നിർബ്ബന്ധം പിടിച്ചപ്പോൾ അല്പം അവനും കൊടുത്തു. കള്ള് തലയ്ക്കുപിടിച്ച ചെറുക്കൻ അപ്പനെ വെല്ലുവിളിക്കുകയും അട്ടഹസിച്ച് ചിരിക്കുകയും ചെയ്തു. ഭാരതിയേയും മേരിയേയും ഗിരിയേയും തെറിവിളിച്ചുകൊണ്ട് പലതവണ മുഷ്ടിചുരുട്ടി വായുവിലിടിക്കുകയും കാർക്കിച്ച് തുപ്പുകയും ചെയ്തു. മാർത്തയെ കെട്ടിപ്പിടിക്കുന്നതായി അഭിനയിച്ചു. ഗിരിയെ എറിഞ്ഞിടുന്നതായി സങ്കല്പിച്ച് ഒഴിഞ്ഞ കള്ളുകുപ്പി താഴ്‌വാരത്തേക്ക് വലിച്ചെറിഞ്ഞു. എന്നിട്ട് പാറയിൽ ചുരുണ്ടുകൂടിക്കിടന്നുറങ്ങി. അന്നുരാത്രി തങ്കനും ചെറുക്കനും തടാകക്കരയിൽ ഇടിയൻപ്രതാപനും സംഘത്തിനുമൊപ്പംകൂടി. സംഘത്തിലെ പ്രധാനി കൂട്ടാത്തൻ ജോസിനെ അന്നെന്തുകൊണ്ടോ അവിടെ കണ്ടില്ല. കളകളാകാളുന്ന തീക്കുചുറ്റും പാട്ടുംനൃത്തവും കള്ളും പന്നിയിറച്ചിയുമായി പാതിരായ്ക്കു തുടങ്ങിയ ആഘോഷം പുലർച്ചെവരെ നീണ്ടു. ഉറക്കച്ചടവോടെ ചെറുക്കൻ പുലർച്ചെ പാത്തുംപതുങ്ങിയും അടുക്കളവഴിയിലൂടെ വീട്ടിലേക്ക് കയറിച്ചെന്നു. കൂട്ടാത്തൻജോസ് അപ്പോഴേക്കും പുഷ്പയോട് യാത്രപറഞ്ഞ് പൊയ്ക്കഴിഞ്ഞിരുന്നു. അന്നുച്ചവരെ മൂക്കുമുട്ടെകിടന്നുറങ്ങിയ ചെറുക്കൻ ഉച്ചകഴിഞ്ഞ് തങ്കനടുത്തേക്ക് പോയി. കഞ്ചാവും കള്ളു

മായി സന്ധ്യവരെ ചെറിയകുന്നിൽ കഴിച്ചുകൂട്ടി. പിറ്റേന്ന് രാവിലെ മുതുവർക്കുന്നിൽ പോകാൻ പദ്ധതിയിട്ട് അന്ന് ഇരുവരും പിരിഞ്ഞു. നേരത്തെ വീട്ടിലെത്തിയ ചെറുക്കൻ അപ്പനെ ഫോണിൽവിളിച്ച് സുഖവിവരങ്ങളന്വേഷിച്ച് മര്യാദരാമനായി.

കോച്ചുന്ന തണുപ്പ്. രാവിലെ ചെറുക്കൻ താനേയുണർന്നു. ചൂടുവെള്ളത്തിൽ കുളിച്ചു. ഉള്ളതിൽവച്ച് മുന്തിയവസ്ത്രം ധരിച്ചു. സുഗന്ധം പൂശി. പതിവില്ലാതെ തലമുടിചീകിയൊതുക്കി സുന്ദരനായി. ഒരു കൂട്ടുകാരന്റെ വീട്ടിൽപ്പോകുന്നൂവെന്ന് അമ്മയോട് കള്ളംപറഞ്ഞ് വീട്ടിൽനിന്നിറങ്ങി. കുറച്ചകലെ വഴിയരികിൽ കാത്തുനിന്ന തങ്കനൊപ്പം ബൈക്കിൽക്കയറി മുതുവർക്കുന്നിലേക്ക് തിരിച്ചു. തങ്കനും വൃത്തിയുംവെടിപ്പുമായി ഒരുങ്ങിയിട്ടുണ്ട്. ഉണരാതെ മഞ്ഞിൽവിറങ്ങലിച്ച് കുന്ന്. കയറ്റങ്ങളിൽ കാട്ടുപൂക്കളുടെ സമൃദ്ധി. അവർ കുന്നുകയറിക്കയറി ഒഴിഞ്ഞൊരുനിരപ്പിലെത്തി. സൂര്യൻ എത്തിനോക്കുന്നു. സൂര്യാംശുവേറ്റ് ഇളംനിറമായി മഞ്ഞ്. കഞ്ചാവ് ചുരുട്ടിന്റെ ലഹരിപൂത്ത കണ്ണുകളുമായി മൂന്നു സായിപ്പന്മാർ നിരപ്പിൽ തങ്കനെക്കാത്തിരിപ്പുണ്ടായിരുന്നു. അവർക്കടുത്തെത്തിയപ്പോൾ ചെറുക്കനു പരിഭ്രമമേറി.

“ആരെങ്കിലും കാണോ.” ചെറുക്കൻ തങ്കനെ തോണ്ടി.

“ഇത് നമ്മുടെ ആളുകളുടെമാത്രം സങ്കേതമാണ്. ഇവിടെ മറ്റാരുംവരില്ല.”

“തങ്കാ എന്നെക്കൊണ്ട് പറ്റ്വോ?” ചെറുക്കൻ ശങ്കയോടെ തങ്കനെ നോക്കി.

“പറ്റും. നീയൊരാൺകുട്ടിയല്ലേ. വീഡിയോയിൽ കണ്ടതുപോലെയങ്ങ് ചെയ്താൽമതി. ഒരു ധൈര്യത്തിനു വേണമെങ്കിൽ നീ രണ്ടുപുകയെടുത്തോ. ദാ.” തങ്കൻ കീശയിൽ നിന്നൊരു ചുരുട്ടെടുത്ത് കത്തിച്ച് ചെറുക്കനുനീട്ടി. ചെറുക്കനതുവാങ്ങി ആഞ്ഞുവലിച്ചു. കാത്തിരുന്നവർ ഒന്നൊന്നായി തങ്കനും ചെറുക്കനുമൊപ്പം മാറിമാറി പച്ചപ്പിന്റെ മറവിലേക്ക് മറഞ്ഞു. മറവുകളിൽനിന്ന് സീൽക്കാരങ്ങളുയർന്നു. കുന്നിറങ്ങുമ്പോൾ ചെറുക്കന്റെ കീശയിൽ രണ്ടായിരത്തിന്റെ രണ്ട് പുത്തൻ നോട്ടുകളുണ്ടായിരുന്നു. തങ്കന്റെ കീശയിലുമതേ!

## പതിനൊന്ന്

ഗുഡ്‌വിൽസ്കൂളിലെ കണക്കുപുസ്തകവുമായി ഞായറാഴ്ച രാവിലെ ജോർജ്മാത്യുവെത്തി. മാസാവസാനങ്ങളിലെ ഞായറാഴ്ച അതുപതിവാണ്. ക്യാപ്റ്റനും ഗിരിയും ജോർജ്മാത്യുവും ക്യാപ്റ്റന്റെ മുറിയിലിരുന്നാണ് കണക്കുകൾ പരിശോധിക്കുക. രാവിലെതുടങ്ങി വൈകുന്നേരംവരെ അതുനീളും. അന്നുച്ചഭക്ഷണത്തിനും വൈകുന്നേരചായയ്ക്കും മൂവരും ഒരുമിച്ചാണിരിക്കുക.

*മഞ്ഞുവീണവഴിയിലെ ഓർമ്മപ്പുസ്തകം* അതിലെ ഉള്ളടക്കമെന്താണ്? പാതിരാത്രി തന്റെ അടിമയ്ക്കുമുമ്പിൽ മനസ്സുതുറന്ന് അതിലേക്ക് പകർത്താൻ തക്ക എന്തു നിഗൂഢതയാണ് യജമാനനുള്ളത്! ബാരക്ക് ചിന്തിച്ചു. ആലോചിക്കുന്തോറും ആകാംക്ഷയായി. ഒടുവിൽ ലൈബ്രറിയിൽപ്പോയി ആ പുസ്തകമെടുത്ത് വായിക്കാൻ തീരുമാനിച്ചു. ബാരക്ക് മാർത്തയെ വിളിച്ച് ലൈബ്രറിയുടെ താക്കോൽവാങ്ങി. അടച്ചിട്ട സ്ഫടികജനാലകളിലൂടെ ആവോളം പ്രകാശംകടന്ന് തെളിമയേറിയ റീഡിങ് ഹാളിലൂടെ നടന്ന് ബാരക്ക് പുസ്തകറാക്കുകളിൽ താൻതേടുന്ന പുസ്തകം തിരഞ്ഞു. എത്രതിരഞ്ഞിട്ടും അതുമാത്രം കിട്ടിയില്ല. അവളുടെ ആകാംക്ഷയേറി. ഗിരി അതെവിടെയോ ഒളിപ്പിച്ചിരിക്കുന്നു. അവൾ റീഡിങ്ഹാളിലെ മേശവലിപ്പുകളിൽ പരതി. എല്ലാം ശൂന്യം! അവസാനം റീഡിങ്ഹാളിലെ ഇടുങ്ങിയ കോണികൾകയറി തട്ടിൻപുറത്തെത്തി. അവിടെയൊരു മൂലയ്ക്ക് ഈട്ടിയിൽ തീർത്തൊരു കൊത്തുപണികളുള്ള മേശ. അവൾ ജിജ്ഞാസയോടെ മേശവലിപ്പുകളിൽ വലിച്ചു. വല്ലാതെ കഠിനമായിരുന്നു അവ. സർവ്വശക്തിയുമെടുത്ത് വലിച്ചിട്ടും തുറക്കുന്നില്ല. കാര്യമായി പരിശോധിച്ചപ്പോൾ അടിവശത്ത് താക്കോൽപഴുതുകണ്ടു. തീർച്ചയായും അത് ഇതിനുള്ളിൽത്തന്നെയുണ്ട്. ഗിരി ഭദ്രമായി സൂക്ഷിച്ചിരിക്കുന്നു. ബാരക്ക് ലൈബ്രറിപൂട്ടി തിരികെയിറങ്ങി. താക്കോൽ തിരിച്ച് മാർത്തയെ ഏല്പിക്കുമ്പോൾ പറഞ്ഞു "ആ ഗിരിയോടൊന്ന് വരാൻ പറയൂ."

മാർത്ത പറഞ്ഞതനുസരിച്ച് തന്റെ ജോലിത്തിരക്ക് കഴിഞ്ഞപ്പോൾ ഗിരി മുകളിലേക്കുചെന്നു.

"മാഡം എന്നെ അന്വേഷിച്ചോ." ഹാളിലെ ചാരുകസേരയിൽ പുസ്തകം വായിച്ചിരിക്കുകയായിരുന്ന ബാരക്കിനോട് ചോദിച്ചു.

"ആ പുസ്തകം എവിടെയാ സൂക്ഷിച്ചിരിക്കുന്നത്." ബാരക്ക് അധികാരത്തോടെ ചോദിച്ചു.

"ഏതു പുസ്തകം?" ഗിരി മനസ്സിലാകാതെനിന്നു.

"മഞ്ഞുവീണവഴിയിലെ ഓർമ്മപ്പുസ്തകം."

"ങ്ഹാ അതോ അത് ലൈബ്രറിയിലുണ്ട്."

"അതൊന്ന് എടുത്തുവരൂ." ബാരക്ക് ആജ്ഞാസ്വരത്തിലായി.

"മാഡം അത് ക്യാപ്റ്റന്റെ സ്വകാര്യക്കുറിപ്പാണ്."

"അദ്ദേഹത്തിന്റെ അടിമയായ നിനക്കത് കേട്ടെഴുതാമെങ്കിൽ മകളായ എനിക്കതുവായിക്കാം."

"ഞാനദ്ദേഹത്തോട് ചോദിച്ചിട്ട് കൊണ്ടുവരാം." ഗിരി പറഞ്ഞു.

"അദ്ദേഹം അനുവദിക്കാനിടയില്ല. എന്നാലെനിക്കതു വായിച്ചേതീരൂ. ഞാനതിന് ഏതുവഴിയും സ്വീകരിക്കും." ബാരക്ക് സ്വരംകടുപ്പിച്ചു. ഗിരി പ്രതിസന്ധിയിലായി. അപ്പോഴേക്കും ക്യാപ്റ്റന്റെ വിളിവന്നു "ഗിരീ ഗിരീ ഒന്നുവരൂ."

ഗിരി ക്യാപ്റ്റന്റെ മുറിയിലേക്കുചെന്നു.

“കുറച്ച് ചൂടുവെള്ളം കൊണ്ടുവരൂ. തണുപ്പടിച്ചിട്ട് തൊണ്ടയ്ക്ക് വല്ലാത്ത അസ്വസ്ഥത.” അദ്ദേഹം ജനാലയ്ക്കരികെയുള്ള കസേരയിലിരുന്ന് റേഡിയോ ശ്രവിച്ചുകൊണ്ട് പറഞ്ഞു.

“തണുപ്പ് അസ്സഹ്യമാകുന്നുണ്ട് ക്യാപ്റ്റൻ. മൂന്നുമണിയാകുമ്പോഴേ തോട്ടത്തിലെ പണിനിർത്തേണ്ട അവസ്ഥയാ.” ഗിരി അലമാരയിൽനിന്നൊരു കമ്പിളിയെടുത്ത് ക്യാപ്റ്റനെ പുതപ്പിച്ചു.

“ഞാൻ പുതച്ചോളാം.” അദ്ദേഹം കൈയുയർത്തി.

ഗിരി അടുക്കളയിൽ പോയി ഫ്ളാസ്കിൽ ചൂടുവെള്ളവുമായി വന്നു. “തീ കുറച്ചുകൂടി കാളിക്കട്ടെ.” വെള്ളം പകർന്നുകൊടുക്കുമ്പോൾ ഗിരി ചോദിച്ചു.

“ഞാൻ കാളിച്ചോളാം. ഗിരി പൊയ്ക്കോളൂ.” ക്യാപ്റ്റൻ പറഞ്ഞു.

മാഡം പുസ്തകം ചോദിച്ചത് ക്യാപ്റ്റനോട് പറയണോ? അല്പം ശങ്കിച്ചുനിന്നശേഷം അവൻ മുറിവിട്ടു. ക്യാപ്റ്റനോട് ചോദിച്ചാൽ സമ്മതിക്കാനിടയില്ല. അദ്ദേഹത്തിന്റെ അനുവാദമില്ലാതെ ഓർമ്മപ്പുസ്തകം മാഡത്തിനു കൊടുത്താലതു വിശ്വാസവഞ്ചനയുമാവും. എനിക്കതു കേട്ടെഴുതാമെങ്കിൽ മാഡത്തിനതു വായിക്കുകയുമാവാം എന്നത് ന്യായമാണ്. തീർച്ചയായും ക്യാപ്റ്റന്റെ ഭൂതകാലം മാഡമറിയണം. അദ്ദേഹം എന്തായിരുന്നൂവെന്ന് ബാരക്കറിയണം. ഒരു തീരുമാനമെടുക്കാനാകാതെ പലതും ചിന്തിച്ചുകൂട്ടിയ ഗിരിയൊടുവിൽ മനസ്സിലുറപ്പിച്ചു. ക്യാപ്റ്റനറിയാതെ അവൻ തട്ടിൻപുറത്തെ മേശവലിപ്പിൽനിന്ന് പുസ്തകമെടുത്ത് മാർത്ത കാണാതെ ബാരക്കിന്റെ മുറിയിലെത്തിച്ചു. അതപ്പോൾ കിട്ടുമെന്ന് അവളൊട്ടും പ്രതീക്ഷിച്ചിരുന്നില്ല. ബാരക്ക് പുസ്തകംമറിച്ചു. ആദ്യതാളിലെ പേര് ഒന്നുകൂടിവായിച്ചു. അടുത്തതാളിലേക്ക് കടന്നു. ഒന്നും വായിക്കാനേപറ്റുന്നില്ല. ആകെ അസ്പഷ്ടാക്ഷരങ്ങൾ.

“മറ്റാരും വായിക്കരുതെന്ന് വാശി പിടിച്ചെഴുതിയതാണോ.” ബാരക്ക് ഗിരിയുടെനേരെ ക്രുദ്ധയായി.

“വെപ്രാളത്തിലെഴുതുമ്പോൾ എന്റെയക്ഷരങ്ങൾ അങ്ങനെയാണ്. ക്യാപ്റ്റൻ വേഗത്തിൽപ്പറയും.”

“എന്നാൽ നീതന്നെ വായിക്ക്.” ബാരക്ക് ആജ്ഞാപിച്ചു.

“അത്താഴംകഴിഞ്ഞിട്ട് എനിക്ക് ക്യാപ്റ്റനടുത്തേക്ക് പോകണം. അദ്ദേഹമെന്നെ അന്വേഷിക്കും.” ഗിരി പറഞ്ഞു.

“എന്നാലിതുകൂടി കൊണ്ടുപൊയ്ക്കോളൂ. ഇന്നും കേട്ടെഴുത്തുണ്ടാവുമല്ലോ. തിരികെവയ്ക്കാൻ കൊണ്ടുപോകുമ്പോൾ ഈവഴി വന്നാൽ മതി.” ബാരക്ക് *മഞ്ഞുവീണവഴിയിലെ ഓർമ്മപ്പുസ്തകം* ഗിരിക്ക് നീട്ടിപ്പറഞ്ഞു.

ചോലക്കുന്നിലെ പൊട്ടുദീപങ്ങൾ തെളിഞ്ഞുകത്തി. കുരുതിപ്പാട്ട് നിലച്ചു. മാർത്ത നേരത്തെകിടന്നു. കനത്ത മഞ്ഞും ഇരുട്ടും മലഞ്ചെരു

വിനെമൂടി. മുറ്റത്തെ നെരിപ്പോട് കെടുത്തിയിട്ട് ഗിരി ക്യാപ്റ്റന്റെ മുറിയിലേക്ക് നടന്നു. പത്തരകഴിഞ്ഞു. ഗിരി ചെല്ലുമ്പോഴേക്കും അകത്തുനിന്നും വാതിൽകുറ്റിയിട്ട് ക്യാപ്റ്റൻ ഉറക്കത്തിലായിക്കഴിഞ്ഞിരുന്നു. എഴുത്തുജോലിയുള്ളപ്പോൾ വാതിൽ കുറ്റിയിടാറില്ല. വെറുതെ ചാരിയേക്കും. മാത്രമല്ല അക്കാര്യം ക്യാപ്റ്റൻ ഗിരിയോട് നേരത്തേ സൂചിപ്പിക്കുകയും ചെയ്യും. ഇന്നതൊന്നുമുണ്ടായില്ല. എഴുത്തുജോലിയുള്ള രാത്രികളിൽ ഗിരി ഉത്സാഹവാനായിരിക്കും. ആ ജോലി ഒരു കഥകേൾക്കുന്ന പ്രതീതിയാണ് ഗിരിയിൽ സൃഷ്ടിക്കുന്നത്. ബാരക്ക് പുസ്തകവുമായുള്ള ഗിരിയുടെ വരവുംകാത്തിരുന്നു. അവളുടെ പ്രതീക്ഷതെറ്റിക്കാതെ പതിനൊന്നോടെ ഗിരി പുസ്തകവുമായെത്തി. ഗിരി അവളിരിക്കുന്നതിനെതിർവശത്തായി ഹാളിന്റെ കോണിലെ ടേബിളിനുമുമ്പിലെ കസേരയിലിരുന്നു. പുസ്തകം തുറന്ന് ടേബിളിൽ വച്ച് വായിക്കാൻതുടങ്ങി... 'മഞ്ഞുമലയുടെ താഴ്വരകളിൽ ബന്ദിപ്പൂക്കൾ വിരിഞ്ഞു. നല്ല ഓറഞ്ച് നിറമുള്ളവ. ഇടയിൽ പനിനീർറോസും പട്ടുറോസും! കോച്ചുന്ന തണുപ്പിലും മഞ്ഞുകൂടയ്ക്കുള്ളിൽ വിരിഞ്ഞ പൂക്കളെ നോക്കിനില്ക്കുക സുഖകരമായൊരു കുളിർമ്മയായിരുന്നു. ഞാനതിൽനിന്നും കുറച്ചുപൂക്കൾ പൊട്ടിച്ചെടുത്തു. തണുപ്പിനെ പ്രതിരോധിക്കാൻ തീക്കനൽനിറച്ച പാത്രങ്ങൾ വയറ്റത്തുകെട്ടിനിന്ന് പൂക്കൾശേഖരിക്കുന്ന കാശ്മീരികൾ എന്നെനോക്കി ഹൃദ്യമായി പുഞ്ചിരിച്ചു. ഞാൻ തടാകത്തിനടുത്തുചെന്ന് പൂത്തുകിടന്ന താമരയിൽനിന്നും ഏതാനും ഇലകൾ ചീന്തിയെടുത്തു. അതിരാവിലെ സാബിന്റെ ഭാര്യക്കായി ഒരു ബൊക്കെയുണ്ടാക്കുക എന്ന ഉദ്ദേശ്യത്തോടെ പറിച്ചെടുത്ത താമരയിലകൾ അക്ഷരാർത്ഥത്തിലെന്നെ കൊണ്ടെത്തിച്ചത്, തറവാട്ടിലെ കുളപ്പടവുകളിലാണ്. രണ്ടാനച്ഛന്റെ ഇഷ്ടക്കേടിലും അവഗണനയിലും വേദനിച്ചും ഒറ്റപ്പെട്ടും അമ്മയുടെ തറവാട്ടിൽ കഴിഞ്ഞിരുന്ന എനിക്ക് കുളക്കടവ് സ്വയം വീണ്ടെടുക്കലിന്റെ ഇടമായിരുന്നു. ന്യായാന്ന്യായങ്ങൾ നിരത്തി കണ്ണീർതൂകിയും ആശ്വസിച്ചും ഞാൻ സംസാരിച്ചിരുന്നത് കുളത്തിലെ പായൽനിറമുള്ള വെള്ളത്തോടും പരൽമീനുകളോടും താമരമൊട്ടുകളോടുമൊക്കെയായിരുന്നു. വീടുവിടുന്നതിന്റെ തലേന്നുവരെ ആത്മനൊമ്പരങ്ങളിലെനിക്കു കൂട്ടായിനിന്ന താമരവള്ളികളും കുളപ്പടവും അവിടത്തെ പൂഴിമണ്ണും അന്നാദ്യമായി എന്നിൽ നഷ്ടബോധമുളവാക്കി. ഒരിക്കൽ ഉച്ചതിരിഞ്ഞനേരത്ത് ഞാൻ കുളപ്പടവിലിരിക്കുമ്പോൾ പടവിറങ്ങിവരുന്ന ചിലങ്കക്കൊലുസിന്റെ കിലുക്കംകേട്ടു. തിരിഞ്ഞുനോക്കാതെതന്നെ ഉണ്ണിമോളാണെന്ന് മനസ്സിലാക്കിയ ഞാൻ വേഗം മുകളിലേക്കുചെന്നു. എന്നെക്കണ്ടപാടെ കൊഞ്ചലൂറുന്ന സ്വരത്തിൽ ഉണ്ണിമോളൊരൊറ്റ ചോദ്യം "ഏറ്റാ രണ്ട് ചിത്തിരക്കിളീനെ കന്റില്ലേ അടി കിറ്റോ?"

ഉണ്ണിമോൾ എന്റെ അനുജത്തിയാണ്. എന്റെ അമ്മയുടെ രണ്ടാമത്തെക്കുട്ടി. എന്റെ രണ്ടാനച്ഛന്റെ ഏകമകൾ.

"ആരാ നിന്നോടീ വിഡ്ഢിത്തം പറഞ്ഞെ? ചിത്തിരയും തല്ലുമായി യാതൊരു ബന്ധവുമില്ല." ഞാൻ പറഞ്ഞു.

"ജാനിയാ പറഞ്ഞെ. ഞാൻ ഒരു കിളീനേ കണ്ടുള്ളു. അപ്പോ ജാനി പറയാ എനിച്ചിന്ന് അടി കിറ്റൂന്ന്." അഞ്ചരവയസ്സുകാരിയായ ഉണ്ണിമോൾ നീട്ടിപ്പറഞ്ഞു. അമ്മയുടെ പ്രിയപ്പെട്ട കൂട്ടുകാരിയായ സരസ്വതിയുടെ മകളാണ് ജാനകി. ഉണ്ണിമോളേക്കാൾ അല്പം മുതിർന്നകുട്ടി. അയൽപക്കത്താണ് താമസം. ഉണ്ണിമോളും ജാനകിയും ഒരുമിച്ചാണ് നടപ്പുംകളിയും. ഞങ്ങൾ ഗ്രാമത്തിലെ പിള്ളേർക്ക് ചില വിശ്വാസങ്ങളുണ്ടായിരുന്നു. ഒറ്റച്ചിത്തിരയെ കണ്ടാൽ, ചാണകം ചവിട്ടിയാൽ ഒക്കെ തല്ല് ഉറപ്പാണെന്ന്. ദേവാലയങ്ങൾക്കുനേരെ അറിയാതെപോലും വിരൽചൂണ്ടാൻ പാടില്ല. അഥവാ ചൂണ്ടിയാൽ ഇരുകൈത്തണ്ടയിലേയും വിരലുകൾ മടക്കിപ്പിടിച്ച് കടിക്കണം. ഇല്ലെങ്കിൽ പാപം കിട്ടുമെത്രേ! തൊട്ടതിനുംപിടിച്ചതിനും ഇളയച്ഛനിൽനിന്നും തല്ലും ശകാരവും പതിവായിരുന്ന എനിക്ക് ആ പറച്ചിലുകളിലൊന്നും വിശ്വാസമുണ്ടായിരുന്നില്ല.

"എനിച്ചിന്ന് അടികിറ്റും." ഉണ്ണിമോളുടെ കണ്ണുകൾ ഭയത്താലുരുണ്ടു.

"നിന്നെയിവിടെ ആരു തല്ലാനാ മോളേ." ഞാനവളുടെ കവിളിൽത്തലോടി.

"ഏറ്റനോട് മിണ്ടിയേന് അച്ഛൻ തല്ലും." തന്റെ പറ്റെവെട്ടിയ തലമുടിയിൽ കുഞ്ഞിക്കൈത്തലം പരതി ശങ്കയോടെ ഉണ്ണിമോൾ പറഞ്ഞു.

"മോള് ഏട്ടനോട് സംസാരിക്കുന്നത് അച്ഛൻ കണ്ടില്ലല്ലോ. അതുകൊണ്ട് അടിയും കിട്ടില്ല."

"ചത്യം?" ഉണ്ണിമോളുടെ ഈർപ്പമൂറുന്ന കണ്ണുകൾ നിഷ്കളങ്കമായി എന്നെ നോക്കി.

"ഉം സത്യം. പക്ഷേ, മോളിനിയിവിടേക്ക് വരരുത്. കുളത്തിനുള്ളിൽ ചുറ്റും കൈകളുള്ള നീരാളിയുണ്ട്. അതു കുട്ടികളെക്കണ്ടാൽ പിടിച്ച് വെള്ളത്തിൽത്താഴ്ത്തും. ഉണ്ണിമോളിനി ഇവിടേക്ക് വരില്ലാന്ന് കൈയിൽത്തൊട്ട് സത്യമിട്" ഞാൻ കൈവെള്ള കാട്ടി. സത്യം പാലിച്ചില്ലെങ്കിൽ തലപൊട്ടിപ്പോകുമെന്നാണ് ഉണ്ണിമോളുടേയും ജാനകിയുടേയും വിശ്വാസം. കുറച്ചുനേരം ഒന്നുംമിണ്ടാതെ കുളത്തിലേക്ക് നോക്കിനിന്ന ഉണ്ണിമോൾ എന്നെത്തൊട്ട് ചത്യം എന്നു പറഞ്ഞിട്ട് ഓടിപ്പോയി. അഞ്ചുവയസ്സുള്ളപ്പോളൊരിക്കൽ ആദ്യമായി കുളപ്പടവുകളിറങ്ങിപ്പോയ എന്നെ പിന്തുടർന്നുവന്ന് മുത്തശ്ശി പറഞ്ഞു ഭീതിപ്പെടുത്തിയ കഥതന്നെയാണ് ഞാനും ഉണ്ണിമോളോട് പറഞ്ഞത്. ആ മുത്തശ്ശിക്കഥയിൽ അല്പം കാര്യമുണ്ടായിരുന്നു. അമ്മയുടെ നേരെ മൂത്തസഹോദരന്മാർ ബാല്യത്തിൽ ആ കുളത്തിൽ മുങ്ങിമരിച്ചിരുന്നു. കുളത്തിന്റെ മദ്ധ്യത്ത് മുങ്ങിത്താണ ഏട്ടനെ രക്ഷിക്കാനുള്ള ശ്രമത്തിലാണത്രെ അനുജന്മാരും വെള്ളത്തിലാണ്ടുപോയത്. അവരെ നീരാളി മുക്കിയതാണെന്ന് മുത്തശ്ശി വിശ്വസി

ച്ചിരുന്നു. തറവാട്ടിലെല്ലാവരും ആ വിശ്വാസത്താൽ കുളത്തിൽനിന്നും അകന്നുനിന്നു. കുടുംബക്ഷേത്രത്തിലെ ഉത്സവത്തോടനുബന്ധിച്ച് കുളവും പരിസരവും വൃത്തിയാക്കാൻ ആരെങ്കിലും വന്നാലായി. മുത്തശ്ശിയുടെ മരണശേഷം ഞാൻ യഥേഷ്ടം അവിടെയൊക്കെ ചുറ്റിനടന്നു. എന്തായാലും നീരാളിക്കഥ വിശ്വസിച്ച ഉണ്ണിമോൾ പിന്നെയങ്ങോട്ട് വന്നതേയില്ല.

"സാബ്ജീ വിരോധമില്ലെങ്കിൽ ഒരല്പം ഒഴിഞ്ഞു നില്ക്കാമോ." തിരിഞ്ഞുനോക്കുമ്പോൾ വിനയാന്വിതയായി ഒരു കാശ്മീരിയുവതി. ഞാൻ കരയോടടുപ്പിച്ചിരുന്ന ഷിക്കാരയ്ക്കടുത്തുനിന്നും മാറി. പൂക്കെട്ടുകളുമായി അവർ എന്നെക്കടന്ന് ഷിക്കാരയ്ക്കടുത്തേക്കുപോയി. മഞ്ഞുറഞ്ഞ തടാകത്തിലൂടെ വർണ്ണശബളമായ കമ്പളങ്ങളുംചുറ്റി അലങ്കാരയിലകളും പൂക്കളുംനിറച്ച ഷിക്കാരകൾ തുഴയുന്ന കാശ്മീരികൾ. താമരയിലകൾക്കുള്ളിൽ പൂക്കളെ മൂന്നുചുറ്റുകളാക്കി ഞാനൊരു ബൊക്കെയുണ്ടാക്കി. അതുമായി മേജർസാബിന്റെ വീട്ടിലേക്ക് നടന്നു. അദ്ദേഹം പഞ്ചാബിലേക്കു പോയിരിക്കുകയാണ്. സൈനിക കേന്ദ്രത്തിലേക്കെന്നു പറഞ്ഞ് ഇടയ്ക്കിടെയുള്ള സാബിന്റെ ആ പോക്ക് അതിർത്തിയിലെ ഇഷ്ടക്കാരിയെ കാണാൻവേണ്ടിയാണ്. ഇഷ്ടക്കാരിക്കു കൊടുക്കാൻ വേണ്ടിയാവണം പോകുന്നതിന്റെ തലേന്ന് സാബ് എന്നെക്കൊണ്ട് മാർക്കറ്റിൽനിന്നും പഷ്മിനസിൽക്കും ബദാമും കുങ്കുമപ്പൂവും കുറച്ചധികം ബേക്കറി പലഹാരങ്ങളും വാങ്ങിപ്പിച്ചത്. പഞ്ചാബിലേക്കു പോകുമ്പോഴൊക്കെ അതു സാബിന്റെ പതിവാണ്. എന്തായാലും ആ ഇഷ്ടക്കാരി ഭയങ്കരി തന്നെ. അല്ലെങ്കിൽ സാബിന്റെ പ്രിയപ്പെട്ടവളാകുമായിരുന്നില്ല. ചിനാർമരങ്ങളിൽനിന്നും മഞ്ഞിറുന്നുവീണു. വെള്ളക്കൽക്കണ്ടംപോലെ ചുറ്റും മഞ്ഞുകൂമ്പാരങ്ങൾ. സ്നോബൂട്ട് മുറുക്കി ഞാൻ നടന്നു. മഞ്ഞുവാരിയെറിഞ്ഞ് കളിക്കുകയായിരുന്ന കുട്ടികൾ എന്നെക്കണ്ടതും കളിനിർത്തി തോളിൽതൂങ്ങുന്ന റൈഫിളിലേക്കുനോക്കി. കാശ്മീരി കുട്ടികൾക്ക് സൈനികരോട് അടുക്കാൻ വിമുഖതയാണ്. മുഖത്തോടുമുഖം കണ്ടാലും ഒരു മയവുമില്ല. ഗ്രാമീണരിൽ പകുതിയും അങ്ങനെതന്നെ. സന്ദർശകരോട് ആ അകൽച്ചയില്ല. കാശ്മീരികളെ സംബന്ധിച്ച് തങ്ങളുടെ സ്വൈര്യജീവിതത്തിനും സ്വാതന്ത്ര്യത്തിനും വിലങ്ങുതടിയാണ് സൈന്യം. തർക്കങ്ങളും കർഫ്യൂവും വെടിയൊച്ചയും രക്തപ്പാടുകളും മരണവുമെല്ലാം അവരെ അത്രയേറെ മടുപ്പിച്ചിരിക്കുന്നു. ഒരിക്കൽ പഹൽഗാമിൽ കരസേനയുടെ രാത്രിപട്രോളിങ്ങിനിടെ വെടിയേറ്റുമരിച്ച ഹുഷീദ്മുഹമ്മദ് എന്ന യുവാവിന്റെ മൃതദേഹത്തിനരികെയിരുന്ന് അവിവാഹിതയായ അവന്റെ സഹോദരി വിലപിച്ചു 'ഞങ്ങളെ ജീവിക്കാനനുവദിക്കൂ. അവൻ നിരപരാധിയായിരുന്നു. എന്നിട്ടും നിങ്ങളവനെ കൊന്നില്ലേ. അവന്റെ സ്വപ്നങ്ങളെയും നിങ്ങൾ അവസാനിപ്പിച്ചു.' മാസങ്ങൾ കഴിഞ്ഞിട്ടും ആ ദൃശ്യം മായാതെ മനസ്സിൽക്കിടക്കുന്നു. അവൾ നെഞ്ചത്തടിച്ച് നിലവിളിക്കുമ്പോൾ

ചുറ്റും നിന്നവരിൽ ചിലർ കുശുകുശുത്തത് മുഖത്തുനിന്നും മാറിക്കിടക്കുന്ന അവളുടെ ബുർഖയെക്കുറിച്ചാണ്. എന്നാൽ കൂട്ടത്തിലുണ്ടായിരുന്ന ജവാന്മാരിൽചിലർ അടക്കംപറഞ്ഞത് അവളുടെ ചുണ്ടിനുതാഴെയുള്ള നേർത്ത മറുകിനെക്കുറിച്ചാണ്.

ഞാൻ സാബിന്റെ ക്വാർട്ടേഴ്സിലെത്തുമ്പോൾ വില്ലോത്തടികൊണ്ടുള്ള മുറ്റത്തെ അരവേലിയുടെ ഗേറ്റ് പതിവുപോലെ അടഞ്ഞുകിടന്നു. റൈഫിളിന്റെ പാത്തികൊണ്ട് മൂന്നുതവണ ഗേറ്റിൽ ആഞ്ഞുതട്ടി. ഗേറ്റിലെ ചങ്ങലക്കൊളുത്ത് ശബ്ദത്തോടെ ഇളകി. അല്പസമയത്തിനുള്ളിൽ ക്വാർട്ടേഴ്സിനു മുൻവശത്തെ ജനൽപ്പാളിനീക്കി നീതുസാബിന്റെ മുഖംവന്നു. തന്നെ സാബ് എന്നു വിളിക്കരുതെന്നും ദീദി എന്നു വിളിച്ചോളാനും മുപ്പത്തഞ്ചുകാരിയായ അവർ എന്നോട് പറഞ്ഞിട്ടുണ്ട്. അവരെന്നോടു സംസാരിച്ചിട്ടുള്ള ഏകകാര്യവും അതുമാത്രമാണ്. എന്നാൽ തന്റെ ഭാര്യയെ സാബ് എന്നു മാത്രമേ സംബോധന ചെയ്യാവൂവെന്നാണ് മേജർസാബിന്റെ കല്പന. മേജർ മൻദീപ്സിങ് അല്പനും മുൻകോപിയുമാണ്. അദ്ദേഹത്തെ അനുസരിച്ചില്ലെങ്കിൽ കടുത്തശിക്ഷ ഉറപ്പാണെന്ന് ബാരക്കിൽ എല്ലാവരും പറയുമായിരുന്നു."

"നിർത്തൂ ഒരുനിമിഷം." ബാരക്ക് ഒച്ചയെടുത്തു.

"എന്താ മാഡം എന്തുപറ്റി." ഗിരി വായനനിർത്തി അവളെ നോക്കി.

"ബാരക്ക് ബാരക്ക് കോട്ടേജ്! അപ്പോൾ പട്ടാളബാരക്കിൽ നിന്നാണ് പേരിന്റെ വരവ്." അവൾ പുലമ്പിക്കൊണ്ട് മുറിയിലൂടെ ഉലാത്തി. ടേബിൾലാമ്പിന്റെ വെട്ടത്തിൽ തുറന്നുവച്ച പുസ്തകവുമായി ബാരക്കിന്റെ കല്പനയ്ക്ക് കാതോർത്തിട്ടെന്നപോലെ ഗിരിയിരുന്നു. ഏറെനേരം അങ്ങനെ പോയി. ഒടുവിൽ അവൾ തന്റെ ചാരുകസേരയിലേക്ക് വന്നിരുന്നിട്ട് പറഞ്ഞു "നിനക്കു വായന തുടരാം." ഗിരി മിതമായ ശബ്ദത്തിലും വേഗത്തിലും വായന തുടർന്നു 'അകാലനര ബാധിച്ച യൗവനത്തുടിപ്പില്ലാത്ത നീതുസാബ് മിതഭാഷിയായൊരു സാധുവായിരുന്നു. ഭീതിനിഴലിക്കുന്ന അവരുടെ കണ്ണുകളിലേക്കു നോക്കിയാൽ നമ്മൾ വല്ലായ്മപ്പെടും. ജനുവരി മൂന്ന്, ഇന്ന് നീതുസാബിന്റെ ജന്മദിനമാണ്.' കുറിപ്പിലെ തീയതി ആവർത്തിച്ച് ഗിരി വായന നിർത്തി.

"എന്താ നിർത്തിയത്." ബാരക്ക് ദേഷ്യപ്പെട്ടു.

"മാഡം ജനുവരി മൂന്ന്, അന്ന് ക്യാപ്റ്റൻ ജലപാനം ചെയ്യാറില്ല. മാഡം, ആ ദിവസം നിങ്ങളുടെ അമ്മയുടെ പിറന്നാളാണ്. നമ്മളാരുമത് മനസ്സിലാക്കിയില്ലല്ലോ. കഷ്ടം!." ഗിരി വിരലുകൾ കൂട്ടിത്തിരുമ്മി.

"മതി നിന്റെ വികാരപ്രകടനം. വായന തുടരാം." അവളുടെ സ്വരം കടുത്തു.

ഗിരി തുടർന്നു: 'ഇന്ന് നീതുസാബിന്റെ ജന്മദിനമാണ്. രണ്ടുദിവസം മുൻപ് ധോബി യശ്പാൽ ബാരക്കിൽ വന്നപ്പോൾ പറഞ്ഞതാണ്. യശ്പാലിന്റെ ഭാര്യ സുനീതിയെ വല്ലപ്പോഴും മേജർസാബിന്റെ ക്വാർട്ടേ

ഴ്സിൽ കാണാറുണ്ട്. നീതുസാബിനെ അടുക്കളയിൽ സഹായിക്കാൻ വേണ്ടിയാവുമെന്നാണ് കരുതിയത്. എന്നാൽ അങ്ങനെയല്ലെന്നും സുനീതി വെറുതേയവിടെ വരുന്നതാണെന്നും നീതുസാബിന്റെ പിതാവ് പഞ്ചാബിലെ അറിയപ്പെടുന്ന സ്വാതന്ത്ര്യസമര സേനാനിയായിരുന്നെന്നും അദ്ദേഹമുണ്ടായിരുന്നപ്പോൾ വിശേഷാവസരങ്ങളിൽ ചുറ്റുവട്ടത്തുള്ളവർക്കൊക്കെ സമ്മാനങ്ങൾ നല്കിയിരുന്നെന്നും അതിന്റെ ഓർമ്മയ്ക്കാവണം നീതുസാബും അങ്ങനെ ചിലത് ചെയ്യുന്നുണ്ടെന്നും സുനീതിക്ക് അത്തരത്തിൽ നീതുസാബിൽനിന്നും ഉപഹാരങ്ങൾ ലഭിച്ചിട്ടുണ്ടെന്നുമൊക്കെ യശ്പാൽ പറഞ്ഞു. മറ്റന്നാളും സുനീതിക്ക് കാര്യമായിട്ടെന്തെങ്കിലും കിട്ടും. അതുപറയുമ്പോൾ യശ്പാലിന്റെ മുഖത്ത് നന്മയുടെ തിളക്കമില്ലാത്തൊരു സന്തോഷംകണ്ടു. ജനാലയിലൂടെ എന്നെക്കണ്ട നീതുസാബ് ക്വാർട്ടേഴ്സിന്റെ വാതിൽതുറന്ന് വരാന്തയിലേക്കുവന്നു. ഞാൻ ബൊക്കെയുയർത്തി വിളിച്ചുപറഞ്ഞു "ജന്മദിനാശംസകൾ സാബ്."

അപ്രതീക്ഷിത സംഭവത്തിനു സാക്ഷ്യംവഹിച്ചതുപോലെ അവരെന്നെ തുറിച്ചുനോക്കി.

"സാബ് ഈ ബൊക്കെ സ്വീകരിച്ചാലും." ഞാൻ അടുത്തേക്ക് ചെന്ന് ബൊക്കെ നീട്ടി.

"വേണ്ട." ദേഷ്യത്തോടെ നീതുസാബ് അകത്തുകയറി വാതിലടച്ചു. നിന്നനില്പിൽ ഞാനാ മഞ്ഞുതറയിൽ ആണ്ടുപോയി. കാശ്മീർത്താഴ്വരയിൽ അതിശൈത്യം മൂടിക്കിടന്നൊരുദിവസം പഞ്ചാബിലെ ഏതോ ഗ്രാമത്തിലാണ് നിങ്ങൾ ജനിച്ചതെന്ന അറിവ് ഒരു ബൊക്കെ തരാനോ വാങ്ങാനോ മതിയായ പരിചയമാകുന്നില്ല സാബ്. ബാരക്കിലേക്കു മടങ്ങുന്നവഴി ഞാനാ ബൊക്കെ ഒരു മഞ്ഞുകൂമ്പാരത്തിനു മുകളിൽ കുഴിച്ചുവച്ചു.'

"ഇന്നത്തേക്ക് നിർത്താം. നീയാ മാനുസ്ക്രിപ്റ്റ് യഥാസ്ഥാനത്ത് കൊണ്ടുവയ്ക്കൂ." ഇഷ്ടികച്ചുകപ്പുള്ള ചുമരിലെ ഘടികാരത്തിൽ മൂന്നടിച്ചപ്പോൾ ബാരക്ക് ഗിരിയോട് നിർദ്ദേശിച്ചു. അവൻ സാമാന്യംഭാരമുള്ള ആ കൈയെഴുത്തുപ്രതി മടക്കിയെടുത്ത് ബാരക്കിന്റെ മുറിവിട്ടു. ശബ്ദമുണ്ടാക്കാതെ കോണികളിറങ്ങി സ്വീകരണമുറിയിൽനിന്നും രണ്ടുതിരിവുകൾകടന്ന് വടക്കുവശത്തെ കോണികൾകയറി ക്യാപ്റ്റന്റെ ലൈബ്രറിക്കുമുകളിലുള്ള തട്ടിൻപുറത്തെത്തി. അവിടെ തട്ടുമുട്ടു സാമാനങ്ങൾക്കിടയിൽനിന്നും മാറിയൊരു കോണിലായുള്ള ഈട്ടിയിൽത്തീർത്ത മേശയുടെ വലിപ്പുതുറന്ന് മാനുസ്ക്രിപ്റ്റ് ഭദ്രമായിവച്ചു. പുലരാൻ ഇനിയധികമില്ല. അഞ്ചുമണിക്ക് ക്യാപ്റ്റനുണരുമ്പോൾ ബെഡ്കോഫി കൊടുക്കണം. ഗിരി ധൃതിയിൽ താഴേക്കിറങ്ങി.

ചിന്താവൈവിദ്ധ്യത്താൽ പ്രചോദിതമായ പ്രതിഭകളുടെ ഹൃദയം വികാരങ്ങളുടെ വിസ്മയപ്രപഞ്ചമാണ്. അവർക്ക് അനന്യവും അസാധാരണവുമായ വ്യക്തിത്വം കൈവരും. ബാരക്കിനെ ചൂഴ്ന്നുനില്ക്കുന്ന

കാല്പനികവും വന്യവുമായ നിഗൂഢഭംഗി മഞ്ഞുപോൽ ആർദ്രമാകാനും വെയിൽപോൽ കഠിനമാകാനും സായാഹ്നംപോൽ വിഷാദിയാകാനും സന്ധ്യപോൽ തീക്ഷ്ണമാകാനും രാത്രിപോൽ കനപ്പെടാനും ഏകാന്തവും നിശ്ശബ്ദവുമാകാനും തൊട്ടടുത്ത സൂര്യോദയത്തിൽ പുനർജ്ജനിക്കാനും അധികസമയം വേണ്ട! തന്റെ വാക്കുകളെ പരിഗണിക്കുന്നവരോട് കലർപ്പില്ലാത്ത വ്യക്തിത്വമുള്ള സ്ത്രീകൾ അങ്ങേയറ്റം ദയാലുവും കൃതാർത്ഥയുമാകും. രണ്ടുദിവസമായി ഗിരിയെക്കാണാഞ്ഞ് ബാരക്ക് മാർത്തയോട് അന്വേഷിച്ചു. അവൾക്ക് വൈകുന്നേരച്ചായയുമായി മുകളിലേക്ക് വന്നതായിരുന്നു മാർത്ത.

"മഞ്ഞുറച്ചിട്ടും തോട്ടത്തിൽനിന്ന് കയറാതെ മുന്തിരി പരിപാലനമായിരുന്നു. ഞാനപ്പോഴേ പറഞ്ഞതാ പനിപിടിച്ചില്ലെങ്കിൽ കൊള്ളാമെന്ന്. മിനിങ്ങാന്ന് രാവിലെ തുടങ്ങിയ പനിയാ. ഗൗനിക്കാതെ അന്നും തോട്ടത്തിലിറങ്ങി. വൈകുന്നേരമായപ്പോ നല്ല തലച്ചൂട്. എന്നിട്ടും അടുക്കളയിലെന്നെ സഹായിക്കാൻ വന്നു. ഞാൻ ഓടിച്ചുവിട്ടു." തന്റെ പ്രിയപ്പെട്ട കുഞ്ഞിനെക്കുറിച്ചെന്നപോലെ മാർത്ത പറഞ്ഞു. അവരുടെ മുഖത്ത് വാത്സല്യത്തിന്റെ തിരയിളക്കം കണ്ടു. മാർത്തയുടെ വാത്സല്യം ബാരക്കും അനുഭവിച്ചിട്ടുള്ളതാണ്.

"ആശുപത്രിയിൽ പോയില്ലേ?"

'ഗിരിയെക്കുറിച്ച് തന്നെയാണോ ബാരക്ക് ചോദിക്കുന്നത്! ഇക്കണ്ട കാലത്തിനിടയ്ക്ക് ഒരിക്കലുമുണ്ടായിട്ടില്ലാത്ത ചോദ്യം!.' മാർത്ത അതിശയിച്ച് നിന്നു.

"ആശുപത്രിയിൽ പോയില്ലേ?" ബാരക്ക് ചോദ്യമാവർത്തിച്ചു.

"അത്തരമൊരുശീലം അവന് പണ്ടേയില്ലല്ലോ." പിന്നെ ബാരക്കൊന്നും ചോദിച്ചില്ല. മാർത്തയൊന്നും പറഞ്ഞതുമില്ല. അല്പനേരത്തേക്ക് ഇരുവർക്കുമിടയിൽ നിശ്ശബ്ദതപടർന്നു. പത്തോപതിനഞ്ചോ മിനിറ്റ് ആ നില്പ് നിന്നശേഷം മാർത്ത താഴേക്കുപോയി. മലഞ്ചെരുവിലേക്ക് നോക്കിനിന്ന് ചായകുടിക്കുമ്പോൾ ബാരക്കിന്റെ മനസ്സിലേക്കൊരു ചിത്രം കയറിവന്നു. രണ്ടുപെൺകുട്ടികൾ അവർ കളിക്കുന്നു, ചിരിക്കുന്നു, ഒളിക്കുന്നു. ദൂരെ കുറച്ചുമാറി ഒരാൺകുട്ടി അതുനോക്കിയിരിക്കുന്നു. പെൺകുട്ടികൾ ഒന്നിലും കൂട്ടാതിരുന്ന ആ ആൺകുട്ടി, അവർ ഭയപ്പാടോടെ മാത്രം കണ്ടിരുന്ന പിതാവിന്റെ ഓർമ്മ ഇപ്പോൾ കേട്ടെഴുതുന്നു. ബാരക്ക് അത്രമേൽ നിസ്സംഗവും അലസവുമായി ഏറെനേരം മനസ്സിലേക്കുവന്ന ആ ചിത്രത്തെ നോക്കിനിന്നു. പുതുപുത്തൻപോലെ മലഞ്ചെരുവിൽനിന്ന് തണുത്തവായു ഇരച്ചുവന്നു. അവൾ തന്റെ ചിത്രമെഴുത്ത് മുറിയിലേക്കുപോയി കടുംവർണ്ണത്തിൽ ചായക്കൂട്ടുകൾകൂട്ടി വരയ്ക്കാനിരുന്നു. ധ്യാനാത്മകമായ ക്ഷമയുടെ ആറേഴുമണിക്കൂറുകൾ കഴിഞ്ഞപ്പോൾ ക്യാൻവാസിലാ ചിത്രം വിരിഞ്ഞു 'ടു ഗേൾസ് ആന്റ് എ ബോയ്.' സമയം പോയതറിഞ്ഞതേയില്ല. ചിത്രമെഴുത്തുകഴിഞ്ഞപ്പോൾ ശ

രീരത്തിലെ ഓരോകോശത്തിനും തളർച്ചബാധിച്ചതുപോലെ കടുത്തക്ഷീണം. ചൂടുവെള്ളത്തിൽ കുളികഴിച്ച് അവൾ ഉറങ്ങാൻകിടന്നു. സുഖകരമായൊരു ഗാഢനിദ്രയ്ക്കുശേഷം ബാരക്ക് ഉണരുമ്പോൾ രാവിലെ പതിനൊന്നു കഴിഞ്ഞിരുന്നു. കുന്നിലെ സൂര്യൻ കോട്ടേജിലെ ആകാശത്തേക്കുനീങ്ങിത്തുടങ്ങി. മാർത്ത മുറ്റത്ത് റോസാച്ചെടികളെ പരിപാലിക്കുന്നു. കലപിലയുമായി ചുറ്റുവട്ടത്ത് കുരുവിക്കൂട്ടം. മതിലിനുപുറത്ത് കില്ലപ്പട്ടികളും പൂച്ചകളുമായി സംഘർഷം. അടുക്കളമുറ്റത്ത് മാർത്തയെറിഞ്ഞ അരിമണികൾക്കും ഗോതമ്പിനുമായി ബഹളംകൂട്ടുന്ന കോഴികളും കാക്കകളും! ബാരക്ക് കോണികളിറങ്ങി അടുക്കളയിലൂടെ പുറകുവശത്തെ മുറ്റത്തെത്തി. കുറേനേരം പായലിനടുത്തിരുന്നു. മുന്തിരിത്തോട്ടത്തിൽനിന്ന് കിളികളുടെ കൂകിവിളി. അവളെണീറ്റ് തോട്ടത്തിലേക്കുചെന്നു. ആളനക്കം തട്ടിയതും മുന്തിരിപ്പന്തലിനുള്ളിൽനിന്നും കിളികൾ കൂട്ടത്തോടെ പറന്നു. പന്തലിനുള്ളിൽ അങ്ങിങ്ങ് തടിപ്പെട്ടികൾ കമിഴ്ത്തിവച്ച ഇരിപ്പിടം. ബാരക്ക് അതിലൊന്നിലിരുന്നു. ഇലകൾതിങ്ങിയ മേല്ക്കൂരയുടെ വിടവിലൂടെ പ്രകാശം വന്നുവീണു.

ആഹാ എത്ര കാവ്യാത്മകമായാണ് ഗിരി ഈ തോട്ടത്തെ ഒരുക്കിയിരിക്കുന്നത്. ആകാശച്ചോട്ടിലെ സുന്ദരമായൊരു രഹസ്യഭവനംപോലെ! ഗിരി ഭാവനയുള്ളവൻ തന്നെ! മദ്ധ്യാഹ്നം കടന്നപ്പോൾ ബാരക്ക് തന്റെ മുറിയിലേക്ക് മടങ്ങി. കുറച്ചുനേരം പതിഞ്ഞതാളത്തിലുള്ള സംഗീതം കേട്ടിരുന്നു. വൈകുന്നേരം അടുക്കളയിൽ മാർത്തയെ സഹായിച്ചു. മാർത്തയവിടെ നാലുമണി പലഹാരമുണ്ടാക്കുന്ന തിരക്കിലായിരുന്നു. പതിവുതെറ്റിച്ച് ബാരക്കന്ന് മാർത്തയ്ക്കൊപ്പം താഴത്തെ തീൻമുറിയിലിരുന്ന് ചായകുടിച്ചു. പായലിന്റെയും ബാരക്കിന്റെയും കുട്ടിക്കാലപ്പതിവ് അതായിരുന്നു. പായൽ പോയതിൽപ്പിന്നെയാണ് ആ പതിവ് മാറിയത്. ഇപ്പോഴിതാ വീണ്ടും! മാർത്തയ്ക്ക് രണ്ടുദിവസമായി അത്ഭുതം കൊള്ളാനേ നേരമുള്ളൂ.

ബാരക്ക് തണുപ്പ് വകവയ്ക്കാതെ വൈകുന്നേരം നടക്കാനിറങ്ങി. മലഞ്ചെരിവിലൂടെ നടക്കുമ്പോൾ താഴ്വാരത്തൂടെ പശുക്കിടാങ്ങളോട് കളിച്ചുകളിച്ച് വീട്ടിലേക്ക് മടങ്ങുന്ന കുട്ടികളെ കണ്ടു. മേയാൻവിട്ട പശുക്കളെയുംപിടിച്ച് പിന്നാലെ മുതിർന്നവരുമുണ്ട്. പായലുമൊത്ത് പണ്ട് പശുവുംകിടാവും കളിക്കുന്നതോർത്ത് ബാരക്ക് കുറേനേരം അങ്ങനെനിന്നു. കൊളുന്തുശേഖരിക്കുന്ന പെണ്ണുങ്ങളിൽ ചിലർ അവളെ നോക്കി പുഞ്ചിരിച്ചു. ഹൃദ്യമായൊരു മന്ദഹാസം ബാരക്കും പകരം നല്കി. അവർക്കും ബാരക്കിനുമിടയിൽ നിശ്ശബ്ദവും പരിമിതവുമായൊരു സൗഹൃദമുണ്ട്. താഴ്വാരത്തിലൂടെ പിന്നെയുമൊരുകൂട്ടം കുട്ടികൾ കളിപ്പാട്ടവണ്ടികളുമായി പോകുന്നു. തണുപ്പ് കാര്യമാക്കാതെ ഉത്സാഹഭരിതരായി പോകുന്ന പിള്ളേരെ കണ്ടപ്പോൾ ഗിരിയെ ഓർത്തു. മഞ്ഞുംമഴയും നോക്കാതെ പണിയെടുക്കുന്ന അവന്റെ പ്രകൃതം ഈ കുട്ടികളോളം ഉത്സാ

ഹഭരിതമാണ്. ഏതു ദുർഘടാവസ്ഥയിലും പരാതിയുംപരിഭവവും കൂടാതെ സ്വന്തമായൊരിടം കണ്ടെത്താൻ കെൽപ്പുള്ളവൻ! ഈ ലോകത്ത് ഒരു മുന്തിരിത്തോട്ടം സ്വന്തമായുള്ളവൻ! ഗിരിയുടെ വ്യക്തിത്വത്തോട് ബാരക്കിന് ആദ്യമായി മതിപ്പുതോന്നി. തിരിച്ചുവന്നപ്പോൾ വടക്കേ ഇടനാഴിയിലേക്ക് കയറാനും പനിച്ചൂടിൽ ചുരുണ്ടുകൂടികിടക്കുന്ന ഗിരിയെ വാതിക്കൽനിന്നെങ്കിലും ഒന്നെത്തിനോക്കാനും അതവളെ പ്രേരിപ്പിച്ചു. എന്നാൽ രസകരമായ വസ്തുത ബാരക്ക് നോക്കുമ്പോൾ ഗിരി അവൾ വിചാരിച്ചതുപോലെ കിടക്കയിൽ ചുരുണ്ടുകൂടി മയങ്ങുകയായിരുന്നില്ല, മറിച്ച് നന്നായി പുതച്ചുമൂടി ചോലക്കുന്നിലേക്ക് തുറന്ന ജനാലയ്ക്കരികെയിരുന്ന് പാട്ടുപെട്ടിയിലെ സ്റ്റേഷനുകൾ തിരിച്ച് ശബ്ദം വ്യക്തമാക്കുന്ന ജോലിയിലായിരുന്നു. അതിനിടയിൽ ഗിരി ബാരക്കിനെ കണ്ടതേയില്ല. അവൾക്കും അതുതന്നെയാണ് വേണ്ടിയിരുന്നതും. അന്നുരാത്രി തുടങ്ങി പുലർച്ചെവരെ ബാരക്ക് വീണ്ടും വരയുടെ ഏകാന്തലഹരിയിലായി. പ്രഭാതത്തോടടുത്ത് തളർന്നുറങ്ങി. ഉണർന്നപ്പോൾ ഉച്ചയായി. കുറച്ചുകഴിഞ്ഞപ്പോൾ മാർത്ത വന്ന് വിശ്വനാഥൻ വന്നിട്ടുണ്ടെന്നറിയിച്ചു.

"അദ്ദേഹം പ്രത്യേകിച്ചെന്തെങ്കിലും പറഞ്ഞോ?" ബാരക്ക് ചോദിച്ചു.

"ഇല്ല ഏതാണ്ടൊരുമാസത്തിൽ കൂടുതലായല്ലോ ഇങ്ങോട്ടുവന്നിട്ട്. അതുകൊണ്ട് വന്നതാവും."

"തല്ക്കാലം ചിത്രമൊന്നുമില്ല. രണ്ടുമൂന്നാഴ്ചകഴിഞ്ഞ് ഒന്നിങ്ങോട്ടിറങ്ങാൻ പറയ്. ഈ കാശുകൂടി കൊടുത്തേക്ക്." രണ്ടായിരംരൂപ മാർത്തയെ ഏല്പിച്ച് ബാരക്ക് പറഞ്ഞു. അല്പനേരം മാർത്തയോട് മിതമായ കുശലാന്വേഷണം നടത്തി. പിന്നെ കാശുംവാങ്ങി വൃദ്ധൻ കുന്നിറങ്ങി. മലഞ്ചെരിവിലങ്ങിങ്ങ് കണ്ണാന്തളിയുടെ സമൃദ്ധികണ്ടു. കരിംപച്ച ഉടലിൽനിന്ന് വിരിഞ്ഞുനില്ക്കുന്ന കടുംനിറത്തിലുള്ള കണ്ണാന്തളിപ്പൂക്കൾ അയാൾക്കൊരുപാടിഷ്ടമാണ്. തീക്ഷ്ണമായ ആ പൂക്കൾ കാണുമ്പോൾ അയാളുടെ മനസ്സ് തെളിയും. അജ്ഞാതമായ ഒരുന്മേഷം കൈവരും!

ബാരക്ക് കുളികഴിഞ്ഞുവന്ന് ഹാളിലെ ജനാല തുറന്നു. തട്ടുമുട്ട് ശബ്ദംകേട്ട് അടുക്കളമുറ്റത്തേക്ക് നോക്കുമ്പോൾ ഗിരിയാണ്. കോഴിക്കൂടിന്റെ അഴികളിൽ പലകകൂട്ടി അടിക്കുകയാണ്. പഴകിയ ഒരു ജീൻസും ടീഷർട്ടും മീതെ ഇരുണ്ട ചുവപ്പ് സ്വെറ്ററും ക്യാപ്പുമാണ് വേഷം. അതവന്റെ സ്ഥിരം പണിവേഷമാണ്. പണിക്കിടെ മാർത്തയോട് എന്തൊക്കെയോ വിളിച്ചുപറയുന്നുണ്ട്. സ്വരത്തിനു നല്ല കരകരപ്പ്. ജലദോഷപ്പനി മാറുംമുമ്പ് പണിക്കിറങ്ങിയിരിക്കുകയാണ്. ജോലിയിൽ ഒരു നിമിഷവും പാഴാക്കാതെയുള്ള ഗിരിയുടെ ചടുലനീക്കങ്ങൾ ശ്രദ്ധിച്ച് ബാരക്കങ്ങനെ നിന്നു.

# പന്ത്രണ്ട്

**വ**ലത്തേ കാല്പാദത്തിന് ജന്മനായുള്ള തിരിവുകൊണ്ട് മേരി അല്പം ഞൊണ്ടിയുന്തിയാണ് നടക്കുക. അതുകാരണം ചെറുക്കനേയും തങ്കനേയുംപോലുള്ള ചില മൂശേട്ടകൾ ഞൊണ്ടിക്കാലി എന്നു വിളിക്കുമെങ്കിലും മറ്റക്കരയിലെ ഭൂരിപക്ഷത്തിനും മേരി മെയ്യാരത്തുമേരിയാണ്. ചന്ദ്രന് തന്റെയുള്ളിലെ സ്നേഹഭാജനമാണ് മേരിയെങ്കിൽ മേടയിൽ വിശ്വനാഥന് അവർ തന്റെ ബഹുമാന്യയായ സുഹൃത്താണ്. ഭാരതിക്ക് കാര്യംപറഞ്ഞാൽ മനസ്സിലാകുന്ന നാട്ടുകാരിയാണ്. മാടസ്വാമിക്ക് അവർ അദ്ധ്വാനിയായ കരുത്തുറ്റ പരിചയക്കാരിയാണ്. എന്നാൽ പുഷ്പയ്ക്കോ, എന്തിനെന്നറിയാതെ ജീവിതംതുലയ്ക്കുന്ന ഒരു ചായക്കടക്കാരിയാണ് മേരി. മറ്റക്കരചർച്ചിലെ വികാരിക്ക് മേരിയൊരു ശുദ്ധാത്മാവാണ്. പള്ളീന്ന് പുറത്താക്കിയിട്ടും അനാഥാലയത്തിലേക്ക് മുടങ്ങാതെ സംഭാവന നല്കുന്ന മനസ്സാക്ഷിയുള്ള ആത്മാവ്! മേരിക്കോ, മേരിക്ക് മേരി പണ്ട് അബുവിന്റെ മേരിയായിരുന്നു. ഇപ്പോൾ മേരിക്ക് മേരി സ്വന്തം മേരിയാണ്. ദൈവത്തിന്റെ മേരിയാണ്. വൈകാരികതകളോട് മതി എന്നുപറയാൻ പഠിച്ചവളാണ്. ചപലതകളിൽ കുടുങ്ങിക്കിടക്കുന്ന അർത്ഥശൂന്യരുടെ നിർവ്വചനങ്ങളിലൂടെയൊന്നും സഞ്ചരിക്കാൻ മേരിക്ക് സമയമില്ല. ഭൂരിപക്ഷം മനുഷ്യരെപ്പോലെ കാലംകൊണ്ട് ജീവിതത്തെ നിർണ്ണയിക്കാനൊന്നും മേരി തയ്യാറല്ല. ജീവിതംകൊണ്ട് കാലത്തെ നിർണ്ണയിക്കാനാണ് മേരിയിഷ്ടപ്പെടുന്നത്. അതുകൊണ്ടുതന്നെ മേരിയെ സംബന്ധിച്ച് തന്റെ ജീവിതത്തിന് ഒരുപാട് അർത്ഥമുണ്ട്. മേരി പതിവുപോലെ പുലർച്ചെ ടോർച്ച് തെളിച്ച് കടയിലേക്കു വരുമ്പോഴാണ് റോഡെത്തുന്നതിനുമുമ്പുള്ള തോട്ടവഴിയിലെ ചെറിയകിടങ്ങിൽനിന്ന് മൂളലുംഞരക്കവും കേട്ടത്. മേരി വേഗം അവിടേക്ക് ടോർച്ചടിച്ചു. പരിക്കേറ്റ് ചോരയൊലിപ്പിച്ച് ഇടത്തരം വലിപ്പമുള്ളൊരു നായ തണുത്തുവിറങ്ങലിച്ച് കിടങ്ങിൽക്കിടക്കുന്നു. മേരി കിടങ്ങിലിറങ്ങി നായയെ കോരിയെടുത്ത് മുകളിലെത്തിച്ചു. തന്റെ കമ്പിളിയൂരി അതിനെ പുതപ്പിച്ചു. കിടങ്ങിൽനിന്ന് കയറുന്നവഴി മേരിയുടെ തിരിഞ്ഞ കാല്പാദമൊന്ന് തിറമ്പി. അതുഗൗനിക്കാതെ മഞ്ഞത്ത് കമ്പിളിയിൽ മൂടിപ്പൊതിഞ്ഞ നായയേയും തോളത്തെടുത്ത് മേരി കടയിലെത്തി. കടച്ചായ്പ്പിലെ ഒഴിഞ്ഞകോണിൽ തീകൂട്ടി നായയെ കായാനിരുത്തി. പാലും ബിസ്കറ്റും കൊടുത്തു. ചൂടുവെള്ളത്തിൽനനച്ച തുണികൊണ്ട് ദേഹത്തെ മുറിവുകൾ പതിയെത്തുടച്ചു. ഒന്നാശ്വാസമായപ്പോൾ നായ മുന്തിയെണീറ്റ് മേരിക്കുനേരെ വാലാട്ടി. പിന്നെ തലതാഴ്ത്തി മുൻകാലുകൾ നീട്ടിവച്ച് കിടന്നുറങ്ങി. കട വൃദ്ധനെ ഏല്പിച്ച് മേരി വീട്ടിൽപ്പോയി കുളിച്ച് വസ്ത്രംമാറിവന്നു. മേരിയെത്തുമ്പോഴേക്കും വൃദ്ധൻ തവിട്ടിൽ വെള്ളപ്പുള്ളികളുള്ള ആ നായയ്ക്ക് ബുട്ടൂസ് എന്ന് പേരുമിട്ടു. മറ്റക്കര പള്ളിക്കടുത്തെ ആനത്തോട്ടത്തിൽ

റിസോർട്ടു പണിക്കുപോകുന്ന ബംഗാളി തൊഴിലാളികൾക്ക് ചായയും പലഹാരങ്ങളും ചെറുകടികളും വിളമ്പുന്നതിനിടയിലും മേരിയും വൃദ്ധനും ബുട്ടൂസിനെ മാറിമാറി ശ്രദ്ധിച്ചു. ഉച്ചകഴിഞ്ഞപ്പോൾ ഒരു ഭകോട്ടുവായോടെ ബുട്ടൂസ് ഉണർന്നു. മുൻകാലുകൾനീട്ടി ഒന്നു ഞെളിഞ്ഞ് നിവർന്നു. എന്നിട്ട് മേരിയെനോക്കി മൂളിക്കൊണ്ട് വാലാട്ടി. മേരിയവന് പോത്തിറച്ചിയും ചോറും കുഴച്ച് പാത്രത്തിൽ വച്ചുകൊടുത്തു. ബുട്ടൂസ് വാലാട്ടിവാലാട്ടി അതുശാപ്പിട്ടു. മേരിയന്ന് നേരത്തെ കടപൂട്ടി ബുട്ടൂസിനെയും തോളത്തെടുത്ത് വീട്ടിൽപ്പോയി. രണ്ടുദിവസത്തേക്ക് കട വൃദ്ധനെയേല്പിച്ച് മേരി ബുട്ടൂസിനെയും പരിചരിച്ച് വീട്ടിലിരുന്നു. രാവിലെയും വൈകുന്നേരവും വീട്ടിലുണ്ടാക്കിയ പലഹാരങ്ങളെത്തിക്കാൻ മാത്രം കടയിൽ ച്ചെന്നു. ബുട്ടൂസ് രണ്ടുദിവസംകൊണ്ട് ഊർജ്ജസ്വലനായി. മേരിയോട് നന്നായി ഇണങ്ങി. പുലർച്ചെ കടയിലേക്ക് ഒപ്പംകൂടും. മേരി ജോലിയിൽ മുഴുകുമ്പോൾ ബുട്ടൂസ് കടമുറ്റത്തൊരുകോണിൽ കുത്തിയിരുന്ന് പരിസരം വീക്ഷിക്കും. ഇടയ്ക്കിടെ തോട്ടത്തിലൊക്കെയൊന്ന് ചുറ്റിവരും. സമയാസമയം ഭക്ഷണം. രാത്രി മേരിക്കൊപ്പം വീട്ടിലേക്ക്. ബുട്ടൂസിന്റെ ചിട്ടകളങ്ങനെയാണ്. വൃദ്ധനേയും മാടസ്വാമിയേയും ഭാരതിയേയും കാണുമ്പോളവൻ വാലാട്ടും. ചന്ദ്രനെക്കാണുമ്പോൾ മുറുകിക്കൊണ്ട് കുരയ്ക്കും. മേരി മിണ്ടാതിരിക്കാൻ പറയുംവരെ അതുതുടരും. എങ്കിലും മേരിയെനോക്കി ചന്ദ്രന്റെ രസിച്ചുള്ള പറച്ചിലുകൾക്ക് കുറവൊന്നുമില്ല. കിടങ്ങിലിറങ്ങി മേരിയുടെ കാല് തിറമ്പിയതറിഞ്ഞ് ചന്ദ്രൻ ചോദിച്ചു: "മേരീ ഇത്തിരി കരിങ്കോഴിയുടെ നെയ്യ് ഉരുക്കിയത് കൊണ്ടുതരട്ടെ?"

"നിങ്ങളുടെ ഔദാര്യമൊന്നും വേണ്ട കെളവാ." മേരി ചൊടിച്ചു.

"ശരീരത്തിലെ കേടുപാടുകൾ മാറാൻ നല്ലതാടീ."

"നിങ്ങളാദ്യം നിങ്ങളുടെ മനസ്സിലെ കേടുപാട് മാറ്റാൻനോക്ക് കെളവാ."

"എന്റെ മനസ്സ് തങ്കമാടീ തങ്കം. തനി തങ്കം. നീയൊന്നു കേറിനോക്ക് അപ്പോൾ കാണാം."

"നല്ല പൂതി. പക്ഷേ, അതിനുവച്ച വെള്ളം നിങ്ങളങ്ങ് വാങ്ങിവച്ചേരെ കെളവാ."

"നിനക്കല്ലെങ്കിലും വിവരമുള്ളവരെ പിടിക്കില്ലല്ലോ." ചന്ദ്രൻ ചിറികോട്ടി.

"ങ്ഹാ പിടിക്കില്ല." മേരി തന്റെ പണിനോക്കിക്കൊണ്ട് പറഞ്ഞു.

ഒരു സുപ്രഭാതത്തിൽ തനിക്ക് കമ്പ്യൂട്ടർകോഴ്സിനു ചേരണമെന്ന് ചെറുക്കൻ പറഞ്ഞപ്പോൾ വൃദ്ധന് ഞെട്ടലും സന്തോഷവുമുളവായി. പെട്ടെന്നവന് പഠിക്കാനുള്ള താല്പര്യം ഉടലെടുത്തത് എന്തുകൊണ്ടാണെന്ന് എത്രയാലോചിച്ചിട്ടും വൃദ്ധനൊരു പിടിയുംകിട്ടിയില്ല. എങ്കിലും മകൻ നന്നാകുന്നതിന്റെ ലക്ഷണമാണ് അതൊക്കെയെന്ന് അയാളാശ്വാസം കൊണ്ടു. മകനെയൊന്നുകൂടി ശ്രദ്ധിച്ച് വിലയിരുത്തി. അവന്റെയുടുപ്പിലും നടപ്പിലും സംസാരത്തിലുമൊക്കെ മാറ്റം പ്രകടമാണ്. പഴയതുപോലെ

കളിവട്ടം പറച്ചിലോ തർക്കുത്തരമോ ബഹളംവച്ചുള്ള സംസാരമോയില്ല. വേഷവിധാനം മുമ്പത്തേക്കാൾ വൃത്തിക്കുംവെടിപ്പിനുമാണ്. ആകെ യൊന്ന് വെട്ടംവച്ചിട്ടുണ്ട്. എങ്കിലും മുഖത്തിനു പുതുതായിവന്ന ചീർ ത്തഭാവം മകന്റെ തനതുചരായ കളയുന്നതുപോലെ. വൃദ്ധൻ ചെറുക്ക നെ അന്നുതന്നെ ടൗണിലെ കമ്പ്യൂട്ടർ സ്ഥാപനത്തിൽ ആറുമാസ കോഴ് സിനു ചേർത്തു. അപ്പന്റെ കൺവെട്ടത്തുനിന്ന് സുരക്ഷിതമായി മാറിനട ക്കാനുള്ള സൂത്രമായിരുന്നു ചെറുക്കന് ടൗണിലെ കമ്പ്യൂട്ടർ കോഴ്സ്. രാവിലെ എട്ടരയോടെ അപ്പന്റെ കൈയിൽനിന്ന് ബസ്കൂലിയും ഇടസമ യത്ത് ജ്യൂസ് കുടിക്കാനുള്ള കാശുംവാങ്ങി ചെറുക്കൻ മറ്റക്കരയിൽനി ന്ന് ടൗണിലേക്കുള്ള ബസോ ജീപ്പോ പിടിക്കും. അപ്പന്റെ കണ്ണിൽ പൊ ടിയിടാൻ ആദ്യത്തെ ഒരാഴ്ച കൃത്യമായി ക്ലാസിൽപ്പോയി. പിന്നെപ്പി ന്നെ ടൗണിലേക്കുള്ള വഴിമദ്ധ്യേ എവിടെയെങ്കിലുമിറങ്ങും. തങ്കൻ ബൈ ക്കുമായവിടെ കാത്തുനില്പുണ്ടാവും. ഹെൽമറ്റും ജാക്കറ്റുമണിഞ്ഞ് ചെറു ക്കൻ മറ്റൊരാളായി മറ്റക്കരയിലൂടെ അപ്പനുമുമ്പിലൂടെ തങ്കന്റെ ബൈക്കിൽ മുതുവർക്കുന്നിലേക്ക് പറക്കും. ബാക്കിസമയം മുതുവർക്കു ന്നിൽനിന്ന് സമ്പാദിക്കുന്ന കാശിന് സിനിമയും ബിരിയാണിയുമൊക്കെ യായി തങ്കനും ചെറുക്കനും ടൗണിൽ ആഘോഷിച്ച് നടക്കും. ഇടയ് ക്കിടെ കള്ളും കഞ്ചാവുമായി ചെറിയകുന്നിൽ ഒത്തുകൂടും. വല്ലപ്പോഴും ക്ലാസിൽ പോകും. ചെറുക്കന്റെ ആവശ്യങ്ങൾ നാൾക്കുനാൾ ഏറിവന്നു. തനിക്കൊരു ബൈക്കുവേണമെന്നതാണ് പുതിയ ആവശ്യം. ചെറുക്കന്റെ ആവശ്യംകേട്ട് വൃദ്ധൻ പറഞ്ഞു “നിനക്കിപ്പോഴൊരു ബൈക്കിന്റെ ആ വശ്യമില്ല.”

“അത് അപ്പൻ പറഞ്ഞാൽമതിയോ?” ചെറുക്കൻ അപ്പനുനേരെ തെ റിച്ചു.

“ങ്ഹാ ഞാൻ പറഞ്ഞാൽമതി.” വൃദ്ധനും വിട്ടുകൊടുത്തില്ല.

“അപ്പൻ ബൈക്ക് വാങ്ങിത്തന്നില്ലെങ്കിൽ പിന്നെയിങ്ങനെയൊരു മക നില്ലെന്ന് വിചാരിച്ചേക്ക്.” ചെറുക്കൻ കെറുവിച്ചു.

“ങ്ഹാ വിചാരിച്ചോളാം.”

“അപ്പാ സത്യമായിട്ടും ഞാൻ നാടുവിട്ടുപോകും.” ചെറുക്കൻ ഭീ ഷണിമുഴക്കി.

“എന്റെ മോൻ നാടുവിട്ടുപോയാൽ നിങ്ങൾക്കൊന്നുമില്ലല്ലോ.” പുഷ്പ ഇടയ്ക്കു കയറിപ്പറഞ്ഞു.

“ങ്ഹാ എനിക്കൊന്നുമില്ല.” വൃദ്ധൻ ദേഷ്യത്തിലായി.

“അപ്പാ അപ്പൻ ബൈക്ക് വാങ്ങിത്തരുന്നുണ്ടോ ഇല്ലയോ?” ചെറു ക്കൻ അപ്പനുനേരെ കൈചൂണ്ടി ശബ്ദമുയർത്തി.

“തല്ക്കാലം ഇല്ല.” വൃദ്ധൻ തറപ്പിച്ചുപറഞ്ഞു.

“നിങ്ങളെനിക്ക് ബൈക്ക് വാങ്ങിത്തരില്ല അല്ലേ.” ചെറുക്കൻ പല്ലി റുമ്മി കണ്ണിൽക്കണ്ടതൊക്കെ വാരിയെറിഞ്ഞു.

“എടാ തോന്ന്യാസീ പോക്രിത്തരം കാണിച്ചാലുണ്ടല്ലോ ഞാൻ നല്ല പിടവെച്ചുതരും.” വൃദ്ധൻ ചെറുക്കന്റെ കോളറിൽപ്പിടിച്ച് തനിക്ക് നേരെ നിർത്തി.

“എന്നാലതൊന്നു കാണട്ടെ.” വൃദ്ധന്റെ കൈതട്ടിമാറ്റി ചെറുക്കൻ നെഞ്ചുംവിരിച്ച് നിന്നു. മകന്റെ താൻപോരിമകണ്ട് കലികയറിയ വിശ്വനാഥൻ സർവ്വശക്തിയുമെടുത്ത് ചെറുക്കന്റെ മുഖത്തൊന്ന് പൊട്ടിച്ചു. അടിയേറ്റ് ഒന്നാഞ്ഞുപോയ ചെറുക്കൻ പെട്ടെന്നുതന്നെ നിവർന്നുനിന്നിട്ട് അപ്പനെ ഉന്തിയിട്ടു. തീൻമേശയുടെ വക്കിൽ തലയിടിച്ച് വൃദ്ധൻ താഴെവീണു. നെറ്റിയിൽ ചോരപൊടിഞ്ഞു. അതിലേറെ ചോരപൊടിഞ്ഞത് അയാളുടെ ഹൃദയത്തിലായിരുന്നു. മകൻ തനിക്കുനേരെ കൈയോങ്ങുമെന്ന് അയാളൊരിക്കലും കരുതിയിരുന്നില്ല. വേദനകൊണ്ട് ഉള്ളുപിടഞ്ഞ വിശ്വനാഥൻ മനസ്സുതകർന്ന് നിലത്തുകിടന്നു. ചെറുക്കൻ ചാടിക്കുതിച്ചുചെന്ന് സൈക്കിളെടുത്ത് എങ്ങോട്ടോപോയി. പുഷ്പ ഭർത്താവിനെ പിടിച്ചെഴുന്നേല്പിക്കാനോ ആശ്വസിപ്പിക്കാനോ തുനിഞ്ഞില്ല. പകരം, അവനൊരു ബൈക്ക് വാങ്ങിക്കൊടുത്താലെന്താ നിങ്ങൾക്കെന്ന് കുറ്റപ്പെടുത്തുകയാണുണ്ടായത്.

“എന്റെ വീട്ടുമുറ്റത്ത് പണംകായ്ക്കുന്ന മരമില്ല.” മേശക്കാലിൽപ്പിടിച്ചെണീറ്റ വൃദ്ധൻ പറഞ്ഞു.

“കാശില്ലെങ്കിൽ ദേ ആ ചിത്രമെടുത്ത് വിറ്റ് കാശാക്കണം. വലിയ ചിത്രകാരി സമ്മാനിച്ചതല്ലേ. നല്ല വില കിട്ടാതിരിക്കോ.” പുഷ്പ ചുമരിലെ ചിത്രത്തിലേക്ക് ചൂണ്ടി. അയാൾ ബാരക്ക് സമ്മാനിച്ച ആ ചിത്രത്തിലേക്ക് നോക്കി. തന്റെ ജീവിതത്തിലെ വിലപ്പെട്ട സമ്മാനം! ജനലഴികളിൽ പിടിച്ചുനിന്ന് സൂര്യോദയം കാണുന്ന ബാലൻ വൃദ്ധന് മറ്റാരുമല്ല, തന്റെ ജീവന്റെ ജീവനായ മകൻ ജീവൻ തന്നെയാണ്. പ്രതീക്ഷയുടെ തുരുത്തിലേക്ക് നോക്കിനില്ക്കുന്ന മകനെക്കാണാൻ അയാൾ ഏറെയിഷ്ടപ്പെടുന്നു. ചിത്രത്തിലൂടെ മാത്രമാണത് സാധിക്കുന്നത്. എത്രപണം കിട്ടിയാലും അതുവില്ക്കാൻ അയാളൊരുക്കമല്ല.

“അതു വില്ക്കാനുള്ളതല്ല ആസ്വദിക്കാനുള്ളതാണ്.” വൃദ്ധൻ പറഞ്ഞു

“ഓഹ്, ഒരു മഹത്തര ചിത്രം. തലയിൽച്ചുമന്ന് നടന്നോ.” പുഷ്പ വൃദ്ധനെ പരിഹസിച്ചു.

വൃദ്ധൻ നെറ്റിയിലെ ചോരതുടച്ചു. മുഖംകഴുകി. വേഷംമാറി. കലങ്ങിയമനസ്സോടെ പുറത്തിറങ്ങി. കുറേനേരം മാടസ്വാമിയുടെ കടവരാന്തയിലിരുന്നു. സ്വാമിയിൽനിന്ന് കടുപ്പത്തിനൊരു ചായ വാങ്ങിക്കുടിച്ചിട്ട് മേരിയുടെ കടത്തട്ടിലേക്ക് മാറിയിരുന്നു. ബുട്ടൂസ് അയാളെക്കണ്ടതും കുണുങ്ങിവന്ന് വാലാട്ടി. അയാൾ തട്ടിലെ കുപ്പി തുറന്നൊരു ബണ്ണെടുത്ത് നുള്ളിപ്പിന്നി ബുട്ടൂസിനിട്ടുകൊടുത്തു. നാവുനുണഞ്ഞ് നുണഞ്ഞ് ബണ്ണുതിന്ന ബുട്ടൂസ് സ്നേഹപൂർവ്വം മൂളിക്കൊണ്ട് അയാളുടെ കാലിലുരുമ്മി വാലാട്ടി.

"എന്താ മേടയിലേ ഒരു വല്ലായ്മ?" മേരി ചോദിച്ചു.

"ഒന്നുമില്ല മേരീ. ഒരു ക്ഷീണം."

"പനി വല്ലതുമാണോ."

"ഏയ് അല്ല. പ്രായമേറി വരികയല്ലേ."

"ചന്ദ്രനോടു പറഞ്ഞാൽ വല്ല കഷായമോ ലേഹ്യമോ തരും." മേരി പറഞ്ഞു...

"ചന്ദ്രനെ കണ്ടില്ലല്ലോ."

"കൊള്ളാം. അങ്ങേര് വരാത്തൊരു ദിവസമുണ്ടോ. കുറച്ചുമുമ്പുവരെ ഇവിടെയുണ്ടായിരുന്നു." മേരി പറഞ്ഞു.

വൃദ്ധന്റെ മനസ്സ് ചെറുക്കനെയോർത്ത് വ്യാകുലമായിരുന്നു. മേരി പിന്നെയും എന്തൊക്കെയോ ചോദിക്കുകയും വൃദ്ധൻ എന്തൊക്കെയോ പറയുകയും ചെയ്തു. ജീവൻ എവിടേക്കാവും പോയത്. അവനിനി വീട്ടിലേക്ക് വരില്ലേ. അവനില്ലെങ്കിൽ പിന്നെന്തിനാണ് എനിക്കൊരു വീട്. അയാൾക്ക് വീട്ടിലേക്ക് പോകാനേ തോന്നിയില്ല. വൃദ്ധൻ മറ്റക്കരയിൽനിന്ന് ബസ് പിടിച്ച് ടൗണിലിറങ്ങി. ലക്ഷ്യമില്ലാതെ അങ്ങിങ്ങലഞ്ഞു. ഹിൽസ്റ്റേഷനിലേക്കുള്ള അവസാനവണ്ടിക്ക് മടങ്ങി. വൃദ്ധൻ വീടെത്തുമ്പോൾ പൂട്ടിയ തടിഗേറ്റിനരികെ താക്കോലുമായി മാടസ്വാമിയും ഭാരതിയും കാത്തുനില്പുണ്ടായിരുന്നു.

"ഉച്ചയ്ക്ക് പുഷ്പ കടയിൽവന്ന് താക്കോലേല്പിച്ചു. അടിമാലിയിലെ അമ്മാവന്റെ വീട്ടിലേക്ക് പോയെന്ന് പറയാൻ പറഞ്ഞു." മാടസ്വാമി നീട്ടിയ താക്കോൽവാങ്ങി വൃദ്ധൻ നിശ്ശബ്ദനായിനിന്നു.

"ജീവനെവിടെ?" മാടസ്വാമി ചോദിച്ചു. വൃദ്ധൻ കൈമലർത്തി.

"എന്താ വിശ്വനാഥാ എന്തുപറ്റി?" മാടസ്വാമി വൃദ്ധന്റെ തോളിൽപ്പിടിച്ചു.

"ഒന്നുമില്ല സ്വാമീ." വൃദ്ധൻ ഗേറ്റ് തുറന്ന് അകത്തുകയറി വരാന്തയിലെ ലൈറ്റിട്ടിട്ട് തളർച്ചയോടെ ചാരുകസേരയിലിരുന്നു. ഭാര്യയുടെയും മകന്റെയും ഫോണിലേക്ക് മാറിമാറി വിളിച്ചു. സ്വിച്ച്ഡ് ഓഫ് എന്ന പ്രതികരണമാണ് കിട്ടിയത്. വൃദ്ധൻ അകത്തുകയറി വാതിലടച്ചു. മകനെയോർത്തുകിടന്ന് എപ്പോഴോ ഉറങ്ങി. പിറ്റേന്ന് അതിരാവിലെ അടിമാലിയിലേക്ക് ബസ് കയറി. വൃദ്ധൻ അമ്മാവന്റെ വീട്ടിലെത്തുമ്പോൾ വെപ്പുംതീറ്റയും സൊറയുമായി ഉല്ലാസത്തിലായിരുന്നു പുഷ്പ. വൃദ്ധനെ കണ്ടപ്പോൾ "ങ്ഹാ നിങ്ങൾ വന്നോ." എന്നു ചോദിച്ചു.

"ജീവനെവിടെ?" വൃദ്ധന്റെ ചോദ്യംകേട്ട് ഞെട്ടിയ പുഷ്പ ബഹളം കൂട്ടി "അയ്യോ എന്റെ മോൻ ഇതുവരെ തിരികെവന്നില്ലേ. ദുഷ്ടാ, അവനെയന്വേഷിക്കാതെ നിങ്ങളെന്റെ പുറകേയിങ്ങു പോന്നോ?"

"നിനക്കെന്റെ കാര്യത്തിൽ വല്ല ഉത്തരവാദിത്വവുമുണ്ടോ? മോനിറങ്ങിപ്പോയ വഴിയേ അമ്മയും പോയി. എന്നിട്ടിപ്പോൾ മോങ്ങുന്നു." വൃദ്ധൻ ഭാര്യയെ ശകാരിച്ചു.

“നിങ്ങൾ കാരണമാ എന്റെ മോൻ വീടുവിട്ടത്. അവനില്ലാതെ ഞാനിനിയങ്ങോട്ടില്ല. എന്റെ മോന് വല്ലതും പറ്റിയാൽപ്പിന്നെ ഞാൻ ജീവനോടെയിരിക്കില്ല.” ഭാര്യയുടെ കുറ്റപ്പെടുത്തലും ഭീഷണിയും കേട്ടുനില്ക്കാനുള്ള ത്രാണിയില്ലാതെ അയാൾ അവിടെനിന്നുമിറങ്ങി. ക്ഷീണിച്ചവശനായി വീട്ടിലെത്തി. ഒന്നും തിന്നാതെയും കുടിക്കാതെയും കിടന്നുറങ്ങി. ആ സമയം ചെറുക്കൻ തടാകക്കരയിൽ കൂട്ടുകാരോടൊത്ത് അർമാദിക്കുകയായിരുന്നു. തങ്കനോടൊപ്പമായിരുന്നു അവന്റെ താമസം. ചായ്പ്പിലോ ചെറിയകുന്നിലെ പാറയ്ക്കുതാഴെ കെട്ടിയ താല്ക്കാലിക സങ്കേതത്തിലോ ഒക്കെയാണ് ഇരുവരുടേയും കിടപ്പും ഉറക്കവും. ടൗൺ കേന്ദ്രീകരിച്ച് തങ്കന് അല്ലറചില്ലറ വാറ്റുചാരായം കടത്തൊക്കെയുണ്ട്. ചെറുക്കനും അതിലൊക്കെയങ്ങ് കൂടി. കൈയിൽ ആവശ്യത്തിന് കാശ്. മതിയാവോളം സ്വാതന്ത്ര്യം. ജീവന് വീട്ടിലേക്ക് മടങ്ങാനേ തോന്നിയില്ല. മണിയപ്പന്റെ മകനൊപ്പം തന്റെ മുമ്പിലൂടെ ബൈക്കിൽ തലങ്ങുംവിലങ്ങും പായുന്ന മകനെനോക്കി വൃദ്ധൻ നിഷ്ക്രിയനായിരുന്നു. എങ്കിലും മകനുവേണ്ടി എന്തെങ്കിലും സമ്പാദിക്കാൻ കിട്ടുന്ന അവസരം പാഴാക്കിയില്ല. രണ്ടുതവണ ബാരക്ക് കോട്ടേജിലേക്ക് കുന്നുകയറി. സിംല ചിത്രകലാസൊസൈറ്റിയുടെ പ്രദർശനത്തിലേക്കുള്ള ബാരക്കിന്റെ ചിത്രങ്ങൾ കൊച്ചിയിലെത്തിച്ച് ഫ്ലൈറ്റിലയച്ചു കോട്ടേജിൽനിന്നു കിട്ടിയ പ്രതിഫലംമുഴുവനും മകന്റെ പേരിലുള്ള അക്കൗണ്ടിലിട്ടു. മഞ്ഞുകാലത്ത് ഒരുവട്ടംകൂടി കോട്ടേജിലേക്കു കുന്നുകയറി. തന്റെ ഏകാന്തതയെ അതിജീവിക്കാനുള്ള മാർഗ്ഗമായിരുന്നു വൃദ്ധനാ കുന്നുകയറ്റം. അന്നുമടങ്ങുമ്പോൾ മാർത്ത ജീവനായി കുറച്ച് കറുത്തമുന്തിരി വൃദ്ധന്റെ കൈവശം കൊടുത്തുവിട്ടു. അയാൾ വീട്ടിലെത്തി പഴുത്ത മുന്തിരിക്കുലകൾ ഒരു പാത്രത്തിലെടുത്ത് മേശപ്പുറത്ത് വച്ചു. നേരെ ചുമരിലെ ബാലന്റെ ചിത്രത്തിലേക്കുനോക്കി. സൂര്യോദയം കാണുന്ന കുട്ടിയെ വാത്സല്യത്തോടെ സ്പർശിച്ചു, ജീവാ മേനേ കഴിക്ക് അയാൾ മുന്തിരിക്കുലകൾ ചിത്രത്തോടടുപ്പിച്ചു. പിന്നെപ്പോഴോ തിരികെയത് പാത്രത്തിലേക്ക് വച്ചിട്ട് ഒരു സൂര്യാസ്തമയത്തിലേക്ക് തന്റെ ജനാലകൾ തുറന്നിട്ട് ഉറങ്ങാൻകിടന്നു.

## പതിമൂന്ന്

**മു**ന്തിരി വിളവെടുപ്പും വീഞ്ഞിന് പാകപ്പെടുത്തലുമായി ഗിരിയും മാർത്തയും തോട്ടത്തിലും അടുക്കളയിലും തിരക്കിലായിരുന്നു. അവരുടെ ധൃതിയുടേയും തിരക്കിന്റേയും കുഞ്ഞുബഹളങ്ങൾ മുകളിലെ ഹാളിലായിരിക്കുമ്പോൾ ബാരക്കിനും കിട്ടും. വൈകുന്നേരങ്ങളിൽ നടക്കാനിറങ്ങുന്നതിനു പകരം ചിലപ്പോഴൊക്കെ ബാരക്ക് ജീപ്പെടുത്ത് ഹ്രസ്വമായൊരു ഡ്രൈവിനുപോകും. ഈയിടെയായി ഒന്നിടവിട്ട വൈകുന്നേരങ്ങളിൽ അതുപതിവാണ്. വിളവെടുപ്പിനിടെ മാർത്ത തടിക്കോണിയിൽനിന്ന് കാൽതെറ്റി വീണത് മൂന്നുനാല് ദിവസത്തേക്ക് വിളവെടുപ്പിന്റെ ര

സംകെടുത്തി. മാർത്തയുടെ വലതുകാലിന് ചെറിയ തോതിൽ നീരുവച്ചതുകാരണം വിളവെടുപ്പ് താല്ക്കാലികമായി നിർത്തി ഗിരി അവരെ പരിചരിച്ചു. ആ ദിവസങ്ങളിലെന്നും മൂന്നുനേരം മുടങ്ങാതെ ബാരക്ക് മാർത്തയെ സന്ദർശിച്ചു. അടുക്കള ജോലികൾ ഗിരി ഏറ്റെടുത്തു. ബാരക്കുമൊപ്പംകൂടി. കൺമുന്നിലായിട്ടും ഗിരിക്കത് വിശ്വസിക്കാനേ കഴിഞ്ഞില്ല. കാപ്പിയിടലും മുട്ടപുഴുങ്ങലും ചപ്പാത്തിയും പരിപ്പുകറിയുമുണ്ടാക്കലുമൊക്കെ ബാരക്ക് ഒറ്റയ്ക്കുതന്നെ ചെയ്തു. പാത്രംകഴുകാനും തുടച്ചടുക്കിവയ്ക്കാനും അവൾ ഗിരിയെ സഹായിച്ചു. ഇതൊന്നും ക്യാപ്റ്റനോ മാർത്തയോ അറിഞ്ഞതേയില്ല. അത്രയേറെ നിശ്ശബ്ദമായിട്ടായിരുന്നു ഇരുവരും ജോലിയിൽ മുഴുകിയിരുന്നത്.

മാർത്തയുടെ കാലിലെ നീരുവറ്റി സുഖം പ്രാപിച്ചതും വിളവെടുപ്പ് പുനരാരംഭിച്ചു. തന്റെ ചിത്രങ്ങളെക്കുറിച്ച് ചില ആർട്ട്മാഗസിനുകളിൽ വന്ന അവലോകനങ്ങൾ വായിക്കുന്നതിനിടെ ഇടയ്ക്കിടെ വായന നിർത്തി ബാരക്ക് ഹാളിലെ ജനാലയിലൂടെ തോട്ടത്തിലെ വിശേഷങ്ങൾ നോക്കിക്കാണും. തോട്ടത്തിലേക്ക് ഇടതടവില്ലാതെ കിളികൾ തിരക്കുകൂട്ടി വരികയും പോവുകയും ചെയ്തു. ഗിരിയുടേയും മാർത്തയുടേയും സാന്നിദ്ധ്യം ലവലേശം ഗൗനിക്കാതെ അവറ്റകൾ മുഴുത്തമുന്തിരിപ്പഴം ആവോളം കൊത്തിത്തിന്ന് സാമർത്ഥ്യത്തോടെ പറന്നു. ബാരക്കതുകണ്ട് ചിരിച്ചു. ആദ്യവായനകഴിഞ്ഞ് കുറച്ചേറെ ദിവസത്തെ ഇടവേളയ്ക്കുശേഷം ബാരക്കിനെ വായിച്ചുകേൾപ്പിക്കാൻ തയ്യാറായി *മഞ്ഞുവീണവഴിയിലെ ഓർമ്മപ്പുസ്തക*വുമായി രാത്രി പത്തരയോടെ ഗിരി മുകളിലെ ഹാളിലെത്തി. ഇടവേളകൾ മനപ്പൂർവ്വമായിരുന്നില്ലെന്നും തീർച്ചയായും ഗിരി വരുമെന്നും അവൾക്കറിയാമായിരുന്നു.

"ഇരിക്കൂ." അവൾ മേശയ്ക്കടുത്തെ കസേരചൂണ്ടി. ബാരക്ക് കുറച്ചുമാറി അവനഭിമുഖമായിരുന്നു. ഗിരി പതിഞ്ഞശബ്ദത്തിൽ വായന തുടങ്ങി 'അന്നത്തെ ദിവസം എനിക്ക് ഇന്നലെയെന്നപോലെ ഓർക്കാൻ കഴിയും. കനത്ത മഞ്ഞുവീഴ്ചയുള്ളൊരു ജനുവരി ദിവസമായിരുന്നു അത്. പഹൽഗാമിലെങ്ങും മഞ്ഞുകൊടുമുടികളാണ്. മനുഷ്യരെല്ലാം വീടടച്ച് അകത്ത് തീക്കുണ്ഡത്തിനു ചുറ്റുമാണ്. മഞ്ഞുവീഴ്ച അധികരിച്ചപ്പോൾ കറന്റുപോയതിനാൽ വഴിവിളക്കുകൾ ഉറക്കത്തിലാണ്. ക്യാമ്പിൽനിന്നും കുറച്ച് റൊട്ടിയും വെണ്ണയും ആട്ടിൻപാലുമായി അന്നുവൈകുന്നേരം ഞാൻ നീതുസാബിന്റെ വീട്ടിലെത്തി. പുറംകാഴ്ചയിൽ അതൊരു ആൾത്താമസമില്ലാത്ത വീടുപോലെ തോന്നിച്ചു. നിറയെ ആപ്പിളിലകൾമൂടിയ മുറ്റം. അടച്ചുപൂട്ടിയ ജനാലകൾ. ഏറെനേരം വാതിലിൽമുട്ടിയിട്ടും ഒരനക്കവുമുണ്ടായില്ല. സൺഷേഡിലെക്കൊളുത്തിൽ കോർത്തിട്ടിരിക്കുന്ന ചങ്ങലത്തുമ്പിൽ പിടിച്ചുവലിച്ച് ഒച്ചയുണ്ടാക്കി.

"സാബ് ഞാനാണ് മേജറിന്റെ സഹായക് രവിശങ്കർമേനോൻ. നിങ്ങൾ അകത്തുണ്ടെങ്കിൽ ദയവായി വാതിൽ തുറക്കൂ." വൈകുന്നോ

റും എന്റെ ഉള്ളിലൂടെ ആന്തൽ കയറി. പാത്രത്തിൽ വയറ്റത്ത് കെട്ടിവച്ചിരിക്കുന്ന കനലിനേക്കാൾ ചൂടുള്ള ആന്തൽ. പൊടുന്നനെയൊരു ജനൽപ്പാളി പതുക്കെ തുറക്കപ്പെട്ടു. അതിലൂടൊരു റാന്തൽ വെളിച്ചം. പിന്നാലെ കമ്പിളിവാരിപ്പുതച്ച് കൂനിക്കൂടിയൊരു രൂപം. ഒരപരിചിതനെയെന്ന പോലെ നോക്കി. ജനാലയിലൂടെ ഞാൻ റൊട്ടിയും വെണ്ണയും പാലും അകത്തേക്കിട്ടു. ഉടൻ അവർ ജനാലയടച്ചു. മേജർസാബ് ഇനിയും തന്റെ ഇഷ്ടക്കാരിയുടെ അടുക്കൽനിന്ന് മടങ്ങിവന്നിട്ടില്ല. എന്തിനാണയാൾ വിവാഹം കഴിച്ചതെന്ന് ഞാനാലോചിച്ചു. ഒരു സ്ത്രീയെ തനിച്ചാക്കി നാടുചുറ്റാനോ, അടിമയാക്കി രസിക്കാനോ, മാനസികമായി പീഡിപ്പിച്ച് ഉല്ലസിക്കാനോ? നീതുസാബിന്റെ മനോഭാവം മനസ്സിലാക്കാനേ പറ്റുന്നില്ല. കണ്ണുകളിൽനിന്ന് കുറച്ചേറെ ദൈന്യത വായിച്ചെടുക്കാം. അത്രമാത്രം! യൂണിറ്റിലേക്ക് മടങ്ങിച്ചെന്നപ്പോൾ സൂര്യാസ്തമയമായി. റെട്രീറ്റ്ബ്യൂഗിൾ മുഴങ്ങി. ജവാൻമാർ അറ്റൻഷനിലായി. കോർട്ടർ ഗാർഡിലെ പതാക താഴ്ത്തി. ഡ്യൂട്ടിഓഫീസർ ഓഫീസ്റൂമിലേക്ക് മടങ്ങി. ജവാന്മാർ ബാരക്കിലെത്തി യൂണിഫോം മാറ്റി മഫ്ത്തിയിലായി. അപ്പോഴേക്കും റോൾ കാൾ വന്നു. ഞാനെന്റെ സബ്യൂണിറ്റിനൊപ്പം ചേർന്നു. ഡ്യൂട്ടിഓഫീസർ ഞങ്ങളെ എണ്ണിത്തിട്ടപ്പെടുത്തി. പിറ്റേ ദിവസത്തേക്കുള്ള പരിപാടികൾ വിശദീകരിച്ചു. ഡ്യൂട്ടിഓഫീസർ പിൻവാങ്ങിയതോടെ ജവാന്മാർ ബാരക്കിലെ റെക്രിയേഷൻ റൂമിലേക്ക് പോയി. ഞാൻ ബാരക്കിനു പുറത്തിറങ്ങി വഴിവിളക്കുകൾ നോക്കിനിന്നു. യൂണിറ്റ്ഗാർഡ് സിംലക്കാരനായ മഹീന്ദർ അങ്ങോട്ടേക്കു നോട്ടമെത്തിയപ്പോൾ ആംഗ്യംകാട്ടി എന്നെ അടുത്തേക്ക് ക്ഷണിച്ചു. അടുത്തെങ്ങും ഡ്യൂട്ടിഓഫീസർമാരോ ജൂനിയർ കമ്മീഷൻഡ് ഓഫീസർമാരോ ഇല്ലെന്നുറപ്പാക്കി ഞാൻ മഹീന്ദറിനടുത്തെത്തി. യൂണിറ്റിലെ എന്റെ ഏറ്റവുമടുത്ത സുഹൃത്താണ് മുപ്പത്തഞ്ചുകാരനായ മഹീന്ദർ. സമപ്രായക്കാർ എന്നതിലുപരി ഞങ്ങളുടെ കാഴ്ചപ്പാടുകൾ തമ്മിൽ സാമ്യമുണ്ടായിരുന്നു. മഹീന്ദർ വിവാഹിതനും രണ്ടുകുട്ടികളുടെ പിതാവുമാണ്. അടുത്തെത്തിയ എന്നോട് മഹീന്ദർ ശബ്ദംതാഴ്ത്തി ചോദിച്ചു "മേജറിന്റെ മടങ്ങി വരവിനെപ്പറ്റി അവിടെ നിന്നെന്തെങ്കിലും വിവരം കിട്ടിയോ?"

"ഇല്ല."

"പാവം സ്ത്രീ! അവരെങ്ങനെ അറിയാനാണ് അല്ലേ?"

"മ് പാവം സ്ത്രീ." ഒരാത്മഗതംപോലെ ഞാനും ഏറ്റുപറഞ്ഞു.

റെക്രിയേഷൻറൂമിൽ ചിലർ ഹിന്ദിസിനിമ ആസ്വദിക്കുന്നു. ചിലർ പത്രം വായിക്കുന്നു. ചിലർ ക്യാരംസ് കളിക്കുന്നു. എനിക്കൊന്നിനുമൊരു ഊർജ്ജസ്വലത തോന്നിയില്ല. അത്താഴം കഴിഞ്ഞ് കുറേനേരം ബാരക്കിൽ ഉലാത്തി. പത്തുമണിയോടെ വെളിച്ചം കെടുത്താനുള്ള അറിയിപ്പുമായി ബ്യൂഗിൾ ശബ്ദം വന്നു. ജവാന്മാർ ഉറങ്ങാൻകിടന്നു. എനിക്കുറക്കം വന്നതേയില്ല. നീതുസാബിനെ ഓർത്തു. ആദ്യഭർത്താവിൽനിന്ന്

വിടുതൽനേടി രണ്ടാംവിവാഹം കഴിച്ച് സ്വസ്ഥമായിവാഴുന്ന വലിയക ണ്ണുകളുള്ള എന്റെ അമ്മയെ ഓർത്തു. പണ്ട് തറവാട്ടുമുറ്റത്ത് ഒറ്റയ്ക്ക് കളിച്ചുകൊണ്ടിരിക്കുമ്പോൾ അവിടെ തിണ്ണയിൽ വന്നിരുന്ന ഒരു കാ ക്കയെ നീണ്ട പരിശ്രമങ്ങൾക്കുശേഷം ഞാൻ പിടികൂടി. അതിനെ പിടി കൂടാനായതിൽ ഞാനൊത്തിരി സന്തോഷിച്ചു. കൈയിൽ കിട്ടിയൊരു ചരടെടുത്ത് അതിന്റെ കാലിൽ ബന്ധിച്ച് വിറകുപുരയുടെ തൂണിൽ കെ ട്ടിയിട്ടു. കാക്ക നിർത്താതെ കരഞ്ഞുവിളിച്ചപ്പോഴൊക്കെ ഞാൻ ചെറി യൊരു വടികാട്ടി അതിനെ അനുസരണ പഠിപ്പിക്കാൻ തുനിഞ്ഞു. അതി ലൂടെ ഞാൻ സ്കൂളിലെ കണക്കുമാഷെ അനുകരിക്കുകയായിരുന്നു. എന്നെ കൈയോടെ പിടികൂടിയ അമ്മ 'ഹൊഹ് നിന്റെ അച്ഛൻ മഹാക്രൂ രനായിരുന്നു. ഒരു പെണ്ണിനും അയാളെ സഹിക്കാനാവില്ല. നീ അങ്ങ നെയാകാൻ തുടങ്ങരുത്' എന്നു പറഞ്ഞെന്നെ ശാസിച്ചു. അത്തരത്തി ലെന്നെ ശാസിക്കുമ്പോൾ അമ്മയുടെ കണ്ണിലോ വാക്കിലോ സ്വല്പം പോലും അയവ് ഞാൻ കണ്ടിരുന്നില്ല. ക്രൂരതകൾക്ക് അയവ് നല്കാൻപാ ടില്ല. അമ്മയെത്ര ശരിയായിരുന്നു. ഞാൻ ബാരക്കിൽ ഉണർന്നിരുന്ന് നേരം വെളുപ്പിച്ചു.'

"മതി ഇന്നത്തേക്ക് നിർത്താം." ഗിരിയുടെ വായനയെ തടസ്സപ്പെടു ത്തി ബാരക്ക് പറഞ്ഞു. ഗിരി അവളുടെ മുഖത്തേക്കു നോക്കുമ്പോൾ ബാരക്ക് മറ്റെങ്ങോട്ടോ മുഖം പിടിച്ചിരിക്കുകയായിരുന്നു. അവൻ പുസ് തകംമടക്കി കോണികളിറങ്ങി. ബാരക്ക് തെക്കുവശത്തെ ജനാലതുറന്നു. മഞ്ഞിൽ വിറങ്ങലിച്ച നീതുസിങ്ങിന്റെ കല്ലറയിലേക്ക് നോക്കി. മഞ്ഞ് നിലാവിനെമൂടി.

## പതിനാല്

**വൃ**ദ്ധനിപ്പോൾ ഒറ്റയ്ക്കുള്ള ജീവിതം പരിചിതമായിരിക്കുന്നു. ജോ ലിയുള്ളപ്പോൾ പുറത്തിറങ്ങും. അതുകഴിയുമ്പോൾ വീട്ടിലെത്തും. എന്തെ ങ്കിലും വെച്ചുണ്ടാക്കി കഴിക്കും. സമയത്ത് കിടന്നുറങ്ങും. മറ്റക്കരയിൽ വൃദ്ധന്റെ ഭാര്യയെക്കുറിച്ചും മകനെക്കുറിച്ചുമുള്ള വാർത്തകൾക്ക് പഞ്ഞ മില്ല. പുഷ്പ കുട്ടാത്തൻ ജോസിനൊപ്പം അടിമാലിയിൽ വീടെടുത്ത് പാർ ക്കുകയാണെന്ന് ചന്ദ്രൻ പറഞ്ഞറിഞ്ഞു. ജോസിനൊപ്പം അവളാഗ്രഹി ച്ച ജീവിതം കിട്ടുമെങ്കിൽ ജീവിച്ചോട്ടെ എന്നായിരുന്നു ആ വാർത്തയോ ടുള്ള വൃദ്ധന്റെ പ്രതികരണം. പുഷ്പയുടെ ഭാഗത്തുനിന്നുള്ള അത്തരം നീക്കത്തിൽ വൃദ്ധന് അത്ഭുതമൊന്നും തോന്നിയില്ല. വീട്ടിലുണ്ടായിരു ന്നപ്പോഴെ അവളുടെ പെരുമാറ്റത്തിൽനിന്ന് ചിലത് വൃദ്ധൻ വായിച്ചെടു ത്തിരുന്നു. അപ്പോഴും ചെറുക്കനെയോർത്ത് വൃദ്ധൻ നീറിക്കൊണ്ടിരു ന്നു. അയാൾ മകനെ കണ്ടിട്ട് ഒത്തിരിയായി. ദൂരെ നിന്നെങ്കിലും ഒന്നുകാ ണാൻ വല്ലാതെ കൊതിക്കുന്നുണ്ട്. ജീവനിപ്പോൾ ബാങ്കനൊപ്പം ടൗണി ലെവിടെയോ ആണ് താമസം. ആളുകൾ പറഞ്ഞുള്ള അറിവാണ്. കൃ

ത്യമായൊന്നും വൃദ്ധനറിയില്ല. എങ്കിലും മകനെ കാണുക എന്ന ഉദ്ദേശ്യത്തോടെ ഒന്നിടവിട്ട ദിവസങ്ങളിൽ അയാൾ ടൗണിലേക്ക് വണ്ടികയറും. ആളുകൂടുന്നിടത്തൊക്കെ അലഞ്ഞുതിരിയും. എന്നിട്ടും ജീവനെയിതേവരെ കാണാൻ കിട്ടിയിട്ടില്ല. പക്ഷേ, പ്രതീക്ഷ കൈവിടാൻ അയാൾ തയ്യാറല്ല. മാടസ്വാമിയും ഭാരതിയും വൃദ്ധനെ സഹതാപത്തോടെ നോക്കി. മേരിക്കങ്ങനെ വൃദ്ധനോട് പ്രത്യേകിച്ചൊരു ഭാവവുമില്ല. പഴയതുപോലെ തന്നെ. ജീവിതമാകുമ്പോൾ ഇതൊക്കെ സംഭവിക്കാം, സ്വാഭാവികം. അല്ലെങ്കിൽ ഇതൊക്കെകൂടി ചേർന്നതു തന്നെയല്ലേ ജീവിതം എന്ന മട്ടാണ്. മേടയിലിനും ഇപ്പോൾ വേണ്ടത് അത്തരമൊരു സമീപനമാണ്. അല്ലാതെ ആളുകളുടെ സഹതാപമോ ആശ്വസിപ്പിക്കലോ കുറ്റപ്പെടുത്തലോ ഒന്നുമല്ല. ജീവിതത്തിന്റെ ഒരു ഘട്ടത്തിലും അയാളാരുടേയും സഹതാപം കാംക്ഷിച്ചിട്ടില്ല. പക്ഷേ, സാമാന്യജനം അതു മനസ്സിലാക്കില്ല. വെറുതേ സഹതപിക്കും, ഉപദേശിക്കും, കുറ്റപ്പെടുത്തും! അതിൽ നിന്നെല്ലാം മുഖംതിരിക്കാൻ വൃദ്ധൻ തന്റെ സൗമ്യഭാവംമറച്ച് അഹങ്കാരിയുടെ പുറംപൂച്ചണിഞ്ഞു.

വൃദ്ധൻ കോട്ടേജിലേക്കുചെന്നപ്പോൾ മാർത്ത ജീവനെയന്വേഷിച്ചു.

“ഒരുപാട് നാളായല്ലോ മകനെ കണ്ടിട്ട്. ഇപ്പോളെന്താ ജീവൻ ഇങ്ങോട്ടൊന്നും വരാത്തത്?”

“അവൻ മുതിർന്നില്ലേ. സ്വന്തം വഴിയേ സഞ്ചരിക്കാറായല്ലോ. അതുകൊണ്ടാവും ഇപ്പോൾ അപ്പനൊപ്പം വരാനൊന്നും താല്പര്യമില്ല.” വൃദ്ധൻ നിർവ്വികാരനായി.

“നല്ല വീഞ്ഞിരിപ്പുണ്ട്. കുറച്ചുതരാം. ജീവന് കൊടുത്തേക്ക്. പിള്ളേർക്ക് ശരീരത്ത് രക്തമുണ്ടാവാൻ നല്ലതാ. ഗിരി ടൗണിലെ ഷോപ്പിൽ കൊടുക്കാൻ ഉണ്ടാക്കിയതാണ്.” മാർത്ത എന്തോ വലിയ കാര്യംപോലെ അകത്തുനിന്ന് ഒരുകുപ്പി വീഞ്ഞെടുത്തു വന്നു. അതു വാങ്ങണോ വേണ്ടയോ എന്നറിയാതെ വൃദ്ധൻ കുഴങ്ങി. അല്പനേരത്തെ ആലോചനയ്ക്കുശേഷം ജീവന്റെ കാര്യങ്ങളൊന്നും വിശദീകരിക്കാതെ അയാൾ വീഞ്ഞ് വാങ്ങി തന്റെ തോൾസഞ്ചിയിലിട്ടു. വീട്ടിലെത്തി സഞ്ചിതുറന്ന് വീഞ്ഞെടുത്ത് ജീവന്റെ മുറിയിലെ അലമാരയിൽ വച്ചു. ഞാൻ മരിക്കുമ്പോഴെങ്കിലും അവൻ മടങ്ങിവരും. അന്നേരം എന്റെ അസ്ഥിമാടത്തിൽ ഒരുവട്ടമെങ്കിലും അവൻ ദീപംതെളിച്ച് പ്രാർത്ഥിക്കും. എനിക്കതുമതി. അതുമതി. വൃദ്ധൻ വിതുമ്പി. കുളിച്ചുവന്ന് അല്പം കഞ്ഞിയുണ്ടാക്കി കുടിച്ചിട്ട് അയാൾ ഉറങ്ങാൻകിടന്നു. പിറ്റേന്നു രാവിലെ മേരിയുടെ നിർത്താതെയുള്ള വിളികേട്ടാണ് മേടയിലുണർന്നത്.

“മേടയിലേ മേടയിലേ മേടയിലേ.” വൃദ്ധൻ എണീറ്റുവന്ന് വാതിൽ തുറന്നു. മുറ്റത്ത് മേരിയും മൂന്ന് പൊലീസുകാരും!

“എന്തായെന്താ എന്താ മേരീ.” വൃദ്ധൻ പരിഭ്രമത്തോടെ മേരിയെ നോക്കി.

"മേടയിലെ ജീവനെ പൊലീസുപിടിച്ചു. സ്റ്റേഷനീന്ന് നിങ്ങളെ അന്വേഷിച്ച് വന്നിരിക്കുവാ."

"എന്താ സാറേ കാര്യം." വിശ്വനാഥൻ മുറ്റത്തേക്കിറങ്ങി.

"നിങ്ങളാണോ മേടയിൽ വിശ്വനാഥൻ?" പൊലീസുകാരിലൊരാൾ ചോദിച്ചു.

"അതെ."

"നിങ്ങളുടെ മകനാണോ ജീവൻ?"

"അതെ."

"അവനെ ഇന്നലെരാത്രി ടൗൺ പൊലീസ് അറസ്റ്റുചെയ്തു. ഇപ്പോൾ സ്റ്റേഷനിലാ. നിങ്ങളൊന്ന് അവിടംവരെ വരണം."

"എന്താ സാറേ കേസ്?"

"ചാരായംകടത്ത്."

"എന്റെ ദൈവമേ." വൃദ്ധൻ തലയിൽ കൈവച്ചു.

"വേഗം വരൂ. നില്ക്കാൻ സമയമില്ല." പൊലീസുകാർ ധൃതികാട്ടി. വൃദ്ധൻ അകത്തുകയറി പെട്ടെന്ന് വസ്ത്രംമാറി അവർക്കൊപ്പം ജീപ്പിൽ കയറിപ്പോയി. മേരി തിരികെ കടയിലെത്തുമ്പോൾ ബുട്ടൂസ് മേരിയെക്കാണാഞ്ഞ് പിണങ്ങി മുറ്റത്തിരിപ്പുണ്ട്.

"എന്തായി മേരീ അവിടെക്കാര്യം." മാടസ്വാമി ചായ അടിക്കുന്നതിനിടെ വിളിച്ചുചോദിച്ചു.

"എന്താവാൻ സ്വാമീ. അങ്ങേര് സ്റ്റേഷനിലോട്ട് പോയിട്ടുണ്ട്." മേരി പറഞ്ഞു.

"എനിക്കങ്ങേരുടെ മുഖം കാണാൻ വയ്യ. പാവം മനുഷ്യൻ." മാടസ്വാമി പറഞ്ഞു.

"അങ്ങേര് അനുഭവിക്കാനുള്ളത് അങ്ങേര് അനുഭവിച്ചോളും. നമ്മൾ ബേജാറാകണ്ട." സമോവറിൽ വെള്ളം തിളപ്പിക്കാനായി മേരി സ്റ്റൗ തെളിച്ചു.

"മ് അനുഭവിക്കും ഇതിനപ്പുറം അനുഭവിക്കും." സ്വാമിയുടെ കടത്തിട്ടിലിരുന്ന് ചായമൊത്തുന്നതിനിടെ ചന്ദ്രൻ അർത്ഥംവച്ച് തലയാട്ടി.

"പഹയാ താൻ അതും അതിനപ്പുറവും പറയും." മേരി ചന്ദ്രനു നേരെ രോഷംകൊണ്ടു.

"നീ നോക്കിക്കോടീ മൂന്നാർ ടൗണിലെ അറിയപ്പെടുന്ന ഗുണ്ടയാകും അവൻ." ചന്ദ്രൻ അറുത്തുമുറിച്ച് പറഞ്ഞു. മേരിയും മാടസ്വാമിയും അതുകേട്ട് വല്ലാതെയായി. വൃദ്ധനെ വരാന്തയിലിരുത്തിയിട്ട് അകത്തേക്കുപോയ പൊലീസുകാർ അല്പം കഴിഞ്ഞപ്പോൾ പുറത്തേക്കുവന്നു.

"സാറേ എന്റെ മോനെവിടെ? എനിക്കവനെയൊന്നു കാണണം."

"നിങ്ങളുടെ മകനെയും കൂട്ടാളിയേയും നമ്മളിവിടെ എത്തുന്നതിന് കുറച്ചുമുമ്പ് ആൾക്കാർ വന്നിറക്കിക്കൊണ്ടുപോയി. അവന് നല്ല സ്വാധീനമുണ്ട് അല്ലേ." കോൺസ്റ്റബിൾമാരിലൊരാൾ വൃദ്ധന്റെ അടുത്തേയ്ക്ക് നീങ്ങിനിന്നു.

“എനിക്കൊന്നുമറിയില്ല സാറേ. ഞാനവനെക്കണ്ടിട്ട് മാസങ്ങളായി.”

“സബ് ഇൻസ്പെക്ടർ അകത്തുണ്ട്. വന്ന സ്ഥിതിക്ക് അദ്ദേഹത്തെ കണ്ടിട്ട് പൊയ്ക്കോളൂ.” കോൺസ്റ്റബിൾ പറഞ്ഞു. വൃദ്ധൻ സബ്ഇൻസ്പെക്ടറുടെ മുറിയിലേക്ക് ചെന്നു. ഫോണിലായിരുന്ന എസ് ഐ വൃദ്ധനെയൊന്നു നോക്കിയിട്ട് സംസാരം തുടർന്നു. ഫോൺസംഭാഷണം അവസാനിച്ചപ്പോൾ എസ് ഐ വൃദ്ധനോട് ചോദിച്ചു: “നിങ്ങളാണല്ലേ വിശ്വനാഥൻ.”

“അതെ സർ.”

“നിങ്ങളും കൂടി അറിഞ്ഞിട്ടാണോ മകൻ ഈ പണിക്കു പോകുന്നത്.”

“അല്ല സാറേ. അവൻ വീട്ടിൽ വരാറില്ല. ചീത്ത കൂട്ടുകെട്ടിൽ പെട്ടിരിക്കുകയാ. എന്നെ ഗൗനിക്കാറേയില്ല.”

“നിങ്ങൾ ഈ നാട്ടുകാരൻ തന്നെയല്ലേ?”

“അതെ സാറേ.”

“അപ്പോൾപ്പിന്നെ ഞാൻ പറയാതെതന്നെ അറിയാമല്ലോ. പല ലോകത്തുനിന്നുള്ളവർ വന്നുകൂടുന്ന നാടാണ്. അതിനിടയിൽ കൃത്യമായ ശ്രദ്ധയില്ലാതെ വളരുന്ന പിള്ളേർ വഴിതെറ്റാനുള്ള സാഹചര്യമേറെയാണ്. അതറിഞ്ഞുവേണം പിള്ളേരെ വളർത്താൻ. തരികിട സംഘത്തോടൊപ്പമാണ് മകന്റെ കൂട്ടുകെട്ട്. പൊലീസിന് ഇടപെടുന്നതിനൊക്കെ പരിധിയുണ്ട്. ഇവരെയൊക്കെ ഉപയോഗിക്കുന്ന തല്പരകക്ഷികൾ പിടിച്ചയുടൻ പണവും സ്വാധീനവുമായി പിന്നാലെയെത്തും. സുഗമമായി ഇറക്കിക്കൊണ്ടു പോകുകയും ചെയ്യും. മുകളിൽനിന്നുള്ള നിർദ്ദേശം അനുസരിക്കുകയേ ഞങ്ങൾക്കും വഴിയുള്ളൂ.” എസ് ഐ പറഞ്ഞുനിർത്തി. കുനിഞ്ഞശിരസ്സുമായി വൃദ്ധൻ പൊലീസ് സ്റ്റേഷനിൽ നിന്നിറങ്ങി ടൗണിലെ ബസ്സ്റ്റോപ്പിലെത്തി. ബസ് വന്നിട്ടും കയറാതെ അവിടെത്തന്നെയിരുന്നു. ഉപദേശം, മൃദുസമീപനം, സ്നേഹം, കാർക്കശ്യം എല്ലാം ജീവന്റെയടുത്ത് നിഷ്ഫലമായി. അവനെ നേർവഴിക്കെത്തിക്കാൻ എനിക്കിനിയൊരിക്കലും സാധിക്കില്ല. വൃദ്ധനാകെ നിരാശപ്പെട്ടു.

## പതിനഞ്ച്

**രാ**വിലെ ബാരക്ക് പുസ്തകശാലയിലേക്കു പോകാനിറങ്ങുമ്പോൾ ഗിരി മുറ്റം കിളച്ചൊതുക്കുകയായിരുന്നു. അവൾ അടുത്തേക്ക് ചെന്ന് ചോദിച്ചു “മുറ്റത്തും കൃഷി ചെയ്യാൻ പോവുകയാണോ?”

അവൻ മൺവെട്ടി താഴെവച്ചിട്ട് അവളെനോക്കി ചിരിച്ചു.

“ഏയ് അമ്മായിക്ക് പുതിയ റോസ് പാകാനുള്ള ഇടമൊരുക്കുകയാണ്.”

“മാർത്തയ്ക്കെവിടന്നാ പുതിയ റോസ് കിട്ടിയത്.” ബാരക്ക് താല്പര്യപൂർവ്വം ചോദിച്ചു.

"ഇവിടന്നുതന്നെ. നേരത്തേയുള്ളതിന്റെ മുറ്റിയതണ്ടുകൾ മുറിച്ചെടുത്തതാണ്."

"ഓ പൂന്തോട്ടവിപുലീകരണമാണല്ലേ. രസകരമാണല്ലോ!." ബാരക്ക് നിറഞ്ഞചിരിയോടെ ജീപ്പ് സ്റ്റാർട്ട് ചെയ്ത് മലഞ്ചെരിവിറങ്ങി. ജീപ്പ് വളവുകടന്നകലുന്തോറും ഗിരിയുടെ മനസ്സിൽ ശൂന്യതനിറഞ്ഞു. ജീപ്പ് പൂർണ്ണമായും കാഴ്ചയിൽനിന്നു മാഞ്ഞു. ശൂന്യമായ ഹൃദയത്തോടെ അവൻ തന്റെ ജോലി തുടർന്നു. വാങ്ങാനുള്ള പുസ്തകങ്ങളെക്കുറിച്ച് മുൻനിശ്ചയമില്ലാതെയാണ് ബാരക്ക് പുസ്തകശാലയിലെത്തിയത്. മിക്കപ്പോഴുമങ്ങനെ തന്നെ. കുറച്ചുനേരം ചെലവഴിച്ച് ആമുഖവും മറ്റും വായിച്ചുനോക്കും. താല്പര്യംജനിച്ചാൽ വാങ്ങും. ഇക്കുറി നോവലുകളും വൈജ്ഞാനിക ഗ്രന്ഥങ്ങളും ഒഴിവാക്കി കുറച്ച് കവിതാ പുസ്തകങ്ങൾ വാങ്ങി. പിന്നെ അയേഷ നദിയുടെ *ദ ബേഡ് ഇൻ ദ നെസ്റ്റ്* എന്ന ആത്മകഥയും. ഉച്ചയോടെ പുസ്തകശാലയിൽ നിന്നിറങ്ങി ടൗണിനു പുറത്തുള്ള കോഫീഷോപ്പിലേക്കുപോയി. പനമ്പിൽ തീർത്ത ഗ്രാമീണമാതൃകയിലുള്ള ചെറിയ ഷോപ്പിലിരുന്ന് ചൂടുകോഫി നുണയുമ്പോൾ മനസ്സിൽ പുതിയ നിറങ്ങൾ തളിരിട്ടു. ഹൃദയത്തിന്റെ ആഴങ്ങളിലെവിടെനിന്നോ അകാരണമായ ആനന്ദത്തിന്റെ മുകുളങ്ങൾ വിരിയുന്നു. മുമ്പെങ്ങുമില്ലാത്ത എന്തോ ഒന്ന് ഹൃദയത്തിൽ സ്പന്ദിക്കുന്നു. നോക്കുന്നിടത്തെല്ലാം പ്രശാന്തമായ പ്രകാശം നിറങ്ങളെ തൊടുന്നു. ഉൻമേഷം തുളുമ്പുന്ന വായു ശ്വാസകോശത്തിലേക്ക് ഇരച്ചുകയറുന്നു. കോട്ടേജിൽ ഉച്ചഭക്ഷണത്തിന്റെ തിരക്കിലായിരുന്നു മാർത്ത. കൃഷിയിടത്തിൽനിന്നും കയറിയ ഗിരി കൈകാലുകളും മുഖവും കഴുകിവന്നശേഷം മാർത്ത വിളമ്പിവച്ച ഭക്ഷണം ക്യാപ്റ്റന്റെ മുറിയിലെത്തിച്ചു. അദ്ദേഹം കഴിച്ച് കഴിഞ്ഞശേഷം പാത്രങ്ങളുമായി തിരികെവന്ന ഗിരി മാർത്തയ്ക്കൊപ്പം കഴിക്കാനിരുന്നു. ബാരക്കുകൂടി ഉണ്ടായിരുന്നെങ്കിലെന്ന് ഗിരി ആഗ്രഹിച്ചു.

"ബാരക്കിനെയിനി വൈകുന്നേരം ചായയ്ക്കു പ്രതീക്ഷിച്ചാൽ മതി." മാർത്തയാണ് സംഭാഷണത്തിന് തുടക്കമിട്ടത്.

"ചായയ്ക്കെന്താ സ്പെഷ്യൽ." ഗിരിയതു ശ്രദ്ധിക്കാത്തതുപോലെ ചോദിച്ചു.

"ബജി ഉണ്ടാക്കാമെന്ന് വിചാരിക്കുന്നു. മറ്റെന്തെങ്കിലും വേണോ?"

"ഏയ് അതുതന്നെ ധാരാളം."

"കഴിഞ്ഞയാഴ്ച എത്തണമെന്ന് പറഞ്ഞിരുന്നതാ വിശ്വനാഥനോട്. എന്നിട്ടിപ്പോൾ ഈയാഴ്ചയും കടക്കാൻ പോകുന്നു. ഇതുവരെയങ്ങേരെക്കണ്ടില്ലല്ലോ. ഫോണിലും കിട്ടുന്നില്ല."

"ങ്ഹാ അമ്മായി അറിഞ്ഞില്ലേ. ആ ചെറുക്കൻമൂലം അങ്ങേരാകെ പ്രശ്നത്തിലാ."

"ഞാനെങ്ങനെ അറിയാനാ. ഗിരിയോ വിശ്വനാഥനോ പറഞ്ഞല്ലേ ഞാൻ കാര്യങ്ങൾ അറിയാറുള്ളത്."

"ചാരായം കടത്തിയതിന് അവനെ പൊലീസ് പൊക്കി."

"അയ്യോ അവനോ?" മാർത്ത ഞെട്ടലോടെ ചോദിച്ചു.

"ങ്ഹാ അവൻ തന്നെ. ഈ നാട്ടിലെ കേഡികളുമായിട്ടാ അവന്റെ സഹവാസം."

"വിശ്വനാഥന്റെ അവസ്ഥയെന്താ?"

"അയാൾ വീട്ടിലൊറ്റയ്ക്കാ. ചെറുക്കൻ വീട്ടിൽ ചെല്ലാറൊന്നുമില്ല."

"ഓഹ് എനിക്കൊന്നും വിശ്വസിക്കാനാവുന്നില്ല." ഭക്ഷണം മതിയാക്കിയെണീറ്റ അവരുടെ മനസ്സിൽ വൃദ്ധന്റെ കൈയിൽത്തൂങ്ങിവരുന്ന കുഞ്ഞുജീവന്റെ ചിത്രമായിരുന്നു. പുറത്ത് ജീപ്പിന്റെ ഇരമ്പൽ. ബാരക്ക് എത്തിയിരിക്കുന്നു. ഗിരിയുടെ മനസ്സ് തെളിഞ്ഞു. അവൻ ഉത്സാഹത്തോടെ പൂന്തോട്ടത്തിലെത്തി. ഗിരി പൂന്തോട്ടത്തിലെത്തുംമുമ്പേ ബാരക്ക് കോണികൾകയറി തന്റെ മുറിയിലെത്തിയിരുന്നു. പുറത്തുപോയി വന്നാൽ അല്പനേരം വിശ്രമം പതിവാണ്. ഒന്നു മയങ്ങാൻകിടന്ന് ഏറെക്കഴിയുംമുമ്പ് മാർത്ത ചായയുമായെത്തി. അവൾ ചായകുടിക്കുമ്പോൾ മാർത്ത വൃദ്ധന്റെ കാര്യം പറഞ്ഞു. മട്ടുപ്പാവിലിരുന്ന് ആനമുടിയുടെ നെറുക കാണുമ്പോൾ മനസ്സിൽ മുഴുവൻ വൃദ്ധനായിരുന്നു. കരയുള്ള വെള്ളമുണ്ടും ഷർട്ടും ധരിച്ച് തോൾസഞ്ചിയും തൂക്കി കുന്നുകയറിവരുന്ന ആ മനുഷ്യനെയോർത്ത് അവൾ വിഷാദിയായി. തോട്ടത്തിൽ മാർത്തയുടേയും ഗിരിയുടേയും റോസ് നടീൽ പുരോഗമിച്ചു. ബാരക്ക് മട്ടുപ്പാവിലങ്ങനെയിരിക്കുമ്പോൾ മുറ്റത്തുനിന്ന് ജോലിയെടുക്കാൻ ഗിരിക്ക് പ്രത്യേകമായ ഒരുത്സാഹം തോന്നി. പല വർണ്ണത്തിലുള്ള ആ റോസുകൾ മുഴുവൻ തളിരിട്ട് പൂക്കുന്നതും അതിൽനിറച്ചും വർണ്ണശലഭങ്ങൾ വന്നണയുന്നതും മഞ്ഞുകൂടിയ പുലരികളിൽ ബാരക്ക് അത് മട്ടുപ്പാവിൽ നിന്നാസ്വദിക്കുന്നതും ഗിരിയുടെ ഭാവനയിൽ വിരിഞ്ഞു. പണിയെടുക്കുന്നതിനിടെ വെറുതേ പുഞ്ചിരിക്കുന്ന ഗിരിയെക്കണ്ട് മാർത്ത അമ്പരന്നു 'ങ്ഹേ ഇവനിതെന്തുപറ്റി'. മറ്റേതോ ലോകത്തിരിക്കുന്ന മട്ടാണെങ്കിലും തെറ്റാതെ പണിയെടുക്കുന്നുണ്ട്. മാർത്തയ്ക്കിപ്പോൾ അതുമതി. ഏതാണ്ട് അഞ്ചരയോടെ നടീൽജോലി അവസാനിച്ചു. ഗിരി കുളികഴിഞ്ഞുവന്ന് അടുക്കളയിൽ മാർത്തയ്ക്കൊപ്പംകൂടി. അത്താഴത്തിനുള്ള തയ്യാറെടുപ്പുകൾക്കിടെ മാർത്ത ഗിരിയോട് ജീവനെക്കുറിച്ച് ഓരോന്ന് ചോദിച്ചുകൊണ്ടിരുന്നു.

"അമ്മായിയെന്തിനാണ് അവനെക്കുറിച്ചിത്ര വേവലാതിപ്പെടുന്നത്. തലതിരിഞ്ഞ ആ ചെക്കൻ ആരെയും പരിഗണിക്കുന്നില്ല. സ്വന്തം പിതാവിനെപ്പോലും!."

"അവൻ കുട്ടിയല്ലേ ഗിരീ."

"കുട്ടിയോ? അവന് പതിനെട്ടെങ്കിലും വരും."

"ആയിക്കോട്ടെ. അതൊക്കെയൊരു പ്രായമാണോ?"

"ഞാനിപ്പോൾ എന്തുചെയ്യണമെന്നാ അമ്മായി പറയുന്നത്."

“അവനെ എനിക്കൊന്നു കാണണം. ഞാൻ പറഞ്ഞാൽ അവൻ കേൾക്കും.”

“അമ്മായിയുടെ ആത്മവിശ്വാസം കൊള്ളാം. പക്ഷേ, അമ്മായിയോട് അവന് കൂറൊന്നുമില്ല. അമ്മായി കൊടുക്കുന്ന ആഹാരത്തോടാണ് കൂറ്. അതിനോടും കൂറൊന്നുമില്ല വെറും ആർത്തി മാത്രം”

“എന്നാലും എനിക്കവനെയൊന്ന് കാണണം.”

“ഞാനൊന്നന്വേഷിക്കട്ടെ. നാളെയോ മറ്റോ മറ്റക്കരയിൽപ്പോയി വൃദ്ധനെയൊന്ന് കാണാം.” വെളിച്ചം മങ്ങിയതോടെ മട്ടുപ്പാവിലെ ഇരുത്തം മതിയാക്കി അകത്തേക്കുപോയ ബാരക്ക് തന്റെ വരമുറിയിൽ നാലരമണിക്കൂർ ചെലവഴിച്ച് സന്ധ്യയുടെ നിതാന്തശോണിമയെ ഉള്ളിൽ നിന്ന് ജനിപ്പിച്ചതുപോലെ തടാകക്കരയിലെ സന്ധ്യയെ അക്രിലിക്കിൽ ക്യാൻവാസിൽ പകർന്നു. വർണ്ണവിന്യാസങ്ങളുടേയും വെളിച്ചത്തിന്റേയും സമീകൃതമായ ക്രമീകരണത്തിൽ ഉല്ക്കടമായ ആശാഭിലാഷങ്ങളും ശോകാർദ്രമായ അനിശ്ചിതാവസ്ഥയും അർത്ഥമില്ലായ്മയുടെ ആഴവും മിശ്രണം ചെയ്യപ്പെട്ടിരുന്നു. തടാകക്കരയിലെ മനുഷ്യരും മനുഷ്യനിർമിതികളും സുവ്യക്തനിഴലായും പ്രകൃതി അത്യുജ്ജ്വലമായ വർണ്ണാഞ്ചിത ജ്വാലയായും സന്നിവേശിക്കപ്പെട്ട സൃഷ്ടിക്ക് ബാരക്കൊരു ശീർഷകമെഴുതി ‘ലൈഫ് ഈസ് എ മിസ്റ്റിക് പിക്ച്ചർ പെയിന്റഡ് ബൈ ഗോഡ്.’

മാർത്ത കൊണ്ടുവച്ച അത്താഴം തീൻമേശയിലതേപടി ഇരിപ്പുണ്ട്. ചിത്രരചന കഴിഞ്ഞപ്പോൾ മനസ്സാകെയൊഴിഞ്ഞ് ഭാരമില്ലാതെയായി. സർവാംഗം തളർത്തുംവിധം ക്ഷീണം. അവൾ വരമുറിയിൽനിന്ന് കിടപ്പുമുറിയിലേക്ക് വന്നു. പഴയവിരികൾമാറ്റി അലമാരയിൽനിന്ന് അലക്കിത്തേച്ച വിരികളെടുത്ത് കിടക്കയൊരുക്കി. തൂവെള്ളവിരികളോടാണ് ബാരക്കിന് പ്രിയം. നിശാവസ്ത്രമണിഞ്ഞ് കിടക്കയിലേക്ക് പോകാനൊരുങ്ങുമ്പോഴായിരുന്നു കൈയെഴുത്തു പ്രതിയുമായി ഗിരിയുടെ വരവ്. അന്നവൾ ഗിരിയെ പ്രതീക്ഷിച്ചതേയില്ല. ഹാളിൽനിന്ന് തന്റെ മുറിയിലേക്കുള്ള കോളിങ്ബെൽ ആവർത്തിച്ചപ്പോൾ ബാരക്ക് മുറി തുറന്നിറങ്ങി. ഗിരി ഹാളിലൊരു കോണിലായി കൈയെഴുത്തു പ്രതിയുമായി മാറി നില്പുണ്ട്. ബാരക്കിനെ കണ്ടപ്പോൾ പുഞ്ചിരിച്ചു

“അല്പം വൈകിപ്പോയി മാഡം. ക്യാപ്റ്റന്റെ മുറിയിൽ കുറച്ച് ജോലിയുണ്ടായിരുന്നു.”

“എന്തായിരുന്നു ജോലി? കേട്ടെഴുത്തായിരുന്നോ?”

“അല്ല. കട്ടിലും മേശയും കസേരയും അലമാരയും സ്റ്റാൻഡുമൊക്കെ സ്ഥാനം മാറ്റി ക്രമീകരിച്ചു. ഇടയ്ക്കിടെ അത്തരമൊരു പതിവുണ്ടല്ലോ?”

ക്ഷീണം കാരണം ബാരക്കിന്റെ കൺപോളകളിൽ കനംതൂങ്ങി. എങ്കിലും ഗിരിയെ മടക്കി അയക്കാൻ തോന്നിയില്ല. ജോലി കഴിഞ്ഞശേഷമുള്ള വിശ്രമസമയം തനിക്കായി മാറ്റിവച്ച് എത്തിയിരിക്കുകയാണ്. ഇരുന്നിട്ട് അവൾ ഗിരിയോട് വായന തുടങ്ങാൻ പറഞ്ഞു. അവൻ വായി

ച്ചു തുടങ്ങി... 'ആ വാർത്ത സന്തുഷ്ടിയുളവാക്കുന്നതായിരുന്നു. യശ്പാലിൽ നിന്നാണ് ബാരക്കിലുള്ളവർ അതറിഞ്ഞത്. അതു കേട്ടയുടൻ ഞാൻ മൊഹീന്ദറിനടുത്തേക്ക് ഓടി "മൊഹീന്ദർ നീയറിഞ്ഞോ നീതുസാബ് ഗർഭിണിയാണ്."

"ദൈവമേ ഒടുവിൽ മേജറിനും ഭാര്യയ്ക്കുമിടയിൽ ദാമ്പത്യം ഉടലെടുത്തിരിക്കുന്നു." മൊഹീന്ദർ മുകളിലേക്കുനോക്കി ദൈവത്തെ സ്തുതിച്ചു. തൊട്ടടുത്ത അവധിദിവസം ആഘോഷമാക്കാൻ തീരുമാനിച്ച് ഞങ്ങൾ ശ്രീനഗറിലെ ഏറ്റവുംവലിയ മധുരപലഹാരശാലയിൽപ്പോയി വിവിധയിനം പലഹാരങ്ങളുടെ രണ്ടുവലിയ പാക്കറ്റുകൾ വാങ്ങി. ഒന്ന് ഞങ്ങൾ ബാരക്കിലുള്ളവർക്കും മറ്റൊന്ന് മേജറിനും കുടുംബത്തിനും. ബാരക്കിലുള്ളവരെല്ലാം ചേർന്ന് ഹെഡ്ക്വാർട്ടേഴ്സിൽവച്ച് മേജറിന് മധുരം കൈമാറി. അപ്പോഴും അദ്ദേഹത്തിന്റെ സമീപനം പരുക്കനായിരുന്നു."

"ഗിരീ ഇന്നത്തേക്ക് നിർത്താം." ബാരക്ക് കോട്ടുവായോടെ പറഞ്ഞു.

"മാഡം ക്ഷീണിതയാണല്ലേ." ഗിരി പുസ്തകം മടക്കി.

"ഗിരിക്ക് ഇതിലെ ഉള്ളടക്കം മുഴുവനും അറിയാമല്ലോ അല്ലേ?"

"ഇല്ല അവ്യക്തമാണ്. കേട്ടെഴുതുമ്പോൾ ശ്രദ്ധ എഴുത്തിൽ മാത്രമാണെനിക്ക്."

"തനിക്കീ വായന വിരസമായൊരു അധരവ്യായാമമാകുന്നുണ്ടോ എന്നറിയാൻ ചോദിച്ചതാ."

"ഒരിക്കലുമില്ല പ്രത്യേകിച്ച് മാഡത്തിനു വേണ്ടിയാകുമ്പോൾ."

"എനിക്കെന്താ പ്രത്യേകത?"

ഒരു നിമിഷം ഗിരി ഉത്തരംമുട്ടിയിരുന്നു. പിന്നെയൊരു ഭാവപ്പകർച്ചയോടെ പറഞ്ഞു "മാഡം വലിയൊരു ചിത്രകാരിയല്ലേ."

"ഓ അപ്പോൾ ഞാനൊരു ചിത്രകാരിയായതുകൊണ്ടാണ് എനിക്കുവേണ്ടി ഇതൊക്കെ ചെയ്യുന്നത്. ആട്ടെ ഗിരി എന്റെ എത്ര ചിത്രങ്ങൾ കണ്ടിട്ടുണ്ട്?" ആ ചോദ്യത്തിനുമുമ്പിൽ ഗിരിയാകെ പതറി. തീർച്ചയായും ബാരക്കിന്റെ പ്രതിഭയിൽ എനിക്ക് മതിപ്പും ബഹുമാനവുമുണ്ട്. വ്യക്തിത്വത്തോട് ആദരവും കൗതുകവുമുണ്ട്. അതിനെല്ലാമുപരി ബാരക്കെനിക്ക് എന്റെ പ്രിയപ്പെട്ട ക്യാപ്റ്റന്റെ മകളാണ്. എനിക്കഭയംതന്ന കണ്ണിയിൽപെട്ടവളാണ്. കുട്ടിക്കാലംമുതൽ ഒരേയിടത്തു പാർക്കുന്നവരാണ്. നിങ്ങളില്ലെങ്കിൽ ഞാൻ ശൂന്യനാണ്. ഞാനെന്റെ ജീവനും ജീവിതവുംകൊണ്ട് നിങ്ങളോടെല്ലാം കടപ്പെട്ടിരിക്കുന്നു. പക്ഷേയതൊന്നുമിപ്പോൾ വിസ്തരിക്കാനാകില്ല.

"എന്താ ആലോചിക്കുന്നത്?"

"ഒന്നുമില്ല." ഗിരി ചിരിച്ചു.

"എന്റെ ചോദ്യത്തിനുത്തരം തന്നില്ല."

"ചിത്രങ്ങളെക്കുറിച്ച് അമ്മായി പറഞ്ഞറിയാം. പിന്നെ ആ വൃദ്ധ

നെ ആർട്ട്ഗാലറിയിലെത്തിക്കാൻ പോകുമ്പോഴൊക്കെ ചിലത് കണ്ടിട്ടുണ്ട്. ഇവിടന്ന് പൊതിഞ്ഞുകെട്ടിയ ചിത്രങ്ങൾ ഗാലറിയിൽവച്ച് തുറക്കുമല്ലോ."

"ഇപ്പോൾ കാണണമെന്ന് ആഗ്രഹമുണ്ടോ?"

"ഉണ്ട്."

"എങ്കിൽ വരൂ." ബാരക്ക് ഗിരിയെ വരമുറിയിലേക്ക് ക്ഷണിച്ചു. തന്റെ ക്ഷീണമെങ്ങോട്ടുപോയെന്ന് അവൾ അത്ഭുതപ്പെട്ടു. ജനാലകളില്ലാത്ത വിശാലമായ വരമുറിയുടെ ചുമരുകൾക്ക് തൂവെള്ള നിറമായിരുന്നു. ഇതെങ്ങനെയിവിടെമാത്രം വെള്ള! അമ്മായി എന്നോടിതു പറഞ്ഞിട്ടില്ലല്ലോ. ഗിരി ചിന്തിച്ചു. കോട്ടേജിന്റെ മറ്റുൾവശങ്ങളെല്ലാം ചുടുകട്ടനിറത്തിലോ, ആംബർനിറത്തിലോ, വുഡ്നിറത്തിലോയാണ്.

"ഞാൻതന്നെ പെയിന്റ് ചെയ്തതാണ്." ഗിരിയുടെ മനസ്സ് വായിച്ചിട്ടെന്നപോലെ അവൾ പറഞ്ഞു. ഈസലുകൾ, അതിൽപ്പിടിപ്പിച്ച ക്യാൻവാസുകൾ, ഓരോ ഈസലിനടുത്തുമുള്ള കൈമേശയിൽ പാലെറ്റ്, ബ്രഷുകൾ, കത്തി, ചായക്കുപ്പികൾ, ഓയിലുകൾ തുടങ്ങിയ സാമഗ്രികൾ ഒരറ്റത്ത്. ക്യാൻവാസുകൾ കറുത്ത തിരശ്ശീലയാൽ മറച്ചിട്ടുണ്ട്. മറ്റൊരു വശത്ത് മനോഹരമായി ഫ്രെയിംചെയ്ത ചിത്രങ്ങൾ ചുമരിൽ കയറ്റിയും ഇറക്കിയും ക്രമീകരിച്ചിരിക്കുന്നു. കൂട്ടത്തിലേറെയും പായലിന്റെ വ്യത്യസ്ത ഛായാചിത്രങ്ങളാണ്. തൊട്ടെതിരെ മേശപ്പുറത്ത് പെയിന്റു ചെയ്തെടുത്തൊരു ചട്ടിയിൽനിറയെ കടുംമഞ്ഞപ്പൂക്കളുമായി ജമന്തി. ശ്രദ്ധിക്കുന്തോറും ആ ചട്ടിയും ചെടിയും പൂവുമൊക്കെ ഒരു ത്രിമാന ചിത്രമാണോയെന്ന് ഗിരിക്ക് സംശയമായി. അതിനല്പമകലെയായി കനൽകെട്ട നെരിപ്പോട്. ജമന്തിയിലേക്ക് നോക്കുന്തോറും അവൻ ആശയക്കുഴപ്പത്തിലായി.

"ഞാൻ വരച്ചതിൽ സൂക്ഷിക്കുന്നതിത്രമാത്രം." ബാരക്ക് ചുമരിലേക്ക് ചൂണ്ടി.

"മാഡത്തിന് മനുഷ്യരേക്കാൾ പ്രിയം അതൊഴികെയുള്ള ജീവജാലങ്ങളോടല്ലേ. ചുമരിലേറെയും മനുഷ്യരും പ്രകൃതിയുമായി ബന്ധപ്പെട്ട ചിത്രങ്ങളാണല്ലോ. പക്ഷിമൃഗാദികളുടെ ഒറ്റച്ചിത്രം പോലുമില്ലല്ലോ?"

"ബാരക്ക് എന്നു വിളിച്ചോളൂ."

എങ്ങനെയാണ് പേരുവിളിക്കുക. ഗിരി ഉൾവലിഞ്ഞുനിന്നു. ബാരക്ക് മുറിയിലൂടെനടന്ന് ചിത്രങ്ങൾ പരിചയപ്പെടുത്തി. ഗിരി നിശ്ചലനായി നില്ക്കുന്നതുകണ്ട് അവൾ ചോദിച്ചു "പേര് വിളിക്കാൻ മടിയാണോ?"

"ഏയ്." അവൻ വിളറിയൊരു ചിരി ചിരിച്ചു.

"ഞാൻ പക്ഷിമൃഗാദികളെ ചിത്രീകരിക്കാത്തതെന്തെന്നല്ലേ. പക്ഷിമൃഗാദികൾ പുറംകാഴ്ചകളിൽ മാത്രമാണ് ആകൃഷ്ടരാകുന്നത്. മനുഷ്യർ ആന്തരികാർത്ഥം തേടുന്നുണ്ട്. തീറ്റ, വിസർജ്ജനം, ഉറക്കം ഇവയിൽ മാത്രമല്ല മനുഷ്യർ ശ്രദ്ധകേന്ദ്രീകരിക്കുന്നത്. അവർ ജീവിതത്തിന്റെ

താത്ത്വികാർത്ഥങ്ങൾ തേടുകയും അവലോകനം ചെയ്യുകയും ചെയ്യുന്നുണ്ട്. സ്നേഹം പിടിച്ചുപറ്റുന്നത് പക്ഷിമൃഗാദികളാണെങ്കിലും താല്പര്യം ജനിപ്പിക്കുന്നത് മനുഷ്യരാണ്."

"ആ ജമന്തിപ്പൂക്കൾ യാഥാർത്ഥ്യമോ വരയോ?"

"തൊട്ടുനോക്കൂ." ഇരുകവിളുകളും നിറയുന്നൊരു ചിരിയോടെ ബാരക്ക് പറഞ്ഞു. ഗിരിയല്പം ശങ്കിച്ചുനിന്നശേഷം അടുത്തുചെന്ന് തൊട്ടുനോക്കി.

"ഇതു യഥാർത്ഥമാണല്ലോ. കണ്ടപ്പോൾ ചിത്രമാണെന്നു തോന്നി."

"ഗിരിക്ക് യാഥാർത്ഥ്യം ചിത്രമായിത്തോന്നി. എന്നാൽ ചില ചിത്രങ്ങളുണ്ട്, അതുകണ്ടാൽ യാഥാർത്ഥ്യമാണെന്ന് തോന്നും."

"എനിക്കതൊന്ന് കാണാൻ സാധിക്കുമോ?"

"ഞാനത്തരമൊരു രചന നടത്തിയിട്ടില്ല. പ്രതിഭകൾക്കുമാത്രം സാദ്ധ്യമാകുന്നതാണത്. ബി സി അഞ്ചാംനൂറ്റാണ്ടിൽ ഗ്രീസിൽ പ്രഗത്ഭരായ രണ്ട് ചിത്രകാരന്മാരുണ്ടായിരുന്നു, സ്യൂക്സിസും പരാസിയോസും. സ്യൂക്സിസ് ഒരിക്കൽ പാത്രത്തിൽ മുന്തിരിക്കുല പിടിച്ചുകൊണ്ടിരിക്കുന്ന ഒരു കുട്ടിയെ വരച്ചു. ചിത്രം പ്രദർശിപ്പിച്ചപ്പോൾ മുന്തിരിക്കുല ശരിക്കുള്ളതാണെന്നു കരുതി പക്ഷികൾ കൊത്തിത്തിന്നാൻ നോക്കി. ഇതു കണ്ട ജനങ്ങൾ സ്യൂക്സിസിനെ പുകഴ്ത്തി. അപ്പോൾ സ്യൂക്സിസ് പരാസിയോസിനോട് അദ്ദേഹം വരച്ച ചിത്രത്തിനു മുകളിലിട്ടിരിക്കുന്ന കർട്ടൻമാറ്റി ചിത്രം കാണിക്കാൻ അപേക്ഷിച്ചു. കർട്ടൻ താങ്കൾ തന്നെ മാറ്റിക്കോളൂ എന്നായി പരാസിയോസ്. സ്യൂക്സിസ് കർട്ടൻ മാറ്റാൻ തുടങ്ങുമ്പോഴാണറിയുന്നത് പരാസിയോസ് വരച്ചുവച്ചിരിക്കുന്നത് കർട്ടന്റെ ചിത്രമാണെന്ന്. ഉടൻ സ്യൂക്സിസ് പരാസിയോസിനു മുമ്പിൽ വിനീതനായി, എനിക്ക് പറവകളെ പറ്റിക്കാനേ സാധിച്ചുള്ളു. താങ്കൾ എന്നെത്തന്നെ പറ്റിച്ചുകളഞ്ഞു!." ഗിരി ബാരക്കിനെ അതീവ താല്പര്യത്തോടെ കേട്ടുനിന്നു. തുടർന്ന് അവൾ ക്യാൻവാസിൽ കർട്ടനിട്ട് സൂക്ഷിച്ചിരിക്കുന്ന ചിത്രങ്ങൾക്കടുത്തേക്ക് നീങ്ങി. പിന്നാലെ ഗിരിയും. തിരശ്ശീലകളൊന്നൊന്നായി നീക്കി ചിത്രങ്ങൾ വെളിവാക്കവേ അതിലൊന്ന് ഗിരിയെ അമ്പരപ്പിച്ചു. പനിക്കിടക്കയിലിരുന്ന് പുറംലോകംകാണുന്ന ഒരാൺകുട്ടിയുടെ ചിത്രം! ആ കുട്ടിക്ക് എവിടെയോ തന്റെ ഛായ. അല്ല അതു ഞാൻ തന്നെയാണ്! പനിക്കിടക്കകൾ എത്ര അരക്ഷിതമായിരുന്നു. അപ്പോഴൊക്കെ പുറംലോകത്തേക്ക് എത്തിനോക്കാൻ വ്യഗ്രതപ്പെട്ടിട്ടുണ്ട്. ബാരക്ക് എന്നെ അറിഞ്ഞിരുന്നോ? ഗിരി ഗോപ്യമായി അവളുടെ മുഖത്തേക്കുനോക്കി. ബാരക്ക് ചിത്രത്തിനടുത്തായി ഒരുവശം ചെരിഞ്ഞ് നില്ക്കുകയായിരുന്നു. ചെവിക്കുതാഴെ മൂടിനില്ക്കുന്ന ചുരുണ്ടമുടിയിഴകളും പകുതിതുറന്ന മിഴിയും സ്നിഗ്ദ്ധമായ നാസികാഗ്രവുമായി ചിത്രത്തിലേക്കുറ്റുനോക്കുന്ന ബാരക്ക് വിദൂരസ്മൃതിയുടെ വെളിപാടുപോലെ അവന്റെ ഉള്ളിൽ പതിഞ്ഞു. ഗിരിയുടെ മനസ്സ് നിമിഷാർദ്ധങ്ങളിൽ മിന്നിമാഞ്ഞു, തിരിച്ചെടുക്കാനാകാത്തവിധം!

# പതിനാറ്

**കേ**സും കൂട്ടവുമൊന്നുമായില്ലെങ്കിലും ഒരുവട്ടം പൊലീസിന്റെ പിടിവീണതോടെ ചെറുക്കൻ ഭയചകിതനും അസ്വസ്ഥനുമാണ്. വലിയ അദ്ധ്വാനവും വെല്ലുവിളികളുമൊന്നുമില്ലാതെ ആവശ്യത്തിന് കാശും സുഭിക്ഷജീവിതവുമാണ് അവന്റെ ലക്ഷ്യം. സ്വൈരമായി അതു കിട്ടിക്കൊണ്ടിരുന്നതുമാണ്. അതിനിടയിലാണ് ചാരായം കടത്തിന് പിടിക്കപ്പെട്ടത്. കഴുത്തിന് കുത്തിപ്പിടിച്ചുള്ള ചെകിട്ടത്തടിയും ഇൻസ്പെക്ടറുടെ പൊരിഞ്ഞ ചീത്തവിളിയും ഓർത്തപ്പോൾ ചെറുക്കനെന്തോ വല്ലായ്ക കയറി. കഞ്ചാവ് തെറുത്ത് കയറ്റിയ മുഴുത്തൊരു ചുരുട്ട് തീർത്തിട്ടും ജീവന്റെ പിരിമുറുക്കം മാറിയില്ല. അവൻ ലോഡ്ജ് മുറിയിലൂടെ ഉലാത്തി. തങ്കനും ചെറുക്കനും കുറച്ചായി ടൗണിലെയൊരു ലോഡ്ജിലാണ് താമസം. തങ്കൻ അതിരാവിലെ എങ്ങോട്ടോ പോയി. സ്ഥലമൊന്നും പറഞ്ഞില്ല. ഈയടുത്തായി തങ്കൻ എന്നിൽനിന്ന് എന്തൊക്കയോ മറയ്ക്കുന്നുണ്ട്. അവൻ പെട്ടെന്ന് മനോസംഘർഷത്തിനടിപ്പെട്ട് ആശ്രയമില്ലാത്തവനെപ്പോലെ നിലവിളിച്ചുകൊണ്ട് മുഷ്ടിചുരുട്ടി ഭിത്തിയിൽ ആഞ്ഞിടിച്ചു. പോരാഞ്ഞിട്ട് മുറിയിലുണ്ടായിരുന്ന ഒരു ബോട്ടിൽമദ്യം ഒറ്റയിരുപ്പിന് തീർത്തു. ബോധം കെടുംവരെ ബഹളം കൂട്ടി. രാത്രി എട്ടോടെ തങ്കനെത്തുമ്പോൾ ചെറുക്കൻ നിലത്ത് പ്രാന്തെടുത്ത ഉറക്കത്തിലായിരുന്നു. വിളിച്ചുണർത്താനൊന്നും തുനിഞ്ഞില്ല. പതിനൊന്നുമണിക്ക് താനേയുണർന്ന ചെറുക്കൻ ടി വി കാണുകയായിരുന്ന തങ്കനോട് ചോദിച്ചു:

"എപ്പോൾ വന്നു?"

"കുറച്ചുസമയമായി. നീ നല്ല ഉറക്കമായിരുന്നു." ചെറുക്കൻ വേഗമൊരു കസേരനീക്കി തങ്കനടുത്തിട്ട് ഇരുന്നു.

"തങ്കാ എനിക്ക് പേടിയാകുന്നു."

"പേടിയോ? എന്തിന്?" തങ്കൻ ചെറുക്കനെ നോക്കി.

"നമ്മൾ പൊലീസിന്റെ നോട്ടപ്പുള്ളികളായില്ലേ?"

"ജീവാ ആണായാൽ ചങ്കൂറ്റംവേണം. എന്നാലേ ജീവിക്കാൻ പറ്റൂ."

"തങ്കാ നമുക്ക് മറ്റെവിടേക്കെങ്കിലും പോകാം."

"വേറെവിടെ? നീ ആണൊരുത്തനല്ലേ. എന്തിനുമേതിനും എന്നെ താങ്ങാതെ പ്രശ്നങ്ങളെ നേരിടാൻ പഠിക്ക്. എന്നും ഞാനൊപ്പമുണ്ടാവില്ല." തങ്കന്റെ വാക്കുകൾ ചെറുക്കനെ ആശങ്കയിലാഴ്ത്തി.

"തങ്കൻ എവിടെപ്പോകുന്നു?" ചെറുക്കൻ ഉൽക്കണ്ഠയോടെ ചോദിച്ചു.

"അതൊക്കെപ്പറയാം. സമയമാകട്ടെ." തങ്കൻ ടി വി ഓഫ് ചെയ്തിട്ട് ഒരു സിഗരറ്റുകൊളുത്തി മുറിക്കു പുറത്തിറങ്ങി. ഇടനാഴിയിലെ കൈവരിക്കടുത്ത് ചെന്ന് ഇരുട്ടിലേക്ക് നോക്കി പുകച്ചുരുൾ ഊതിവിട്ടു. ചെറുക്കൻ ചുമരിൽ ചാരി തങ്കനെ ഉറ്റുനോക്കി. തങ്കനുമായി പിണക്കമോ

അകല്ച്ചയോ അവന് ചിന്തിക്കാൻപോലുമാകില്ല. തങ്കൻ ഒരു സിഗരറ്റ് നീട്ടി. ആ നീട്ടൽ അവന് സുരക്ഷിതത്വബോധം സമ്മാനിച്ചു. ചെറുക്ക നതു വാങ്ങി ആർത്തിയോടെ വലിച്ചു.

"ജീവാ നമുക്ക് നാളെയൊന്ന് ചെറിയകുന്നുവരെ പോകണം."

"എന്തിനാ തങ്കാ?"

"അവിടെച്ചെന്നിട്ട് പറയാം. നല്ല ക്ഷീണം. ഞാൻ കിടക്കുവാ." സി ഗരറ്റുകുറ്റി ഇരുട്ടിലേക്ക് വലിച്ചെറിഞ്ഞ് തങ്കൻ മുറിയിലേക്കുകയറി. ചെറു ക്കൻ കുറേനേരംകൂടി ഇരുട്ടിലേക്ക് നോക്കിനിന്നു.

രാവിലെ തങ്കനുണർന്ന് കുളികഴിഞ്ഞിട്ടും ചെറുക്കൻ ഉണർന്നില്ല. കൂർക്കംവലിച്ചുറങ്ങുന്ന ചെറുക്കനെ തട്ടിയുണർത്തിയിട്ട് തങ്കൻ വേഷം മാറി ചെറിയ കുന്നിലേക്ക് പോകാൻ തയ്യാറായി. പിന്നെയും ഒരുമണി ക്കൂർ കഴിഞ്ഞാണ് കുളിയും കഴിച്ച് ചെറുക്കൻ വേഷംമാറിവന്നത്. ടൗണിലെ മുന്തിയൊരു റെസ്റ്റോറന്റിൽ കയറി പ്രാതൽ കഴിച്ചശേഷം ത ങ്കന്റെ ബൈക്കിൽ ഇരുവരും ചെറിയ കുന്നിലേക്ക് തിരിച്ചു. ഉച്ചയോടെ ചെറിയ കുന്നിലെത്തിയ അവർ മുതുവർക്കുന്നിലേക്ക് ദിശയൊപ്പിച്ച് പാ റക്കെട്ടിലൊത്തുകൂടി. താഴെ തളിർത്ത കാബേജ് പാടവും തെളി നീർത്തടാകവും വെയിലിൽത്തിളങ്ങി. വെയിലേറ്റ്, കാറ്റേറ്റ്, മലയടിവാര ത്തെ ജലധാരകണ്ട് അകലെ തേയിലക്കാടിന്റെ ഇളംപച്ചപ്പുകണ്ട് പാറ ക്കെട്ടിലിരിക്കുമ്പോൾ ജീവൻ എന്തെന്നില്ലാത്ത സ്വാസ്ഥ്യമനുഭവിച്ചു. അ വൻ തുള്ളിച്ചാടുകയും കൂകിവിളിക്കുകയും ചെയ്തു. ചെറുക്കനൊന്നട ങ്ങിയപ്പോൾ തങ്കൻ ചോദിച്ചു "നിന്റെ കുട്ടിത്തമിനിയും മാറിയില്ല അല്ലേ?"

"ഇങ്ങനെയൊരിടത്തു വന്നാൽ ആരായാലും ഇതൊക്കെ ചെയ്തു പോകും. എന്റെയീ കട്ടിമീശയും താടിയുമൊക്കെ കണ്ടിട്ടും ഞാൻ കുട്ടി യാണെന്ന് തങ്കന് തോന്നുന്നുണ്ടോ. കഷ്ടം! മുതുവർക്കുന്നിലെ കരടി നെയ്യ് പുരട്ടാതെ കിളിർത്തതാ. തങ്കനതറിയാമല്ലോ." ചെറുക്കൻ വലി യ ആളായി.

"എടാ നീയിവിടെയിരിക്ക്. എനിക്ക് ചിലത് പറയാനുണ്ട്." തങ്കൻ ചെറുക്കന്റെ കൈത്തണ്ട പിടിച്ചമർത്തി.

"ജീവാ ഞാൻ ഇവിടത്തെ പണിയൊക്കെ മതിയാക്കുകയാണ്."

"എന്ത്." ചെറുക്കൻ ഞെട്ടലോടെ തങ്കനെ നോക്കി.

"അതേടാ ഞാനീ പന്ന ജോലി കളഞ്ഞ് ഇവിടം വിടുകയാണ്."

"തങ്കാ നീ സുബോധത്തോടെയാണോ സംസാരിക്കുന്നത്."

"അതെ ജീവാ കഞ്ചാവിന്റെയും കള്ളിന്റെയും പുകയിലയുടേയും ലഹരിയില്ലാതെ തന്നെയാണ് സംസാരിക്കുന്നത്."

"പെട്ടെന്നിങ്ങനെയൊരു തോന്നലുണ്ടാവാൻ കാരണമെന്താ?"

"പെട്ടെന്നൊന്നുമല്ല ഏഴെട്ടുമാസമായി മനസ്സിലങ്ങനെയൊരുവിചാരം കയറിക്കൂടിയിട്ട്."

"എന്നിട്ടിപ്പോഴാണോ എന്നോടുപറയുന്നത്."

"ഇപ്പോഴാണതിനു സമയമായത്."

"സമയമായതെന്നോ? എനിക്കൊന്നും മനസ്സിലാകുന്നില്ല."

"ജീവാ എന്താ നിന്റെ ഭാവിപരിപാടി."

"എന്തു പരിപാടി. ഇങ്ങനെ അടിപൊളിയായി ജീവിക്കണം."

"ഇപ്പോൾ ജീവിക്കുന്നത് അടിപൊളിയായിട്ടാണോ."

"എന്താ തങ്കാ ഇങ്ങനെയൊക്കെ ചോദിക്കുന്നത്."

"നീ മറുപടി പറയ്."

"പൊലീസ് പിടിച്ചതൊഴിച്ച് നോക്കിയാൽ അടിപൊളി ജീവിതമായിരുന്നു. അതുപോലെ തുടരണം."

"പിന്നെന്തിനാ നീയിന്നലെ എന്നോട് മറ്റെവിടേക്കെങ്കിലും പോകാമെന്നു പറഞ്ഞത്."

"അന്നാ പൊലീസ് പൊക്കിയതൊക്കെ ഓർത്തപ്പോൾ ഭയംതോന്നി. അതാ അങ്ങനെ പറഞ്ഞത്."

"നിനക്കു തോന്നിയ ഭയം മറ്റൊരുതരത്തിൽ എനിക്കുമുണ്ട്. ഒരിക്കൽ പിടിക്കപ്പെട്ട സ്ഥിതിക്ക് ഇനിയും അതിനുസാദ്ധ്യതയുണ്ട്. ഒരിക്കൽക്കൂടി നമ്മൾ പൊലീസിന്റെ കൈയിൽപ്പെട്ടാൽ സ്ഥിരമായി നമുക്കൊരു പേര് ചാർത്തിക്കിട്ടും."

"എന്താത്?"

"എന്തുമാകാം. പിന്നെ ഈ ടൗണിൽ നടക്കുന്ന എല്ലാ അടിപിടിയക്രമങ്ങളിലും സംശയനിഴലിൽ നമ്മളുമുണ്ടാകും. അപ്പോൾ നീ ഉദ്ദേശിക്കുന്ന അടിപൊളിജീവിതമാകില്ല കിട്ടുക."

"എന്തുവന്നാലും നമ്മളെ രക്ഷിക്കാൻ ഇടിയനും കൂട്ടരുമുണ്ടാവില്ലേ?"

"എടാ മണ്ടാ അങ്ങനെയാരെയും രക്ഷകസ്ഥാനത്തുനിർത്തി ജീവിക്കാൻ ശ്രമിക്കരുത്."

ചെറുക്കനാകെ ആശയക്കുഴപ്പത്തിലായി കണ്ണുമിഴിച്ചിരുന്നു. താഴ്‌വാരത്തെ കണ്ണാന്തളിപ്പൂക്കൾ ഉച്ചവെയിലിൽ തെളിഞ്ഞുനിന്നു. ആകാശത്തെ പ്രതിഫലിപ്പിച്ച പൊയ്കയുടെ നീലിമയിലൂടെ അരയന്നങ്ങൾ നീന്തിത്തുടിച്ചു. കുറേനേരം മുതുവർക്കുന്നിലേക്ക് നോക്കിയിരുന്ന ജീവൻ കാറ്റിനൊപ്പമൊരു നെടുനിശ്വാസമെടുത്തിട്ട് ചോദിച്ചു: "ഇപ്പോളെന്തുവേണമെന്നാണ് തങ്കൻ പറയുന്നത്?"

"ഇതൊക്കെ ഉപേക്ഷിക്കണം. എന്തായാലും ഞാനീപ്പണിയൊക്കെ നിർത്തുകയാണ്."

"എന്നിട്ടെന്തു ചെയ്യും."

"തൊഴിലെടുത്ത് ജീവിക്കണം."

"ഞാൻ എന്തു തൊഴിൽ ചെയ്യാനാ?"

"അതെന്നോടാണോ ചോദിക്കുന്നത്." എങ്ങും തൊടാതെയുള്ള തങ്കന്റെ പറച്ചിൽ ചെറുക്കനൊട്ടും പിടിച്ചില്ല.

“ഒരു സുപ്രഭാതത്തിൽ തങ്കൻ ഇങ്ങനെയൊക്കെ പറഞ്ഞാൽ ഞാനെവിടെപ്പോയി തൊഴിലുണ്ടാക്കാനാ.”

“അതൊന്നും എനിക്കറിയില്ല. സ്വന്തംകാര്യം നോക്കേണ്ടത് സ്വന്തംബാദ്ധ്യതയാണ്.”

“തങ്കാ ഇങ്ങനെ കണ്ണിൽച്ചോരയില്ലാതെ സംസാരിക്കരുത്.”

“എടാ പിന്നെ നീ എന്താ വിചാരിക്കുന്നത്? എന്നും എന്നെ ആശ്രയിച്ച് കഴിയാമെന്നോ?”

“ഞാൻ തങ്കനെ ആശ്രയിക്കുന്നില്ലല്ലോ. ഒപ്പം താമസിക്കുന്നു, സ്വയം പണിയെടുക്കുന്നു. അതുപോലെ മുമ്പോട്ടുപോകണമെന്നാ ഉദ്ദേശ്യം.”

“അതുനടക്കില്ല.” തങ്കൻ തീർത്തുപറഞ്ഞു. ചെറുക്കൻ മുഖംവീർപ്പിച്ചിരുന്നു.

“നീ ഇവിടെ മുഖം വീർപ്പിച്ചിരുന്നോ, ഞാൻ പോകുന്നു.” തങ്കൻ പാറക്കെട്ടിൽ നിന്നെണീറ്റു.

“അയ്യോ തങ്കാ പോവല്ലേ ഇവിടെയിരിക്ക്.” ചെറുക്കൻ തങ്കനെ വട്ടംപിടിച്ചിരുത്തി.

“കള്ളും കഞ്ചാവ് കടത്തുമായി ജീവിക്കുന്നവർക്ക് സമൂഹത്തിലൊരു മാന്യതയും കിട്ടില്ല. നീ ഒറ്റത്തടിയാണ്. ഞാനങ്ങനെയല്ല. രണ്ടു പെങ്ങന്മാരുടെ ഏക ആങ്ങളയാണ്. എന്റെ ചീത്തപ്പേര് അവർക്ക് ബാദ്ധ്യതയാവും. അതൊക്കെ പരിഗണിച്ചാണ് ഞാനീ തീരുമാനമെടുത്തത്.”

“തങ്കാ പഴയതുപോലെ ഞാനും പുതിയ തങ്കനൊപ്പം കൂടിക്കോട്ടെ.” ചെറുക്കൻ കെഞ്ചി

“ഞാനൊരു യാത്ര പോവുകയാണ്. മടക്കം എന്നെന്ന് ഉറപ്പില്ല. നിന്നെ കൂട്ടാനും പറ്റില്ല. അതെന്റെ ജീവിതയാത്രയാണ്.”

“തങ്കാ നീയാകെ മാറി.”

“മാറ്റം അനിവാര്യമാണ് ജീവാ.”

“എവിടേക്കാ യാത്ര?”

“കടലിനക്കരെ.”

“ങേ ഗൾഫിലേക്കോ?”

“മ്.”

“തങ്കൻ തമാശ പറയുവാണോ.” ചെറുക്കൻ തങ്കന്റെ ചുമലിൽപ്പിടിച്ച് കുലുക്കി.

“നിനക്കിപ്പോഴും കുട്ടിത്തം മാറിയിട്ടില്ല. അതിന്റെ കുഴപ്പമാണ് കാര്യം പറഞ്ഞാൽ മനസ്സിലാകാത്തത്.” തങ്കൻ ചെറുക്കന്റെ കൈ തട്ടിമാറ്റി.

“ശരിക്കും സത്യമാണോ തങ്കാ?”

“നീ വിശ്വസിക്കണമെന്ന് നിർബ്ബന്ധമില്ല.”

“അവിടെയെന്താ ജോലി?”

“പരിചയക്കാരന്റെയൊരു വർക്ഷോപ്പിൽ.”

“തങ്കന് ഗൾഫിലൊക്കെ പരിചയക്കാരുണ്ടോ. എന്നോടതു പറഞ്ഞിട്ടില്ലല്ലോ.”

"ഓരോരുത്തർക്കും അവരവരുടേതായ സ്വകാര്യതകളും രഹസ്യങ്ങളുമുണ്ടാകും."

"മ് തങ്കന് എന്തൊക്കയോ രഹസ്യങ്ങളുണ്ട്. ഇടയ്ക്കിടെ മാറിനിന്ന് സംസാരിക്കുന്നതും പറയാതെ മുങ്ങുന്നതുമൊക്കെ അതിന്റെ ലക്ഷണങ്ങളാണ്."

അതിനൊരു പൊട്ടിച്ചിരിയായിരുന്നു തങ്കന്റെ മറുപടി.

"തങ്കനെന്നെ വിശ്വാസമില്ലേ."

"വിശ്വാസത്തിന്റെ പ്രശ്നമൊന്നുമല്ല ജീവാ. മറ്റുള്ളവരോട് പങ്കുവയ്ക്കാനിഷ്ടപ്പെടാത്ത ചിലത് എല്ലാവർക്കുമുണ്ടാകും."

"എങ്കിലതൊരു പ്രണയമായിരിക്കും."

"മ്." തങ്കൻ മൂളി

"ആരാ കക്ഷി." ചെറുക്കൻ ഉദ്വേഗഭരിതനായി

"ശരണ്യ."

"ങേ ഇടിയന്റെ മകൾ ശരണ്യയോ! അങ്ങേരറിഞ്ഞാൽ നിന്നെക്കൊല്ലും."

"അറിഞ്ഞാലല്ലേ! എങ്ങനെയറിയാനാ? നീ പറയോ?"

"ഇല്ല. അവൾക്കുനിന്നെ ഇഷ്ടമാണോ."

"ഇഷ്ടമാണോന്നോ. എന്നെയവൾക്ക് ജീവനാണ്."

"നീ എങ്ങനെ വളച്ചെടുത്തു."

"എടാ മര്യാദയ്ക്ക് സംസാരിക്ക്."

"അല്ല തങ്കാ തോട്ടക്കമ്പുപോലിരിക്കുന്ന നിന്നെ അവൾ പ്രണയിക്കുന്നൂന്ന് വിശ്വസിക്കാൻ വല്ലാത്ത പ്രയാസം."

"എടാ അതാണ് പെണ്ണ്. സ്നേഹിക്കാൻതുടങ്ങിയാൽ നമ്മളുടെ കുറവുകൾ കാണില്ല."

"ചട്ടമ്പിയാണെങ്കിലും ഇടിയന് തീരെ ബുദ്ധിയില്ല. തലയ്ക്കു വെളിവുണ്ടായിരുന്നെങ്കിൽ ഇപ്രായത്തിലൊരു മകളുള്ളപ്പോൾ വീട്ടിലെ കാര്യസ്ഥപ്പണി തങ്കനെ ഏല്പിക്കുമായിരുന്നോ."

"വേണ്ടാതീനം പറയാതെടാ. അങ്ങേരെന്നെ കാര്യസ്ഥപ്പണിയൊന്നും ഏല്പിച്ചിട്ടില്ല. അയാൾക്കു പറ്റാത്തപ്പോൾ തൊടുപുഴയിലെ കോളേജിൽ അവളെ ജീപ്പിൽക്കൊണ്ടാക്കുക, തിരിച്ചുകൊണ്ടുവരിക, അതാണ് ഏല്പിച്ച പണി."

"തീപ്പെട്ടിയും പടക്കും അടുത്തിരുന്നാൽ പൊട്ടുമെന്ന് അങ്ങേർക്കറിയില്ലേ." ചെറുക്കൻ കൂക്കിട്ടു ചിരിച്ചു.

"അയ്യടാ അതിനിപ്പം നിനക്കെന്താ?"

"തങ്കാ നീ, നമ്മൾ മുതുവർക്കുന്നിൽ ചെയ്തോണ്ടിരുന്ന പണി അവൾക്കിട്ടും പണിതിട്ടുണ്ടോ."

"ഛേയ് പോടാ. അന്നതൊക്കെ കാശിനു വേണ്ടിയായിരുന്നില്ലേ. ഓർക്കുമ്പോ ഓക്കാനം വരുന്നു. ശരണ്യയോട് എനിക്ക് സ്നേഹമാടാ."

"തങ്കാ പ്രണയം സുഖമുള്ള ഏർപ്പാടാണോ."

"അതൊരു ഏർപ്പാടൊന്നുമല്ലെടാ. വിങ്ങുന്ന വികാരമാണ്. പ്രണയിക്കുമ്പോൾ നമ്മൾ മറ്റാരോ ആകും. ലോകം മനോഹരമാണെന്ന് തോന്നും."

"കഞ്ചാവടിച്ചതിനേക്കാൾ ലഹരിയാണോ."

"പ്രണയത്തിനുമുമ്പിൽ കഞ്ചാവൊക്കെ തോല്ക്കും."

"നീ എങ്ങനെയാ അവളെ ഒപ്പിച്ചെടുത്തത്."

"ഒപ്പിച്ചെടുത്തതൊന്നുമല്ല. മനസ്സുകൊണ്ട് തീവ്രമായി ആഗ്രഹിച്ചു. ഇഷ്ടം പറയാതെപറഞ്ഞു."

"അതെങ്ങനെ?"

"വിവരംവയ്ക്കുമ്പോൾ മനസ്സിലാകും."

"ങ്ഹാ നീ ഗൾഫിൽ പൊയ്ക്കോ. ഇടിയൻ അവളെ വേറെ വല്ലവനും കെട്ടിച്ചുകൊടുക്കട്ടെ."

"അതിന് ഞാനൊറ്റയ്ക്കല്ലല്ലോ പോകുന്നത്. ശരണ്യയേയും കൂട്ടിയല്ലേ."

"തങ്കാ ഇടിയനെന്നെ കൊന്നുകൊലവിളിക്കും."

"നിനക്കൊന്നുമറിയില്ലെന്ന് പറഞ്ഞാൽ മതി."

"യാത്രയ്ക്കുള്ള ഒരുക്കങ്ങളൊക്കെ കഴിഞ്ഞോ."

"ഉവ്വ്. ദുബായിൽ പഴയൊരു ചങ്ങാതിയുണ്ട്, ഷുക്കൂർ. നാലുവർഷംമുമ്പ് ഞാനീപ്പണി തുടങ്ങിയപ്പോൾ ഒപ്പമുണ്ടായിരുന്നതാ. ഒരു കേസിൽപ്പെട്ടതോടെ അവന്റെമേൽ വീട്ടുകാരുടെ പിടിവീണു. അവർ ഷുക്കൂറിനെ ദുബായിലേക്ക് കയറ്റിവിട്ടു. ഇപ്പോളവിടെ വർക്ക്ഷോപ്പ് നടത്തുകയാണ്. അവനാണ് വിസയും മറ്റും ശരിയാക്കിത്തന്നത്."

"തങ്കാ അവിടെ എനിക്കുമൊരുപണി കിട്ടുമോ."

"എടാചെറുക്കാ നീയാദ്യം സ്പാനർ എന്തിനാണ് എന്നെങ്കിലും പഠിക്ക്. ഏതായാലും ഞാനൊന്നങ്ങോട്ട് എത്തിക്കോട്ടെ. നിന്റെകാര്യം പിന്നീടാലോചിക്കാം."

"തങ്കാ എന്നെ മറക്കോ."

"ചത്താലും മറക്കില്ല."

"സത്യമായിട്ടും."

"മുതുവർക്കുന്നാണെ സത്യം. പാൽക്കാരൻ മണിയപ്പന്റെ മോൻ ദുബായ് തങ്കനാവുന്നു. അത്രേയുണ്ടാവൂ വ്യത്യാസം."

"ഞാനൊറ്റയ്ക്കായി."

"നിനക്കൊരു വീടുണ്ട്. അപ്പനുമമ്മയുമുണ്ട്."

"അതൊക്കെ തങ്കനുമുണ്ടല്ലോ."

"ആ ഉണ്ട്. പക്ഷേ, അപ്പനെന്നോട് സ്നേഹം പ്രകടിപ്പിച്ചിട്ടില്ല. പതിനഞ്ചുവയസ്സുമുതൽ ഞാൻ മുടങ്ങാതെ ചെലവുകാശ് കൊടുക്കുന്നതുകൊണ്ട് പ്രാകാതെ ആഹാരം തന്നിരുന്നു. എട്ടാംവയസ്സുമുതൽ നേരം നുള്ളിവെളുക്കുമ്പോൾ അപ്പനൊപ്പം പാലെടുക്കാൻ പോകണമായി

രുന്നു. മൂന്നരയാകുമ്പോഴെ അമ്മ ദാക്ഷിണ്യമില്ലാതെ തട്ടിയുണർത്തും. അനിയത്തിമാർ ആറുവരെ മൂക്കുമുട്ടെ ഉറങ്ങും. കൃത്യസമയത്ത് പ്രാതൽ കഴിക്കും. എന്റെ പ്രാതൽ പത്തിനോ പതിനൊന്നിനോ ഒക്കെയായിരുന്നു."

"എന്റെ അപ്പൻ നിനക്കെന്നാ തങ്കാ നല്ലവനായത്."

"ശരണ്യയുടെ സ്നേഹം അനുഭവിക്കാൻ തുടങ്ങിയതു മുതൽ. ജീവാ നിനക്കെന്നും അപ്പന്റെ കരുതലുണ്ടായിരുന്നു. അങ്ങേർക്ക് നിന്നോട് സ്നേഹമുണ്ടെടാ."

"ഒഹ് അപ്പന്റെ സ്നേഹം ആർക്കുവേണം." ചെറുക്കൻ ചിറികോട്ടി.

"എടാ അടുത്തമൂന്നുമാസത്തേക്കുള്ള മുറിവാടക ഒരുമിച്ച് അടച്ചിട്ടുണ്ട്. നിന്റെ കൈയിൽ അല്പസ്വല്പം സമ്പാദ്യമൊക്കെ ഉണ്ടാവുമല്ലോ. ഇതും കൂടിയിരിക്കട്ടെ, പതിനായിരമുണ്ട്. മറ്റെന്തെങ്കിലുമൊന്ന് ഒക്കുംവരെ പിടിച്ചുനില്ക്കണ്ടേ."

ചെറുക്കൻ വേഗം കാശുവാങ്ങി ജീൻസിന്റെ പോക്കറ്റിൽത്തിരുകി.

"തങ്കാ നീയില്ലാതെ എനിക്കിവിടെ ഒരുരസവും കാണില്ല."

"അങ്ങനെയൊക്കെ ഇപ്പോൾത്തോന്നും. കുറച്ചുനാൾകഴിഞ്ഞ് മറ്റൊരുസൗഹൃദം കിട്ടുമ്പോൾ അതിൽക്കൂടിയൊഴുകും. ലോകം അങ്ങനെയാണ്."

"ഇതൊക്കെ ശരണ്യ പഠിപ്പിച്ച് തന്നതാണോ. അവൾ കോളേജിൽ പഠിച്ചതല്ലേ?"

"ഇതുപഠിക്കാൻ കോളേജിൽ പോകേണ്ടതില്ല. നമ്മളെപ്പോലെ തൊഴുമ്പുകെട്ടജീവിതം നയിച്ചാൽ മതി."

പിറ്റേന്നത്തെ സൂര്യോദയത്തോടെ ചെറുക്കൻ ലോഡ്ജുമുറിയിൽ തനിച്ചായി. അന്നുച്ചകഴിഞ്ഞ് തങ്കനും ശരണ്യയും ദുബായിലേക്ക് പറന്നു. സന്ധ്യയോടെ ഇടിയന്റെ ശിങ്കിടികൾ തങ്കനെത്തേടി നാലുപാടും പാഞ്ഞു. കൂട്ടത്തിൽ ലോഡ്ജുമുറിയിലേക്കും ഇരച്ചുകയറി. ചെറുക്കന്റെ പിടലിക്ക് തള്ളി "തങ്കനെവിടെടാ." എന്നാക്രോശിച്ചു. തൃപ്തികരമായ മറുപടി കിട്ടാതായതോടെ അവർ ചെറുക്കനെ പൊതിരെ തല്ലി. തല്ലേറ്റ് വശംകെട്ട് ചെറുക്കൻ വിളിച്ചുകൂവി "തങ്കൻ പൊള്ളാച്ചിയിലുണ്ടേ."

"പ്ഫാ നായിന്റമോനേ നിനക്കൊന്നും അറിയില്ലാന്ന് പറഞ്ഞിട്ട്." ഇടിയന്റെ വലംകൈ കല്ലൻ സഹദേവൻ ചെറുക്കനെ തറയിലിട്ട് ചവിട്ടിക്കൂട്ടി. ചെറുക്കൻ നിലവിളിയോടെ കല്ലന്റെ കാലിൽ കെട്ടിപ്പിടിച്ച് കേണു "ഇനിയെന്നെ തല്ലരുത്. എനിക്കൊന്നുമറിയില്ല. ഇന്നലെരാത്രി തങ്കനാരോടോ പൊള്ളാച്ചിയിലുണ്ടാവുമെന്ന് പറയുന്നത് കേട്ടതാ. അല്ലാതെ എനിക്കൊന്നുമറിയില്ല."

"പോടാ എരപ്പേ." കല്ലൻ ചെറുക്കന്റെ മോന്തയ്ക്ക് തുപ്പി. കാൽവലിച്ചൊരു ചവിട്ടുംകൊടുത്തിട്ട് കൂട്ടാളികളുമായി ചാടിക്കുതിച്ച് കല്ലൻ മുറിവിടുമ്പോൾ നിലത്ത് കമിഴ്ന്നടിച്ച് കിടന്നിരുന്ന ചെറുക്കൻ എല്ലുനുറുങ്ങുന്ന വേദനയിലും ആശ്വാസത്തിന്റെ നേർത്തനിശ്വാസമുതിർത്തു.

## പതിനേഴ്

രാവിലെ കദളിക്കുലകളുമായി ചന്തയിലേക്കുപോയ ഗിരി മടങ്ങിവന്നത് കുറച്ച് കോഴിക്കുഞ്ഞുങ്ങളുമായാണ്. കഴിഞ്ഞ രണ്ടു തവണയും അടവച്ച മുട്ടകൾ വിരിയാതായതോടെയാണ് കുഞ്ഞുങ്ങളെ വാങ്ങാൻ തീരുമാനിച്ചത്. കറുപ്പും മഞ്ഞയും നിറത്തിലുള്ള കോഴിക്കുഞ്ഞുങ്ങളുടെ കിയോകിയോ വിളികൾ ബാരക്ക് കോട്ടേജിനെ അനക്കം വയ്പിച്ചു. അകത്തേക്ക് വെയിൽവീഴാൻ പാകത്തിന് വലകെട്ടിയോരു ചായ്പുണ്ടാക്കി പകൽമുഴുവൻ കോഴിക്കുഞ്ഞുങ്ങളെ അതിനകത്താക്കി ഗിരി അടുക്കളപ്പടവിൽ കാവലിരിക്കും. മൃദുസ്വരത്തിലുള്ള കോഴിക്കുഞ്ഞുങ്ങളുടെ ചിക്കിചികയലും പക്കിപിടിത്തവും അവൻ ആസ്വദിച്ച് നിരീക്ഷിച്ചു. അവറ്റകൾ വന്നതിൽപ്പിന്നെ ഗിരിയെ കൃഷിയിടത്തിൽ കാണാറേയില്ല. എങ്കിലും ബാരക്ക് മുകൾനിലയിൽനിന്ന് കൃഷിയിടത്തിലേക്ക് തുറക്കുന്ന ജനാലയിലൂടെ കണ്ണോടിക്കും. പൂന്തോട്ടപാലനവും അടുക്കളജോലിയും കഴിഞ്ഞാൽ മാർത്തയും ഗിരിക്കൊപ്പം കൂടും. ഓരോ കുഞ്ഞുങ്ങളെയും വെവ്വേറെ പേരിട്ടാണ് ഇരുവരും വിളിക്കുന്നത്. അവറ്റകൾക്കായി സ്റ്റോറിന്റെ വാരാന്തയിൽ പുതിയ കമ്പിക്കൂട് നിർമ്മിച്ചു. അതിനായി ഒരുപകലും രാത്രിയും മുഴുവൻ ഗിരി ചെലവിട്ടു. ഉറക്കമിളച്ച് മാർത്തയും ഒപ്പംകൂടി. കട്ടൻകാപ്പിയും ചെറുവർത്തമാനങ്ങളുമായി രസകരമായിരുന്നു കൂടുനിർമ്മാണം. വരമുറിയിൽ ചില മിനുക്കുപണികളിലായിരുന്ന ബാരക്ക് പുലർച്ചെ രണ്ടരയോടെ അതുതീർത്ത് അടുക്കള മുറ്റത്തേക്കുവന്നു. ബാരക്കിന്റെ അപ്രതീക്ഷിത സാന്നിദ്ധ്യം ഗിരിയെ ഊർജ്ജസ്വലനാക്കി. മാർത്ത നല്കിയ കട്ടനും രുചിച്ച് അടുക്കളത്തിണ്ണയിലിരിക്കുമ്പോൾ ബാരക്ക്, വെൽഡിങ്മെഷീനിൽ സൂക്ഷ്മതയോടെ കണ്ണി ചേർത്തെടുക്കുന്ന ഗിരിയെത്തന്നെ നോക്കി. ബാരക്കിന്റെ നോട്ടം തന്നിൽത്തറയ്ക്കുന്നത് ആ ഏകാഗ്രതയ്ക്കിടയിലും ഗിരി മനസ്സിലാക്കി. മലമേട്ടിലെ ശക്തമായ രാക്കാറ്റിൽ കോട്ടേജിലെ കാറ്റുവിളക്ക് ദീപ്തമാകുകയും ആട്ടമണി നാദമുയർത്തുകയും ചെയ്തു. മുറ്റത്തെ നെരിപ്പോടിൽ മാർത്ത ഏതാനും കൊള്ളികൾകൂടിവച്ച് നന്നായി ആളിച്ചു. ചുറ്റുവട്ടത്തെ തണുപ്പ് ആ ചൂടിൽ നിഷ്പ്രഭമായി. കിഴക്കേമാനം തെളിഞ്ഞു. കാക്കയും കുയിലും മത്സരിച്ച് ഒച്ചയിട്ടു. കമ്പിക്കൂട് പൂർത്തിയായ ഉടൻ ഗിരി മാർത്തയേയും ബാരക്കിനേയും അതിന്റെ ബലം വിലയിരുത്താൻ ക്ഷണിച്ചു. അപ്പോളേക്കും കോഴിക്കുഞ്ഞുങ്ങളുണർന്നു. ഗിരി അവറ്റകളെയിറക്കി വലകെട്ടിയ ചായ്പ്പിലാക്കി. മാർത്ത ചായയുണ്ടാക്കി. ക്യാപ്റ്റനുള്ളത് എടുത്തുവച്ചിട്ട് ഗിരിയെ വിളിച്ചു. ക്യാപ്റ്റന് ചായകൊടുത്തു വന്നിട്ട് ഗിരി മിനുക്കുപണികളിൽ ഏർപ്പെട്ടു. കൂടിന്റെ മുൻവശമൊഴിച്ചിട്ടിട്ട് ബാക്കി മൂന്നുവശവും തകരഷീറ്റടിച്ച് മറച്ചു. മാർത്ത പ്രാതലിനുള്ള ഒരുക്കങ്ങൾ തുടങ്ങി. ഗിരിയുടെ ജോലിയൊതുങ്ങിയപ്പോൾ ബാരക്ക് ചോദിച്ചു: "കൂടിന്റെ ഉദ്ഘാടനം എപ്പോഴാണ്?"

"സന്ധ്യക്ക്."

വലച്ചായ്പിനടുത്ത് മുട്ടുകുത്തിയിരുന്ന് കോഴിക്കുഞ്ഞുങ്ങളെ നോക്കി ബാരക്ക് പറഞ്ഞു "വലിയ സന്തോഷത്തിലാണെന്നു തോന്നുന്നു."

ഗിരി വലയ്ക്കുള്ളിൽനിന്നും ഒരു കുഞ്ഞിനെയെടുത്ത് ബാരക്കിന്റെ കൈയിൽ കൊടുത്തിട്ട് പറഞ്ഞു:

"അതെയതെ. വലിയ ഉത്സാഹത്തിലും സന്തോഷത്തിലുമാണ്."

കറുത്ത പഞ്ഞിപ്പൂടരോമമുള്ള കോഴിക്കുഞ്ഞിനെ അവൾ തലോടി. അതിഷ്ടത്തോടെ കുഞ്ഞികൊക്കുകൊണ്ട് അവളുടെ വിരലുകളിൽ മൃദുവായി കൊത്തിക്കൊത്തിയിരുന്നു. അടുക്കളയിൽനിന്നിറങ്ങിവന്ന മാർത്ത അതുകണ്ട് അന്തംവിട്ടു. എന്നുമുതലാണ് ഗിരിയും ബാരക്കും ഇത്രയേറെ സൗഹൃദത്തിലായത്!

എട്ടുമണിയോടെ മൂവരും പ്രാതലിനായി അടുക്കളയിലെ തീൻമേശയിലൊത്തുകൂടി. അവിടെ വിശ്വനാഥൻ ചർച്ചാവിഷയമായി. ഈയിടെയായി അയാളെ കാണുന്നില്ലല്ലോ എന്ന ചോദ്യത്തോടെ ബാരക്കാണ് ചർച്ചയ്ക്ക് തുടക്കമിട്ടത്.

"എന്തു പറ്റിയോ ആവോ. ഫോണിലും കിട്ടുന്നില്ല." മാർത്ത പറഞ്ഞു.

"ഞാനന്ന് മറ്റക്കരയിൽ ചെന്നന്വേഷിച്ചപ്പോൾ ചില വിവരങ്ങളറിഞ്ഞു. ഞാനതൊക്കെ അമ്മായിയോട് സൂചിപ്പിച്ചതാണല്ലോ."

"എന്താണ് വിഷയം?" ബാരക്ക് ചോദിച്ചു.

"ജീവനെ ചാരായം കടത്തിയതിന് പൊലീസ് പിടിച്ചു. അതിൽപ്പിന്നെ അയാളാകെ തകർന്നമട്ടാണ്. പോരാത്തതിന് ഭാര്യ ഏതോ ഗുണ്ടയ്ക്കൊപ്പവും പോയി. എല്ലാംകൊണ്ടും വിശ്വനാഥൻ വിഷമവൃത്തത്തിലാണ്." ഗിരി പറഞ്ഞു

"ഗിരിക്ക് വിശ്വനാഥന്റെ വീടറിയാമോ?" ബാരക്ക് ചോദിച്ചു

"അറിയാം."

"നമുക്കൊന്ന് അവിടംവരെ പോയാലോ."

"പോകാം. ഇന്നുതന്നെ പോകാം." ഗിരി വേഗം പ്രാതൽ പൂർത്തിയാക്കിയെണീറ്റു. ഒൻപതുമണിക്ക് ഇരുവരും മറ്റക്കരയിലേക്ക് തിരിച്ചു. ജീപ്പ് മാടസ്വാമിയുടെ കടയ്ക്കു സമീപമൊതുക്കിയിട്ട് അവർ വൃദ്ധന്റെ വീട്ടിലേക്കുനടന്നു. വീട്ടിലേക്കിറങ്ങുന്ന ഇടവഴിനിറയെ ചവറുമൂടിക്കിടന്നു. ഊർപ്പംകയറിയ അരമതിലിൽ പായൽ പൊറ്റകെട്ടിയിരിപ്പുണ്ട്. കുറേ കുറ്റിച്ചെടികളും പൂച്ചെടികളും അലസമായി തളിർത്തും പൂത്തും നില്പുണ്ട്. അവയ്ക്കു ചോട്ടിൽ അഴുകിയതും ഉണങ്ങിയതുമായ ഇലകളും പൂക്കളും ധാരാളം. ഒറ്റനില ടെറസ്സുവീടിന്റെ വരാന്തയിലേക്കു കയറുന്ന പടവിലെ ചവിട്ടി അഴുക്കുപിടിച്ച് മുറ്റത്തേക്ക് മാറിക്കിടന്നു. അകത്തേത്തിണ്ണയിൽ ചിതറിക്കിടക്കുന്ന പത്രങ്ങൾ. ഗിരി കോളിങ്ബെല്ലിൽ

വിരലമർത്തി. അല്പനേരത്തെ കാത്തുനില്പിനുശേഷം അകത്തുനിന്നും മുഷിഞ്ഞ വേഷത്തിൽ വൃദ്ധനിറങ്ങിവന്നു. ബാരക്കിനേയും ഗിരിയെയും കണ്ടപ്പോൾ ക്ഷീണംകയറിയ അയാളുടെ മുഖത്ത് അമ്പരപ്പ്. പെട്ടെന്ന് വൃദ്ധൻ ഇരുവരേയും അകത്തേക്ക് ക്ഷണിച്ചിരുത്തി ക്ഷമാപണമെന്നോണം പറഞ്ഞു "ഞാനിനി ജോലിക്കൊന്നുമില്ല. വയ്യാഞ്ഞിട്ടാണ്. മറ്റൊന്നും തോന്നരുത്."

അയാളുടെ കണ്ണുകൾ കുഴിഞ്ഞുതാണും മുഖവുംശരീരവും ശോഷിച്ചുമിരുന്നു. പെട്ടെന്നൊരാൾ ഇത്രയധികം അവശതയിലാകുമോയെന്ന് ഗിരി അവിശ്വസനീയതയോടെ ചിന്തിച്ചു.

"നിങ്ങളെ വെറുതെയൊന്ന് കാണാൻ വന്നതാണ്." ഗിരി പറഞ്ഞു.

"വളരെ സന്തോഷം. നിങ്ങളെ ഞാനിവിടെ പ്രതീക്ഷിച്ചതേയില്ല." വൃദ്ധന്റെ വാക്കുകളിൽ കൃതജ്ഞത നിറഞ്ഞു.

"ഇവിടെ ഒറ്റയ്ക്കല്ലേ. കോട്ടേജിലേക്ക് വരൂ. നിങ്ങൾക്കവിടെ താമസിക്കാം." ബാരക്ക് മൗനംഭേദിച്ചു.

കുറച്ചുനേരം മിണ്ടാതിരുന്നശേഷം തളർന്ന സ്വരത്തിൽ വൃദ്ധൻ പറഞ്ഞു: "ആരാദ്ധ്യയായൊരു ചിത്രകാരി എന്നെ ഇത്രയേറെ പരിഗണിക്കുന്നതിൽ അഭിമാനമുണ്ട്. നിങ്ങൾക്കെന്നോടുള്ള അനുകമ്പ മുമ്പേ മനസ്സിലാക്കിയിട്ടുള്ളതാണ്. ബാരക്ക് കോട്ടേജ് എനിക്ക് അഭയവും ജീവിതവുമായിരുന്നു. പക്ഷേയിപ്പോൾ എനിക്ക് ജീവിക്കണമെന്നില്ല. സ്വന്തം ഭാര്യയേയും മകനേയും ഒപ്പം നിർത്താൻ കഴിയാത്ത കഴിവുകെട്ട മനുഷ്യനാണ് ഞാൻ." അയാളുടെ വാക്കുകൾ മുറിഞ്ഞു. ഇരിപ്പിടത്തിൽ നിന്നെണീറ്റ ഗിരി വൃദ്ധനടുത്തേക്ക് ചെന്ന് അയാളെ ആശ്ലേഷിച്ചു. ഗിരിയുടെ ചുമലിൽ മുഖമമർത്തി അയാൾ ശബ്ദമില്ലാതെ കരഞ്ഞു. ആ നില്പ് അല്പനേരം തുടർന്നു. പിന്നീട് ഗിരിയുടെ ചുമലിൽനിന്ന് തലമാറ്റി മുഖംതുടച്ചിട്ട് വൃദ്ധൻ ഇരുവരോടുമായി പറഞ്ഞു "നിങ്ങൾക്കൊരു ചായപോലും തരാനായില്ല. വരൂ ജങ്ഷനിൽ എനിക്ക് വേണ്ടപ്പെട്ടൊരു കടയുണ്ട്. അവിടെനിന്ന് ചായകുടിച്ചിട്ട് പോകാം."

ഗിരിയും ബാരക്കും ക്ഷണം സ്വീകരിച്ച് വൃദ്ധനൊപ്പം നടന്നു. അവർ ചെല്ലുമ്പോൾ മേരി കടത്തട്ടിൽ തന്നെയുണ്ടായിരുന്നു.

"അയ്യോ മേടയിലോ. കാണാനേയില്ലല്ലോ." മേരി അവർക്കടുത്തേക്കുവന്നു.

"മേരീ മൂന്നു ചായയെടുക്ക്." വിശ്വനാഥൻ പറഞ്ഞു

"ഇപ്പോ എടുക്കാം." മേരി വേഗം സമോവറിനടുത്തേക്ക് പോയി. അവർ വരാന്തയിലെ ബെഞ്ചിലിരുന്നു. മൂന്നുപേരുടേയും മുഖം മ്ലാനമായിരുന്നു. ബുട്ടൂസ് വൃദ്ധനടുത്തുവന്ന് വാലാട്ടി. അയാൾ വെറുതെ നോക്കുകമാത്രം ചെയ്തു.

"ഇവരൊക്കെ ആരാ മേടയിലേ." ചായ തയ്യാറാക്കുന്നതിനിടെ മേരി ചോദിച്ചു:

"പറഞ്ഞാൽ മേരിയറിയും ബാരക്ക് കോട്ടേജിലെ...."

"പിടികിട്ടി പിടികിട്ടി." മേരി മൂന്നുപേർക്കും ചൂടുചായയും കടിയും വിളമ്പി. ചായകുടികഴിഞ്ഞ് ബാരക്കും ഗിരിയും മടങ്ങി. വിശ്വനാഥൻ കടവരാന്തയിൽത്തന്നെയിരുന്നു.

"മേടയിലേ നിങ്ങളങ്ങ് കോലംകെട്ടല്ലോ. തീറ്റയും കുടിയുമൊന്നുമില്ലേ."

"ഈ ശരീരത്തിലിനി ജീവൻ കിടന്നിട്ടെന്തിനാ."

"അങ്ങനെയെങ്കിൽ എന്നെ നോക്കൂ, ഞാനീക്കണ്ടകാലവും ജീവിച്ചത് ആർക്കെങ്കിലും വേണ്ടിയാണോ? എന്നിട്ടും സന്തോഷമായിരിക്കുന്നില്ലേ?"

"മേരീ, മേരിക്ക് ആരുമില്ലെന്ന ദു:ഖമല്ലേയുള്ളൂ. എനിക്കോ ഉള്ളവരെക്കൊണ്ടുള്ള ദു:ഖമാണേറെ."

"മേടയിലേ നിങ്ങൾ സഹിക്കിൻ. നമ്മളെത്ര വിചാരിച്ചാലും ചിലതൊക്കെയതിന്റെ വഴിക്കേ നീങ്ങൂ."

"സഹിക്കാനായി മാത്രമൊരു ജീവിതമെന്തിനാ മേരീ! ഈ മലമേട്ടിൽ എത്രയോ മനുഷ്യരെ ഉരുൾപൊട്ടലും മലവെള്ളവും പുലിയും കൊണ്ടുപോകുന്നു. എന്നെയതിനും വേണ്ടല്ലോ." വൃദ്ധൻ വിലപിച്ചു. പൊട്ടിവീണതുപോലെ അവിടെയെത്തിയ ചന്ദ്രൻ ഉറക്കെ ചോദിച്ചു "എന്താടീ മേരീ നീയുമങ്ങേരും തമ്മിലൊരു സ്വകാര്യം."

"ങ്ഹാ ഞങ്ങൾക്കങ്ങനെ പലതുമുണ്ട്. നിങ്ങൾക്കെന്താ കെളവാ."

"എനിക്കതു കാണുമ്പോൾ നെഞ്ചിലൊരു തീ കയറുമെടീ."

"ഓഹ് ആ തീ നിങ്ങളുടെ ദേഹം മുഴുവൻ കയറിയിരുന്നെങ്കിൽ മറ്റക്കര രക്ഷപ്പെട്ടേനെ."

"മ് മറ്റക്കര രക്ഷപ്പെടും. പക്ഷേ, നിനക്ക് നഷ്ടപ്പെടും."

"പ്ഫൂ ഒരു മഹത്തായ നഷ്ടം!." മേരി മുഖംവെട്ടിച്ചു.

"എന്നാൽ ഞാനങ്ങോട്ട് ചെല്ലട്ടെ മേരീ." മേരിയും ചന്ദ്രനുമായുള്ള വാക്പോര് തുടരുന്നതിനിടെ വൃദ്ധൻ കടവരാന്തയിൽ നിന്നിറങ്ങി.

"എന്താ മേടയിലേ ഇങ്ങേരുടെ അളിഞ്ഞ വർത്തമാനം കേട്ടിട്ടാണോ."

"അതാരു ഗൗനിക്കാനാ?"

"പിന്നെന്താ?"

"തീരെ വയ്യ. ഒന്ന് ഉറങ്ങിയെണീറ്റാൽ ശരിയാകും."

"കഞ്ഞിയോ കാപ്പിയോ വേണമെങ്കിൽ ഞാൻ കൊണ്ടുത്തരാം." മേരി പറഞ്ഞു.

"വേണ്ട. അവിടെയെല്ലാമുണ്ട്. രണ്ടുദിവസം കഴിഞ്ഞ് ഞാനിങ്ങോട്ടിറങ്ങാം." വൃദ്ധൻ വേച്ച്വേച്ച് നടന്നു.

"എടോ വിശ്വനാഥാ താനെന്താ എന്നോടൊന്നും മിണ്ടാതെ പോകുന്നത്." ചന്ദ്രന്റെ പിൻവിളി ശ്രദ്ധിക്കാതെ അയാൾ നടന്നകന്നു.

"ഓ അങ്ങേരുടെയൊരു നൊസ്സ്." ചന്ദ്രൻ ചിറി വലിച്ചുകൂട്ടി.

“നിങ്ങളാദ്യം മനുഷ്യന്മാരെ പഠിക്ക് പഹയാ.”

“ഞാനിനി പഠിച്ചിട്ടെന്തിനാടീ.”

“എന്നാൽപ്പിന്നെ വായമൂടി അവിടെയെങ്ങാനും ഇരിക്ക്.”

“ഓ ഉത്തരവ്.” ചന്ദ്രൻ കടത്തിണ്ണയിൽക്കയറി റോഡിലേക്ക് നോക്കിയിരിപ്പായി. ഇനി ചന്ദ്രൻ മടങ്ങണമെങ്കിൽ മേരി കടയടയ്ക്കണം. മാടസ്വാമിയും ഭാര്യയും ഒരാഴ്ചത്തേക്ക് കടപൂട്ടി തേനിയിലുള്ള മകളുടെ വീട്ടിൽ പോയതുകാരണം ചന്ദ്രനിപ്പോൾ മുഴുവൻ സമയവും മേരിയുടെ കടത്തിണ്ണയിലാണ്.

വൃദ്ധന്റെ വിശേഷങ്ങളറിയാൻ ബാരക്കിനെയും ഗിരിയെയും കാത്ത് മാർത്ത കോട്ടേജിൽ അക്ഷമയായിരുന്നു. പുറത്തു ജീപ്പുവന്ന ശബ്ദംകേട്ടതും അടുക്കളയിൽനിന്നും മാർത്ത മുറ്റത്തേക്കോടി. ജീപ്പിൽ നിന്നിറങ്ങിയ ബാരക്ക് മാർത്തയ്ക്ക് മുഖംകൊടുക്കാതെ കോണികൾ കയറി മുകളിലേക്കുപോയി.

“എന്തായി?” അവർ ആകാംക്ഷയോടെ ഗിരിയെ നോക്കി.

“വൃദ്ധനെ കണ്ടു. സംസാരിച്ചു.”

“അയാൾ സുഖമായിരിക്കുന്നോ?”

“മും കുഴപ്പമില്ല.”

“ജീവനെക്കുറിച്ചെന്തെങ്കിലും വിവരം?”

“ആ ചെക്കൻ അപ്പനെയും കളഞ്ഞിട്ട് എവിടെയോ തെണ്ടി നടക്കുകയാണ്.”

“പോയ സ്ഥിതിക്ക് അവനെവിടെയാന്നുകൂടി അന്വേഷിക്കാമാ യിരുന്നില്ലേ.”

“എന്നിട്ടെന്തിനാ? അടുത്തദിവസം അവൻ മറ്റെവിടേക്കെങ്കിലും ചാടിപ്പോകും.”

“ഇവിടേക്കു കൊണ്ടുവന്നാൽ ഞാനവനെ ഉപദേശിച്ച് ശരിയാക്കാം.”

“നല്ല കഥയായി. അമ്മായിക്കിപ്പോഴും ആ ചെക്കനെ മനസ്സിലായി ട്ടില്ല.”

“വൃദ്ധനെന്നാ ഇനിയിങ്ങോട്ട്.”

“അയാളിനി വരുമെന്ന് തോന്നുന്നില്ല. അത്രയ്ക്ക് നിരാശയിലും അവശതയിലുമാണ്.” അതുകേട്ടപ്പോൾ മാർത്തയ്ക്കാകെ വിഷമമായി. കൂടുതലൊന്നും ചോദിക്കാതെ അവർ അടുക്കളയിലേക്കുപോയി. ഗിരി ജീപ്പ് കഴുകി തുടച്ചിട്ടശേഷം തന്റെ പതിവുജോലികളിൽ മുഴുകി. വേഷംമാറ്റിയശേഷം ബാരക്ക് വരമുറിയിൽ അലസമായിട്ടിരുന്ന ചായ ക്കൂട്ടുകളും ബ്രഷും അടുക്കിപ്പെറുക്കി. ക്യാപ്റ്റന്റെ മുറിയിൽനിന്നും ഉച്ചയ്ക്ക് പതിവായി കേൾക്കാറുള്ള റേഡിയോഗീതമൊഴുകി. ബാരക്ക് ജനാലയിലൂടെ മലഞ്ചെരിവിലേക്ക് നോക്കി. കാടിറങ്ങിയ മാനുകൾ തേയിലക്കാട്ടിലൂടെ അലയുന്നു. വല്ലപ്പോഴും കിട്ടുന്ന കാഴ്ച. കുറച്ചുവർ ഷംമുമ്പ് ഇതുപോലൊരു കാഴ്ചയ്ക്കിടെയാണ് ഉച്ചത്തിലൊരു കലപില

കേട്ടതും വൃദ്ധന്റെ കൈയിൽ തൂങ്ങി കുന്നുകയറിവന്ന ചെക്കനെ കാണുന്നതും. കണ്ണുമൂടുംവിധം അലസമായിട്ട തലമുടിയുമായി വൃദ്ധനൊപ്പം വരുന്ന ആ ചെക്കൻ ഗേറ്റിങ്കലെ ലോഹഫലകത്തിൽ കോറിവരയ്ക്കുന്നതും വൃദ്ധൻ ശകാരിക്കുന്നതും എത്രയോ കണ്ടു. ഗിരിക്കവനൊരു മൂശേട്ടയും മാർത്തയ്ക്കവൻ പ്രിയപ്പെട്ടവനുമാണ്. മുതിർന്നപ്പോൾ ജീവൻ അവന്റേതായ ലോകം തെരഞ്ഞെടുത്തതാകാം. മകൻ തന്റെ ആഗ്രഹത്തിനൊത്ത് ജീവിക്കണമെന്ന് വൃദ്ധൻ ആശിക്കുന്നു. രണ്ടും ന്യായമായ ചിന്തകൾ! അന്നുരാത്രി പതിനൊന്നോടെ ഗിരി കൈയെഴുത്തുപ്രതിയുമായി എത്തുമ്പോൾ ബാരക്ക് ഹാളിലെ സ്ഥിരം ഇരിപ്പിടത്തിൽത്തന്നെയുണ്ടായിരുന്നു. അവൻ എതിരേയുള്ള കസേരയിലിരുന്ന് വായന തുടങ്ങി. വായന ആരംഭിച്ചതും ഗിരിയെ കൈയെടുത്ത് വിലക്കി ബാരക്ക് ചോദിച്ചു: "വിശ്വനാഥൻ മകന്റെ കാര്യത്തിൽ ഇത്രയ്ക്കങ്ങ് വിഷമിക്കേണ്ടതുണ്ടോ?"

"ഓരോരുത്തരും ഒരേകാര്യത്തിന് വ്യത്യസ്ത സമീപനങ്ങളല്ലേ സ്വീകരിക്കുന്നത്."

"ഒരു പേരമകനോളം വാത്സല്യവും കരുതലുമാണ് വൃദ്ധന് മകനോട്."

"ചെറുക്കന് അപ്പനോടുള്ളത് ഒരു മുത്തച്ഛനോടുള്ള സമീപനവും!." ഗിരി തന്റെ നിരീക്ഷണം പങ്കുവെച്ചു.

"ലോകത്തെ എല്ലാമനുഷ്യർക്കും എന്നെങ്കിലുമൊക്കെ എന്തെങ്കിലും തരത്തിലുള്ള ബുദ്ധിമുട്ടുണ്ടാകുമല്ലോ."

"തീർച്ചയായും." ഗിരി ശരിവച്ചു.

"നമുക്ക് വായന തുടരാം." ബാരക്ക് പറഞ്ഞു.

ഗിരി വായന പുനരാരംഭിച്ചു 'വളരെ നാളുകൾക്കുശേഷം വീട്ടിൽ നിന്നും എനിക്കൊരു കത്തുവന്നു. അമ്മയാണ് എഴുതിയിരിക്കുന്നത്. അച്ഛന്റെ തറവാട്ടിലെ ഭാഗംവയ്പാണ് ഉള്ളടക്കം. ഭാഗമായി എനിക്ക് നീക്കിവച്ച വിഹിതം എന്റെ പേരിൽ ബാങ്കിൽ നിക്ഷേപിച്ചതിന്റെ രേഖകൾ, അച്ഛന്റെ അനിയൻ അമ്മയെ ഏല്പിച്ചതും മറ്റുമൊക്കെ വിശദീകരിച്ചിട്ടുണ്ട്. ഉണ്ണിമോളെക്കുറിച്ച് ഒരുവരിയെങ്കിലും കുറിച്ചിട്ടുണ്ടാകുമെന്ന് കരുതി ഞാൻ ആർത്തിയോടെ മുമ്പോട്ടു വായിച്ചു. ഒന്നുമെഴുതിയിട്ടുണ്ടായിരുന്നില്ല. അവസാനവരിയിൽ അമ്മ എന്നുമാത്രം കുറിച്ചിരുന്നു. കത്തുമടക്കി പോക്കറ്റിലിട്ടിട്ട് ഞാനെന്റെ ഡ്യൂട്ടിയിൽ മുഴുകി. പരിശീലനത്തിനുവേണ്ടി മൈതാനത്ത് മണൽച്ചാക്കുകൾ തയ്യാറാക്കുന്ന ജോലിയിലായിരുന്നു ഞാനും യൂണിറ്റിലെ മറ്റു ജവാന്മാരും. അനന്ത് നാഗിലെ ആർമിപോസ്റ്റിലായിരുന്ന മേജർ ഉച്ചകഴിഞ്ഞ് മടങ്ങിവന്നു. രണ്ടുദിവസം മുൻപ് അനന്ത്നാഗിൽനിന്ന് മതിയായ രേഖകളില്ലാതെ രണ്ടു പാകിസ്ഥാനികളെ ജവാന്മാർ പിടികൂടിയിരുന്നു. കച്ചവടത്തിനായി കാശ്മീർസിൽക്ക് വാങ്ങാൻ വന്നതാണെന്നായിരുന്നു അവരുടെ അവകാ

ശവാദം. കസ്റ്റഡിയിലെടുക്കുമെന്നതായതോടെ മാർക്കറ്റിലെ ആൾക്കൂട്ടത്തെ മറയാക്കി നോക്കുചൂണ്ടി ഭീഷണിമുഴക്കി. കൂടുതൽ സൈന്യമെത്തി ആൾക്കൂട്ടത്തെ മോചിപ്പിച്ചു. പിടികൂടുംമുമ്പ് പാകിസ്ഥാനികളിലൊരാൾ സയനൈഡ് കഴിച്ച് ജീവനൊടുക്കി. അതിനെത്തുടർന്നുള്ള രാഷ്ട്രീയവിവാദങ്ങൾക്ക് അയവുവന്നിട്ടില്ല. അന്യദേശക്കാരുടെ സാന്നിദ്ധ്യം സംശയിച്ച് സൈന്യം പ്രദേശവാസികളുടെ വീട് പരിശോധിക്കുകകൂടി ചെയ്തതോടെ അനന്ത്നാഗ് സംഘർഷമേഖലയായി തുടരുകയാണ്. കന്റോൺമെന്റിൽനിന്നും രണ്ടുയൂണിറ്റ് സൈന്യത്തെ അധികമായി അവിടെയെത്തിച്ചിട്ടുണ്ട്. പ്രത്യേകസാഹചര്യത്തിൽ ഉന്നത ഓഫീസർമാരുടെ നിരന്തരസാന്നിദ്ധ്യം അനന്ത്നാഗിലുണ്ട്. പീസ്സ്റ്റേഷനിലായിരിക്കുമ്പോഴും ഒരു ജവാൻ ജാഗ്രതയിലായിരിക്കും. യുദ്ധമുഖത്തേക്കോ ദുരന്തമേഖലയിലേക്കോ സംഘർഷബാധിതപ്രദേശത്തേക്കോ പോകാൻ എപ്പോഴും അവൻ സന്നദ്ധനായിരിക്കും. ഞങ്ങളുടെ യൂണിറ്റ് അനന്ത് നാഗിലേക്കുള്ള വിളി കാത്തിരിക്കുകയാണ്. ഒരു സഹായക് എന്ന നിലയിൽ ഈയൊരവസരത്തിലെങ്കിലും മേജർ എന്നെ ഒപ്പംകൂട്ടാത്തതിൽ എനിക്കതിയായ നിരാശതോന്നി. ഔദ്യോഗിക കൃത്യനിർവ്വഹണത്തിന്റെ ഭാഗമായ ഇത്തരം യാത്രകളിൽ മേജറെ അനുഗമിക്കുകയെന്നുള്ളതും എന്റെ കൃത്യനിർവ്വഹണത്തിൽപ്പെടുന്നതാണ്. മേജർ ഇന്നുവരെ അദ്ദേഹത്തിന്റെ വ്യക്തിപരമായ ആവശ്യങ്ങൾക്കല്ലാതെ എന്നെ ഉപയോഗിച്ചിട്ടേയില്ല. അതെന്തുമായിക്കൊള്ളട്ടെ, അനന്ത്നാഗിൽനിന്നും ശുഭവാർത്തയുമായി മഹീന്ദറിന്റെ റേഡിയോ സന്ദേശമെത്തി. പ്രദേശവാസികളും സൈന്യവുമായി ഉടലെടുത്ത പ്രശ്നങ്ങൾ ചർച്ചയിലൂടെ പരിഹരിക്കപ്പെട്ടെന്നും ആയതിനാൽ റോഡ് ഉപരോധിച്ചിരുന്ന നാട്ടുകാർ വീടുകളിലേക്ക് മടങ്ങിയെന്നും തുടർന്ന് സംഘർഷം ലഘൂകരിക്കപ്പെട്ടെന്നും പീസ്സ്റ്റേഷനിലേതടക്കമുള്ള സൈനികയൂണിറ്റുകൾ ഇന്നുതന്നെ മടങ്ങുമെന്നുമായിരുന്നു സന്ദേശം. മൂന്നാഴ്ചകഴിഞ്ഞപ്പോൾ എന്നെ പിന്നെയും അത്ഭുതപ്പെടുത്തിക്കൊണ്ട് അമ്മയുടെ കത്തുവന്നു. ഇക്കുറി കത്തിനൊപ്പം മറ്റൊരു കവറിലായി കുറച്ചുരേഖകളുമുണ്ടായിരുന്നു. കത്തിലെ ഉള്ളടക്കം അമ്മവീട്ടിലെ ഭാഗംവയ്പായിരുന്നു. അളന്നുമുറിച്ചെഴുതിയ ആ വാചകങ്ങളിലേക്ക് ഞാൻ കുറേനേരം നോക്കിനിന്നു ഇവിടെ ഭാഗംവയ്പ്പ് കഴിഞ്ഞു. നിന്റെ ഭാഗം വിറ്റ് കാശാക്കി ബാങ്കിലിട്ടിട്ടുണ്ട്. അതിനായി നീയിനി ഇത്രേടംവരെ വന്ന് ബുദ്ധിമുട്ടേണ്ടതില്ലല്ലോ. രേഖകൾ ഒപ്പംചേർക്കുന്നു. സസ്നേഹം അമ്മ. ഞാനതെല്ലാം മടക്കി പോക്കറ്റിലിട്ടു. അമ്മയുടെ കത്ത് ആദ്യമായി എന്നെ വീർപ്പുമുട്ടിച്ചു. നെഞ്ചിലൊരു ഭാരംകയറി. ഞാൻ ബാരക്കിലേക്കോടി. അവിടെ എന്റെ ട്രങ്ക് തുറന്ന് കത്തും രേഖകളും അതിനുള്ളിലാക്കി. പിറ്റേദിവസം ഞങ്ങൾക്ക് ഓഫ് കിട്ടി. ഒന്നലയാൻ തീരുമാനിച്ച് ഞാൻ പുറത്തിറങ്ങി. എങ്ങോട്ടെന്നില്ലാതെ നടക്കുമ്പോൾ തറവാടിനെക്കുറിച്ചും ഉണ്ണിമോളെക്കുറിച്ചും

ജാനിയെക്കുറിച്ചുമൊക്കെയാണ് ചിന്ത. പതിനാറാം വയസ്സിൽ നാടുവിട്ട എനിക്ക് ഉണ്ണിമോളും ജാനിയും ഇന്നും കുട്ടികളാണ്! ലിഡ്ഡർ നദിയോരത്തെ തടിക്കൂരകളിലെ ആട്ടിടയന്മാർ ചെമ്മരിയാടുകളെ മലഞ്ചെരിവിലേക്ക് തെളിച്ചു. കൂട്ടത്തിൽ ബാലകരുമുണ്ട്. മഞ്ഞുതാഴ്വാരത്തിലേക്ക് കണ്ണോടിച്ച് നദിക്കു കുറുകെയുള്ള പാലത്തിൽ ഏറെനേരം നിന്നു. നദിയിലെ തെളിഞ്ഞൊഴുകുന്ന നീലജലം കണ്ണിനെ അതിശയിപ്പിക്കും. ഞാൻ നദിക്ക് അക്കരെയുള്ള ക്ഷേത്രത്തിലേക്ക് കുന്നുകയറി. കുന്നിൻ നെറുകയിലെ ശിവക്ഷേത്രത്തിൽനിന്ന് മഞ്ഞിൽപ്പുതഞ്ഞ പഹൽഗാം കാണുമ്പോൾ വെള്ളമേഘംതിങ്ങിയ ആകാശം താഴേക്കിറങ്ങിയതാണോ ഈ പഹൽഗാമെന്ന് സംശയിക്കും! ക്ഷേത്രമുറ്റത്തു നില്ക്കുമ്പോഴൊക്കെ ഉണ്ണിമോളെയും ജാനിയെയും കൂട്ടി പൂഞ്ഞാർ വൈത്തിക്കടവിലെ ശിവക്ഷേത്രത്തിൽ ഉത്സവത്തിനുപോയ ഓർമ്മ എന്നെ വന്നു മൂടും. ഓരോ മനുഷ്യനും അവന്റെ വേരിൽ ആഴ്ന്നു കിടക്കുന്നു. കുന്നിറങ്ങുമ്പോൾ ആടിനെ മേയ്ക്കാനെത്തിയ പിള്ളേരുടെ കളിബഹളം കേട്ടു. അവറ്റകളെ ചരിവിൽ വിട്ടിട്ട് ആപ്പിൾമരത്തിൽ തൂങ്ങിയാടിയുള്ള കളി പിള്ളേരുടെ പതിവാണ്. എന്നെക്കണ്ടപ്പോൾ നിശ്ശബ്ദരായി. കൂട്ടത്തിൽ ഹസൻമാലിക്കിന്റെ മകൾ മെഹറുമുണ്ട്. ഒമ്പതുകാരിയായ മെഹർ എനിക്കുനേരെ ഒരു ചെറുമന്ദഹാസമുതിർത്തു. ഞാനവിടം കടന്നതും കുട്ടികൾ ബഹളത്തിലായി. ലിഡ്ഡർ നദിയിലെ പാലം കടന്നതും ഇങ്ങേപ്പുറത്ത് പോണിയുമായി നില്ക്കുന്ന ഹസൻമാലിക്കിനെ കണ്ടു. അദ്ദേഹം എന്നെ ബഹുമാനപൂർവ്വം അഭിവാദ്യം ചെയ്തു.

"മാലിക് നിങ്ങളുടെ കുതിരക്കുട്ടിക്ക് സഞ്ചാരികളെ കിട്ടിയില്ലേ."

"രാവിലെ ഒരാളെക്കിട്ടി. ഇപ്പോൾ കഴിഞ്ഞു വന്നതേയുള്ളൂ."

"കുന്നിൻചെരിവിൽ മെഹറിനെ കണ്ടു."

"ആടുകളെ അലക്ഷ്യമായി വിട്ടിട്ട് പിള്ളേരോടൊപ്പം കളിക്കുകയാവും."

"അതെ." ഞാൻ തലയാട്ടി

"ഒരാഴ്ചമുമ്പ് എന്റെയും മഷൂക്കിന്റെയും ഓരോ ആടുകളെ വീതം കാണാതായി. മലഞ്ചെരിവിലെ കാട്ടിലേക്ക് കയറിപ്പോയിട്ടുണ്ടാകും. ദിവസം ആറുലിറ്റർ പാല് തന്നുകൊണ്ടിരുന്നതാ." ഹസൻമാലിക് സങ്കടത്തോടെ കൈമലർത്തി.

"മാലിക്കിന്റെ വലിയ കുതിരയെവിടെ?"

"അതിന് ദീനം ബാധിച്ചിട്ട് നാലുമാസമായി. പരിപാലിക്കാൻ കാശില്ലാത്തതുകൊണ്ട് കൂട്ടുകാരന് വിറ്റു. ഇപ്പോൾ എനിക്കീ പോണി മാത്രമേയുള്ളൂ." അയാൾ വാത്സല്യത്തോടെ അതിന്റെ കുഞ്ചിരോമങ്ങളിൽ തലോടി. അത് മുഖമൊന്നു കുടഞ്ഞു.

"സാബിന്റെ വിശേഷങ്ങൾ പറയൂ. ഈ വഴി കണ്ടിട്ട് ഒത്തിരിയായല്ലോ."

"നിങ്ങളുടെയീ മനോഹരഭൂമിയിൽ ജീവിതവും അങ്ങനെതന്നെ നീങ്ങുന്നു."

"സാബ് വന്നാലും. ഞാൻ കുറച്ച് വെണ്ണ തരാം."

"ഒന്നുംവേണ്ട ഹസൻമാലിക്. ഞങ്ങൾക്ക് വേണ്ടതെല്ലാം ക്യാമ്പിലുണ്ട്."

"അതു പറ്റില്ല. സാബ് അത് സ്വീകരിച്ചില്ലെങ്കിൽ എനിക്ക് സങ്കടമാകും." അയാൾ കുട്ടിയെപ്പോലെയായി.

"ശരി ശരി." ഞാൻ അയാൾക്കൊപ്പം നടന്ന് വീട്ടുനടയ്ക്കലെ വേലിക്കരികെ നിന്നു. മാലിക്ക് അകത്തുപോയി പ്ലാസ്റ്റിക്കൂടയിൽ വെണ്ണയുമായിവന്നു. അദ്ദേഹത്തിന്റെ ബീവി വരാന്തയിലെ തടിയഴികളിലൂടെ ഒന്നു മുഖം കാണിച്ചുപോയി. ഞാൻ വെണ്ണയും വാങ്ങി മുമ്പോട്ടുനീങ്ങി. പെട്ടിക്കടകൾക്കു മുമ്പിലെത്തിയപ്പോൾ നടത്തം നിർത്തി. ഉടൻ വിളി വന്നു "സാബ് ചായ കുടിക്കാതെ പോവുകയാണോ." കടയുടമ ഹുസൈനാണ്.

"ചായയ്ക്കു വേണ്ടിയല്ലേ ഞാനിവിടെ നടത്തം നിർത്തിയത്." ഞാൻ ചിരിച്ചുകൊണ്ട് കൂട കടത്തട്ടിലേക്ക് വച്ചു.

"മാലിക് തന്ന വെണ്ണയാവുമല്ലേ." ഹുസൈൻ ചോദിച്ചു.

"അതെയതെ." എന്നു നടക്കാനിറങ്ങിയാലും ഹുസൈന്റെ കടയിൽ നിന്നും കട്ടിക്ക് പാലൊഴിച്ച ചൂടുചായയും ഇത്തിരി വർത്തമാനവും പതിവാണ്.

"ജില്ലാ ആസ്ഥാനത്ത് പ്രശ്നമുണ്ടായതായി അറിഞ്ഞല്ലോ സാബ്."

"ഉം."

"ഇപ്പോളെന്താണ് അവസ്ഥ."

"ശാന്തമാണ്."

"ഭയമാണ് ഞങ്ങൾക്കെപ്പോഴും."

"ഞങ്ങളൊക്കെ ഇവിടെയില്ലേ. നിങ്ങളുടെ സമാധാനമാണ് ഞങ്ങളുടെ ലക്ഷ്യം."

"ഞങ്ങൾക്കൊരിക്കലും സമാധാനം കിട്ടില്ല സാബ്. ഞങ്ങളുടെ നാടിനെ എല്ലാവരുംകൂടി മറ്റെന്തോ ആക്കി."

"അതിർത്തികൾ എല്ലായിടത്തും പ്രശ്നമേഖലയാണ് ഹുസൈൻ. ഞങ്ങളോ അതിർത്തികൾ സംരക്ഷിക്കാൻ ബാദ്ധ്യതപ്പെട്ടവരും."

"എന്നെങ്കിലും എന്റെ നാട്ടിൽ സമാധാനം പുലരുമോ സാബ്." മഞ്ഞുമൂടിയ മലനെറുകയിലേക്ക് നോക്കി ഞാൻ കൊഴുത്ത ചായ ഊതിക്കുടിച്ചു. ഹുസൈന്റെ ആശങ്കകൾ എന്റേതുമാണ്. ഈ സ്വർഗ്ഗീയ ഭൂമിയിൽ സമാധാനംകൂടി ഉണ്ടായിരുന്നെങ്കിൽ അനുപമമായേനെ! ചായകുടി കഴിഞ്ഞ് ഞാൻ നടത്ത തുടർന്നു. കന്റോൺമെന്റ് പരിധിയിലെ വില്ലയ്ക്കു മുമ്പിലെത്തിയപ്പോൾ നീതുസാബിനെ ഓർമ്മ വന്നു. കുറച്ചുവെണ്ണ അവർക്കു നല്കാമെന്നുകരുതി. പതിവിനു വിപരീതമായി ഗേറ്റ് തുറന്നുകിടക്കുകയായിരുന്നു. ആരാണിങ്ങനെ അലക്ഷ്യമായി തുറന്നിട്ടിരിക്കുന്നതെന്ന് മുറുമുറുത്തുകൊണ്ട് മുറ്റത്തേക്ക്

കയറിയപ്പോൾ മുൻവാതിലും തുറന്നുകിടക്കുന്നു. വിളിച്ചാൽപ്പോലും തുറക്കാത്ത വാതിൽ ചുമ്മാതിങ്ങനെ തുറന്നിട്ടിരിക്കാൻ... "സാബ് സാബ് ഇവിടെയാരുമില്ലേ? ഞാൻ രവിശങ്കർമേനോനാണ്." സൻഷേഡിലെ ചങ്ങലക്കൊളുത്ത് വലിച്ച് ശബ്ദമുണ്ടാക്കി. ഒരനക്കവുമില്ല. കട്ടിമഞ്ഞിലൂടെ വിളറിവീണ ഉച്ചവെളിച്ചം ആപ്പിളിലകൾക്കിടയിലൂടെ മുറ്റത്ത് പതിച്ചു. ഞാൻ അകത്തേക്കുകയറി. സ്വീകരണമുറിയാകെ അലങ്കോലമായിക്കിടക്കുന്നു. ശത്രുക്കളാരെങ്കിലും മേജറിന്റെ പത്നിയെ ലക്ഷ്യം വച്ചോ? ആശങ്കയോടെ ഞാൻ മുറികളിൽ നീതുസാബിനെ തിരഞ്ഞു. മൂന്നാമത്തെ മുറിയുടെ കോണിലായി മൂക്കിൽനിന്നും വായിൽനിന്നും രക്തംവാർന്ന നിലയിൽ തളർന്നിരിക്കുന്ന അവരെക്കണ്ട് ഞാൻ വേഗം അടുത്തേക്ക് ചെന്ന് കോരിയെടുത്ത് അടുത്തുള്ള സോഫയിലിരുത്തി. തണുത്ത വെള്ളവും തുണിയുംവച്ച് മുഖത്തെയും കൈകളിലെയും ചോര തുടച്ചെടുത്തു. കെറ്റിലിൽ വെള്ളം തിളപ്പിച്ചാറ്റി കുടിക്കാൻ നല്കി. അവർ വെള്ളം കുടിച്ച് കഴിഞ്ഞ് ആശ്വാസത്തോടെ എന്നെനോക്കി.

"സാബ് ഇവിടെ എന്താണ് സംഭവിച്ചത്?"

"നിന്റെ മേജർ വന്നിരുന്നു. അദ്ദേഹം എന്റെമേൽ പതിവുള്ളൊരു പരാക്രമം കാട്ടി. അടിവയറ്റിൽ തൊഴി കിട്ടാതിരിക്കാൻ ഞാനൊന്നു ചെറുത്തു. പകരമായി നെഞ്ചിലും മുഖത്തും തൊഴികിട്ടി." അവരുടെ സ്വരം ശക്തമായിരുന്നു.

"മേജർ അറിയാതെ മിലിട്ടറിനഴ്സിനെ വരുത്തിയാലോ?"

"വേണ്ട എനിക്കിതു ശീലമാണ്. പിന്നെ കുഞ്ഞിന്റെ കാര്യം, അത് അദ്ദേഹത്തിന്റെ കൂടിയല്ലേ. ശ്രദ്ധിക്കേണ്ട ബാദ്ധ്യത തുല്യമാണ്."

"സാബിന് കഴിക്കാനെന്തെങ്കിലും?"

"വേണ്ട രവിശങ്കർ പൊയ്ക്കോളൂ. അടുക്കളയിൽ ഭക്ഷണമുണ്ട്. ഞാൻ കഴിച്ചോളാം."

"സാബ് എന്തെങ്കിലും കഴിച്ചിട്ട് വിശ്രമിക്കൂ." തകർന്ന ഹൃദയത്തോടെ ഞാൻ മേജറിന്റെ വില്ല വിട്ടിറങ്ങി. അന്നാദ്യമായി ഉൽക്കണ്ഠയും നിസ്സഹായതയും ഭരിച്ചു. ബാരക്കിൽ മൂകനായി സമയംകഴിച്ചു. മഹീന്ദറിനോട് കാര്യംപറഞ്ഞ് കരഞ്ഞു. ആ സ്ത്രീയുടെ ശരീരത്തെ ദുർബ്ബലപ്പെടുത്താനേ മേജറിന് കഴിഞ്ഞിട്ടുള്ളു. മനോവീര്യം തകർക്കാൻ സാധിച്ചിട്ടില്ല. ഞാനതിൽ ആശ്വാസംകൊണ്ടു.'

"ഒരു സ്ത്രീ വിചാരിക്കാതെ അവളുടെ മനോവീര്യം കെടുത്താൻ ലോകത്തൊരു പുരുഷനും സാധിക്കില്ല." കേൾവിയിൽ മുഴുകിയ ബാരക്ക് ക്ഷുഭിതയായി. ഗിരി വായനനിർത്തി കണ്ണടച്ചിരിക്കുന്ന ബാരക്കിനെ നോക്കി.

"ഇന്നിനി വായന വേണ്ട." അതു പറയുമ്പോൾ ബാരക്ക് കണ്ണടച്ച് കസേരയിൽ ചാരിയുള്ള അതേയിരിപ്പിൽ തന്നെയായിരുന്നു. ബാരക്കിന്റെ അപ്രതീക്ഷിത നീക്കങ്ങളെ സ്വാഭാവികതയോടെ മനസ്സിലാക്കുന്ന ഗിരി പുസ്തകം മടക്കിയെടുത്ത് മുറിവിട്ടു.

## പതിനെട്ട്

തങ്കനില്ലാതായതിൽപ്പിന്നെയാണ് ചെറുക്കന് ആദ്യമായി അനാഥത്വം തോന്നിയത്. ലോഡ്ജിൽ നിന്ന് പുറത്തിറങ്ങാതെ ഒരേയിരുപ്പാണ്. എങ്ങോട്ടെങ്കിലും നാടുവിട്ടാലോയെന്ന് ആലോചിച്ചു. തങ്കൻ കടൽകട ന്നെന്ന് മനസ്സിലാക്കിയതോടെ പ്രതാപനും കൂട്ടരും അടങ്ങിയമട്ടാണ്. അവർക്കിപ്പോൾ ചെറുക്കനോട് ദേഷ്യമൊന്നുമില്ല. തങ്ങൾക്കൊപ്പം കൂടാ നും പഴയപണി തുടരാനും സംഘാംഗങ്ങളിൽ പലരും ചെറുക്കനെ നിർ ബ്ബന്ധിച്ചെങ്കിലും ജീവനതിന് തയ്യാറായില്ല. തങ്കനൊന്ന് പച്ചപിടിച്ചുകഴി ഞ്ഞാൽ തന്നെ വിളിക്കുമെന്നും ദുബായിലേക്ക് വിസ തരപ്പെടുത്തി ത രുമെന്നുമൊക്കെ ചെറുക്കൻ ഇടയ്ക്ക് പ്രതീക്ഷിക്കും. തൊട്ടടുത്ത നിമിഷം പ്രതീക്ഷയറ്റ നിലയിലുമാകും. ദുബായിലെത്തിയിട്ട് ഒന്നു ഫോൺ ചെയ്യാൻപോലും മിനക്കെടാത്ത തങ്കനാണ് സഹായിക്കാൻ പോകുന്നത്. ചെറുക്കൻ ആശയറ്റ് പിറുപിറുക്കും. ഒരുകുപ്പി പട്ടച്ചാരായം ഒറ്റയടിക്ക് തീർക്കും. പിന്നെ അപ്പനെ തെറിവിളിക്കും. മേരിയേയും ഭാരതിയേയും ഗിരിയേയും പുച്ഛിക്കും. വീണുകിടന്ന് ഉറങ്ങും. കൈയിലെ കാശ് തീർ ന്നപ്പോഴാണ് അടിമാലിയിലുള്ള അമ്മയ്ക്കടുത്തേക്ക് പോകാൻ തീരുമാ നിച്ചത്. അടിമാലിയിലെ ഏലത്തറയിൽ പുതുതായി പണിത വീട്ടിൽ ക്ലാത്തൻ ജോസിനൊപ്പമായിരുന്നു പുഷ്പയുടെ താമസം. ചെറുക്കനെ കണ്ടപ്പോൾ

"ങ്ഹാ നീയോ." എന്നൊരു തണുത്ത പ്രതികരണമായിരുന്നു പു ഷ്പയ്ക്ക്.

"അമ്മയ്ക്ക് സുഖമാണോ."

"സുഖം."

"നീ അപ്പനടുത്തേക്ക് പോയില്ലേ."

"ഇല്ല."

"അതെന്താ?"

"എനിക്കയാളെ ഇഷ്ടമല്ലെന്ന് അമ്മയ്ക്കറിയില്ലേ?"

"അങ്ങേരെ ഇഷ്ടപ്പെട്ടാലുമില്ലെങ്കിലും അതു നിന്റെ വീടാണ്."

"എനിക്കെന്റെ അമ്മയ്ക്കൊപ്പം നിന്നാൽമതി."

"ഇതെന്റെ വീടല്ല. ജോസിന്റെ വീടാണ്. അച്ചായൻ ഏലത്തോട്ട ത്തിൽ പണിക്കു പോയിരിക്കുകയാ. നിന്നെയിവിടെക്കണ്ടാൽ എന്നോടു ദേഷ്യംപിടിക്കും. നീ വേഗം പൊയ്ക്കോ."

"എന്റെ അമ്മയെ കാണാനും സംസാരിക്കാനും എനിക്കാരുടേയും അനുവാദം വേണ്ട."

"നിന്റെ അപ്പനൊപ്പം എനിക്കൊരു ജീവിതമില്ലായിരുന്നു. ഇപ്പോഴാ ണ് സന്തോഷമറിയുന്നത്. നീയായിട്ട് ആ സന്തോഷം കെടുത്തരുത്."

"ഞാനിവിടെ വന്നതുകൊണ്ട് ക്ലാത്തനെന്താ."

"ക്ലാത്തനല്ല. ജോസ്."

"അങ്ങേരുടെ വട്ടപ്പേര് അറിയാത്തതാർക്കാ?"

"അച്ചായനിപ്പോൾ നല്ല നടപ്പിലാ. പുതിയവീട് പണിതു. മൂന്നേക്കർ തോട്ടം വാങ്ങി."

"മതി മതി അങ്ങേരുടെ നല്ല വിശേഷങ്ങൾ വിളമ്പിയത്. മറയൂർകാട്ടിൽനിന്ന് ചെറിയാൻ മുതലാളിക്കുവേണ്ടി കടത്തിയിരുന്ന തടിയിൽനിന്ന് സ്ഥിരമായി ഇങ്ങേര് ലോഡ് മുക്കിയിരുന്നു. കൂടെനടന്ന ഇടിയൻ പോലുമറിയാതെ. കള്ളത്തരം മനസ്സിലാക്കിയപ്പോൾ മുതലാളി പുറത്താക്കി. അന്നുമുതൽ ക്ലാത്തൻ വിശുദ്ധനായി."

"ചുമ്മാതല്ല അച്ചായന് നിന്നെ കണ്ടുകൂടാത്തത്."

"അമ്മ തടിച്ച് നിറമൊക്കെ വച്ച് സുന്ദരിയായിട്ടുണ്ട്." ചെറുക്കൻ പുഷ്പയുടെ കവിളിൽ നുള്ളി സ്നേഹത്തിലായി.

"ങ്ഹാ നല്ല ആണാപ്പിറന്നോന്മാർക്കൊപ്പം പാർക്കുമ്പോ പെണ്ണുങ്ങൾ സുന്ദരിമാരാവും."

"അമ്മയ്ക്കിത്തിരി ഗർവ്വ് കൂടിയിട്ടുണ്ട്."

"നിനക്കിത്തിരി പോക്രിത്തരവും."

"ആണുങ്ങളായാൽ ഇത്തിരി പോക്രിത്തരമൊക്കെ വേണമെന്ന് അമ്മ തന്നെയല്ലേ പറഞ്ഞിട്ടുള്ളത്."

"ങ്ഹാ ഞാനങ്ങനെ പലതും പറഞ്ഞിട്ടുണ്ടാകും. നീയിപ്പോഴും അതൊക്കെ പൊക്കിപ്പിടിച്ചോണ്ട് നടക്കുവാണോ?"

"അമ്മ കാലുമാറി അല്ലേ."

"അങ്ങനെ കൂട്ടിക്കോ. തൽക്കാലം നീ അകത്തേക്കുവാ. തിന്നാനെന്തെങ്കിലും തരാം. ജോസച്ചായൻ വരുംമുമ്പ് കഴിച്ചിട്ട് പോകാൻ നോക്ക്." പുഷ്പ രാവിലത്തെ ഇടിയപ്പവും പോത്തിറച്ചി വരട്ടിയതും വിളമ്പി. പത്ത് ഇടിയപ്പവും അരപ്പാത്രം പോത്തുവരട്ടിയതും രണ്ടുഗ്ലാസ് വെള്ളവും ഒറ്റയിരുപ്പിന് തീർത്ത് ഏമ്പക്കംവിട്ട് വിരൽ നുണഞ്ഞുകൊണ്ടിരിക്കുമ്പോഴാണ് അമ്മയുടെ ദേഹത്ത് കിടക്കുന്ന ആഭരണങ്ങളിൽ ചെറുക്കന്റെ കണ്ണുടക്കിയത്. മാലമാത്രം അഞ്ചുപവനെങ്കിലും വരും. അവൻ കണക്കുകൂട്ടി. എച്ചിൽപാത്രങ്ങളെടുത്ത് പുഷ്പ അടുക്കളയിലേക്കു പോയി. എന്തെങ്കിലും കാരണമുണ്ടാക്കി ഒന്നുരണ്ട് ദിവസം ഇവിടെ തങ്ങണം. ചെറുക്കൻ കൈകഴുകി വന്നിട്ട് സിറ്റൗട്ടിലെ സോപാനത്തിൽ കയറിയിരിപ്പായി. കുറച്ച് കാശുണ്ടായിരുന്നെങ്കിൽ ആരെയും താങ്ങാതെ ജീവിക്കാമായിരുന്നു. അറപ്പ് കാരണമാണ് മുതുവർക്കുന്നിലെ പണിനിർത്തിയത്. മൂക്കറ്റം കഞ്ചാവ് വലിച്ചുകയറ്റിയിട്ടും മാറാത്ത അറപ്പ്! പൊലീസിനെ പേടിച്ച് വാറ്റ് കടത്താനും വയ്യ. അല്ലെങ്കിലും തങ്കനില്ലാതെ ഒന്നും ശരിയാവില്ല. ചെറുക്കനങ്ങനെ ചിന്തിച്ചിരിക്കുമ്പോഴാണ് പുഷ്പയുടെ ചോദ്യംവന്നത് "നീയെപ്പോഴാ മടങ്ങുന്നത്?"

അവൻ കൂസലില്ലാതെയിരുന്നു.

"എടാ അസത്തേ നിന്നോടാ ചോദിച്ചത്?" പുഷ്പയ്ക്ക് കലികയറി.

"രണ്ടുദിവസം കഴിഞ്ഞേ പോകൂ."

"ബൈക്കിൽ പെട്രോളടിക്കാനുള്ള കാശ് തരാം. ഇന്നുതന്നെ പൊയ്ക്കോ."

"എവിടെപ്പോകാനാ?"

"നിന്റെ അപ്പനടുത്തേക്ക്."

"അതിന് ഞാൻ ചാകണം."

"എന്നായിങ്ങനെ നടന്നോ. ആ വീടും പറമ്പും വല്ലവർക്കും കൊടുത്തിട്ട് അങ്ങേര് സന്ന്യസിക്കാൻ പോകും."

"എനിക്കങ്ങേരുടെ നക്കാപ്പിച്ചയൊന്നും വേണ്ട."

"പിന്നെ നീയെങ്ങനെ ജീവിക്കും?"

"തള്ളേ നിങ്ങളെന്നെ പരിഹസിക്കാതെ കെട്ട്യോന്റെയടുത്ത് പറഞ്ഞ് ഏലത്തോട്ടത്തിൽ എനിക്കൊരു പണി ശരിപ്പെടുത്തി താ."

"അതിന് മേലനങ്ങുന്ന വല്ലതും നീ ചെയ്യോ."

"തള്ളേ ഞാൻ ഉടക്കാനൊന്നും വന്നതല്ല. രണ്ടുദിവസംകഴിഞ്ഞ് അങ്ങ് പൊയ്ക്കോളാം. വന്ന സ്ഥിതിക്ക് ഇവിടെയൊക്കെയൊന്ന് കണ്ടിട്ട് പോകാമെന്നു കരുതി." അവന്റെ നിസ്സംഗഭാവം അവരിൽ മാതൃസഹജമായ അലിവുണർത്തി.

"ശരി ശരി രണ്ട് ദിവസം നിന്നിട്ട് പൊയ്ക്കോ. അച്ചായനോട് ഞാൻ പറഞ്ഞോളാം."

"കൂാത്തൻ വരാൻ വൈകുമോ?"

"നിന്നോട് ഞാൻ പറഞ്ഞതാ അങ്ങനെ വിളിക്കരുതെന്ന്."

"ഓ തെറ്റിപ്പോയി. ജോസ് എപ്പോൾ വരും."

"സന്ധ്യ കഴിയും."

"തോട്ടത്തിൽ നല്ലപണിയാ അല്ലേ." ചെറുക്കൻ കൃത്രിമഗൗരവം വരുത്തി.

"ഉവ്വ്. അച്ചായൻ ജോലിക്കാർക്കൊപ്പം നിന്ന് പണിയെടുക്കും." പുഷ്പ മതിപ്പോടെ പറഞ്ഞു. ചെറുക്കന്റെ കണ്ണ് മാലയിലായിരുന്നു. എന്റെ മുതുവർക്കുന്നിലപ്പാ ഈ മാല കൈയിൽ കിട്ടിയാൽ ചുട്ടകോഴിയും വാറ്റും തന്നോളാമേ. ഇന്നുതന്നെ ഇതടിച്ചു മാറ്റാനുള്ള വഴി കാട്ടിത്തരണേ.

"നീയിവിടെ കാണുമല്ലോ. ഞാൻ കുളിച്ചിട്ടു വരാം." പുഷ്പ അകത്തേക്ക് നടന്നു. ചെറുക്കൻ മനസ്സിൽ തുള്ളിച്ചാടി. എന്റെ മുതുവർക്കുന്നിലപ്പാ നിനക്കിത്ര ശക്തിയോ. ആവേശം മറച്ചുപിടിച്ച് ചെറുക്കൻ പറഞ്ഞു "കുളി കഴിഞ്ഞ് വന്നിട്ട് എനിക്കൊരു ചൂടുചായ ഉണ്ടാക്കിത്തരണം. അമ്മയുണ്ടാക്കിയ ചായ കുടിച്ചിട്ടെത്രയായി."

"ങ്ഹാ ഞാൻ കുളിച്ചിട്ട് വേഗം വരാം."

ഇതിലും നല്ലൊരു അവസരം ഇനി കിട്ടാനില്ല. പുഷ്പ മറഞ്ഞതും ചെറുക്കൻ കൈകൾ കൂട്ടിത്തിരുമ്മി വെപ്രാളത്തോടെ ഉമ്മറത്ത് ഉലാ

ത്തി. ഷവറിൽനിന്നും വെള്ളംവീഴുന്ന ഒച്ചകേട്ടതും ചെറുക്കൻ പതുങ്ങിപ്പതുങ്ങി മുറിയിലേക്ക് ചെന്നു. അവൻ വിചാരിച്ചതുപോലെ മാല ഊരിവച്ചിട്ടാണ് പുഷ്പ കുളിക്കാൻ കയറിയത്. മേശപ്പുറത്തുനിന്നും ഉടനടി മാല കൈക്കലാക്കി ശബ്ദം വയ്ക്കാതെ പുറത്തിറങ്ങിയ ജീവൻ ബൈക്കിൽ കയറി എറണാകുളം നഗരം ലക്ഷ്യമാക്കി പറന്നു. പിറ്റേന്നുരാവിലെ മാല വിറ്റുകിട്ടിയ കാശുമായി നഗരത്തിലെ മുന്തിയൊരു ലോഡ്ജിൽ മുറിയെടുത്തു. മൂക്കുമുട്ടെ മാംസാഹാരവും മദ്യവും വലിച്ചുകയറ്റിയിട്ട് അന്നുമുഴുവൻ കിടന്നുറങ്ങി. പിറ്റേന്ന് ജോലിയന്വേഷിച്ച് നഗരത്തിലലഞ്ഞു. രാത്രിയോടെ ബസ്സ്റ്റാന്റിനടുത്തെ തട്ടുകടയിൽ സഹായിയായി കയറി. വൈകിട്ട് ഏഴുമുതൽ പുലർച്ചെ അഞ്ചുവരെയാണ് ജോലിസമയം. ആദ്യരണ്ടാഴ്ച വിളമ്പലും ബുൾസൈ ഉണ്ടാക്കലും പൊറോട്ടയടിക്കുന്നത് നോക്കിപ്പഠിക്കലുമായിരുന്നു ചെറുക്കന്റെ പണി. ബംഗാളിയായ ഷാക്കിർ ആയിരുന്നു കടയിലെ പ്രധാന പൊറോട്ടയടിക്കാരൻ. പൊറോട്ടയടിക്കുമ്പോൾ ഒരു മെഷീൻ പോലെയാണ് ഷാക്കിറിന്റെ കൈകൾ പ്രവർത്തിക്കുക. സംസാരമില്ലാതെ സദാ പണിയെടുക്കുന്ന ഷാക്കിറിനോട് ഒരുദിവസം ചെറുക്കൻ ചോദിച്ചു: "നിനക്ക് കൈ കഴയ്ക്കില്ലേ?"

ടവ്വലെടുത്ത് വിയർപ്പൊപ്പിയിട്ട് ചെറുക്കനെ നോക്കി ഒന്നു ചിരിച്ച ശേഷം ഷാക്കിർ പണി തുടർന്നു.

"ബംഗാളികൾക്ക് കൈ കഴയ്ക്കില്ല. മലയാളികൾക്കാണ് കൈ കഴപ്പ്." കടയുടമ മജീദാണ് ചെറുക്കന് മറുപടി നല്കിയത്. അങ്ങേരുടെ ആക്കിയുള്ള പറച്ചിൽ രസിക്കാതെ ചെറുക്കൻ പൊറോട്ടയടി തുടർന്നു.

"അവൻ ഒറ്റനില്പിന് പത്തുകിലോ മാവിന്റെ പൊറോട്ടയടിക്കും." മജീദ് തന്റെ നരച്ച താടി തടവിക്കൊണ്ടു പറഞ്ഞു.

"ഞാൻ ദിവസവും അഞ്ചുകിലോ മാവിന്റെ അടിക്കാറുണ്ടല്ലോ."

"ങ്ഹാ ഉണ്ട്. പക്ഷേ, അതിനിടയിൽ നീ പലതവണ നിന്നും ഇരുന്നും വിശ്രമിക്കും."

"മാടിനെപ്പോലെ പണിയെടുക്കണമെന്നാണോ?"

"അല്ല. ബംഗാളിയെപ്പോലെ പണിയെടുക്കണം."

"ഷാക്കിറിന് നിങ്ങൾ കൂടുതൽ ശമ്പളം കൊടുക്കുന്നുണ്ടല്ലോ."

"നിനക്കു തരുന്നതിനേക്കാൾ ഇരുന്നൂറ്റമ്പതു രൂപാ അധികം! നിനക്കും നാളെ മുതൽ അത്രയും തന്നേക്കാം. അവന്റെയത്ര പണിയെടുക്കണം."

"അയ്യോ എനിക്കു വയ്യേ. എന്നെക്കൊണ്ട് ഇത്രയൊക്കേ പറ്റൂ."

"എന്നാപ്പിന്നെ മിണ്ടാതെനിന്ന് പണിയെടുത്തോ."

'ഓഹ് ഒരു ഒടുക്കത്തെ തട്ടുകട മുതലാളി.' ചെറുക്കൻ മജീദിനെ മനസ്സിൽ ദുഷിച്ചു.

രാവിലെ അഞ്ചിന് കട പൂട്ടിയാലുടൻ പ്രതിഫലവും വാങ്ങി പോ

ക്കറ്റിൽ തിരുകി ബാക്കിവന്നതിൽ നിന്ന് മുതലാളി കൊടുക്കുന്ന പൊറോട്ടയും ചിക്കൻ ഫ്രൈയും പൊതിഞ്ഞെടുത്ത് ഷാക്കിർ ബസ്സ്റ്റാന്റിൽ നിന്ന് ആദ്യം പുറപ്പെടുന്ന ബസിൽ കയറി സ്ഥലംവിടും.

"ഇവനിതെങ്ങോട്ടാ ഓടുന്നെ." ഷാക്കിറിന്റെ പോക്കുകണ്ട് ഒരുദിവസം ജീവൻ ചോദിച്ചു.

"അവന്റെ വീട്ടിലോട്ട്." മജീദ് പറഞ്ഞു.

"അതിനവന്റെ വീട്ടുകാരൊക്കെ ബംഗാളിലല്ലേ."

"അവൻ വാടകയ്ക്കു താമസിക്കുന്ന ഇവിടത്തെ വീട്ടിലേക്ക്."

"അവിടെയവൻ ഒറ്റയ്ക്കല്ലേ. ഓടിച്ചെന്നിട്ടെന്തെടുക്കാനാ."

"രാത്രി മുഴുവൻ ജോലിയെടുത്ത് ക്ഷീണിച്ചതല്ലേ. വിശ്രമം വേണ്ടേ! നന്നായി അദ്ധ്വാനിക്കുന്നവന് വേണ്ടത്ര വിശ്രമം ആവശ്യമാണ്. ഷാക്കിർ പകൽ മുഴുവൻ കിടന്നുറങ്ങും. നീ വിശ്രമിക്കാറില്ലേ?"

"റൂമിൽ ചെന്നിട്ട് കുറച്ചുനേരം ഉറങ്ങും. ഉച്ചയോടെ പുറത്തിറങ്ങും. സിനിമയ്ക്കോ മറ്റോ പോകും."

"രാത്രി ഉറക്കമിളയ്ക്കുന്നതല്ലേ പകലുറങ്ങണം. ആരോഗ്യമുണ്ടെങ്കിലേ അദ്ധ്വാനിക്കാൻ പറ്റൂ. ചുമ്മാ കറങ്ങിനടന്നാൽ കാശും ആരോഗ്യവും നശിക്കും."

"ജീവിതം ആസ്വദിക്കാനുള്ളതാണ്."

"നീ എന്താന്നുവച്ചാൽ ചെയ്യ്. രണ്ടുദിവസത്തിൽക്കൂടുതൽ ഇങ്ങോട്ട് കാണാതിരുന്നാൽ പണിക്ക് ഞാൻ വേറെ ആളെ വയ്ക്കും."

ഒരിക്കൽ ചെറുക്കൻ ഷാക്കിറിനെ തന്റെ റൂമിലേക്ക് ക്ഷണിച്ചപ്പോൾ പിന്നീടൊരിക്കൽ വരാം എന്നുപറഞ്ഞ് അവൻ ഒഴിയുകയുണ്ടായി. മറ്റൊരിക്കൽ സിനിമാശാലയിലേക്ക് വിളിച്ചപ്പോഴും ബീച്ചിലേക്ക് ക്ഷണിച്ചപ്പോഴും ഷാക്കിർ ഒഴിവുകഴിവുകൾ പറഞ്ഞു. അതോടെ ഷാക്കിറിനോട് അടുക്കാനുള്ള ശ്രമം ജീവൻ പാടെയുപേക്ഷിച്ചു. പകൽ അങ്ങിങ്ങ് അലഞ്ഞുതിരിയുക പതിവാക്കിയ അവന്റെ വികൃതിക്കും അപക്വതയ്ക്കും ഇരിക്കപ്പൊറുതിയില്ലായ്മയ്ക്കും പതിനെട്ടാം വയസ്സിലും മാറ്റമുണ്ടായില്ല. മാലവിറ്റുകിട്ടിയ കാശ് തീരാറായപ്പോൾ ജീവൻ വാടകകുറഞ്ഞ മറ്റൊരു ലോഡ്ജിലേക്ക് താമസം മാറ്റി. ബൈക്ക് വിറ്റ് കുറേനാൾ സുഭിക്ഷമായി കഴിഞ്ഞു. തട്ടുകടയിൽനിന്ന് കിട്ടുന്നത് അവന് ദിവസച്ചെലവിനേ തികഞ്ഞിരുന്നുള്ളു. പ്രായത്തിനനുസരിച്ചുള്ള ഒരു സൗഹൃദത്തിനായി ചെറുക്കന്റെ മനസ്സ് ദാഹിച്ചു. അലഞ്ഞുതിരിയുന്നതിനിടയിൽ പല ഉടായിപ്പ് സംഘങ്ങളിലും ചെന്നുപെട്ടെങ്കിലും ഭയമില്ലാത്തൊരു അലസജീവിതമോ, തങ്കനെപ്പോലെയുള്ളൊരു സുഹൃത്തിനെയോ കിട്ടാഞ്ഞതിനാൽ അതിൽ നിന്നൊക്കെ ജീവൻ വേഗം പുറത്തുകടന്നു. തനിക്കാരുമില്ലെന്ന തോന്നൽ ഒരേസമയം അവനെ സ്വതന്ത്രനും അരക്ഷിതനുമാക്കി. ചെറുക്കന്റെ മനസ്സ് തങ്കനുമൊത്തുള്ള ചെറിയകുന്നിലെ ദിനങ്ങളുടെ തീവ്രസ്മരണകളിൽ കുടുങ്ങിക്കിടന്നു. ഒറ്റയ്ക്കായിരിക്കുമ്പോഴും ഷാക്കിർ എത്ര സന്തുഷ്ടനാണ് എന്നത് ചിലപ്പോഴെങ്കിലും അവനെ അത്ഭുതപ്പെടുത്തി.

## പത്തൊമ്പത്

ഗിരിയുടെ മുന്തിരിവള്ളികൾ പിന്നെയും തളിരിട്ടു. ഇക്കുറി പന്തൽ മെച്ചപ്പെടുത്താനും മറ്റും ബാരക്കും കൂടി. പറവകൾ ഇടതടവില്ലാതെ വിരുന്നെത്തി. റോസ് കുലകുലയായി പൂത്തിറങ്ങി. ഇളം വെയിൽവീണ പൂക്കളെ നോക്കിയിരിക്കുക ഗിരിയുടെ സായാഹ്ന വിനോദമായി. ആ സമയം മലഞ്ചെരിവിലൂടെ മഞ്ഞിനുള്ളിലേക്ക് മറയാൻ തുടങ്ങുന്ന സൂര്യനെ നോക്കി ചെറുപുഞ്ചിരിയോടെ നടക്കുകയാവും ബാരക്ക്. അ ന്നേരം അടുക്കളമുറ്റത്ത് മാർത്തയെറിയുന്ന തിനയുണ്ണാനെത്തുന്ന മാട പ്രാവുകളും കൂട്ടിലടയ്ക്കപ്പെട്ട കോഴികളും തമ്മിൽ ശബ്ദസംഘർഷ ത്തിലേർപ്പെടുകയാവും. കുറുക്കന്റെയും കീരിയുടെയും ശല്യം കാരണം മൂന്നുമണിയാകുമ്പോഴേ കോഴികളെ കൂട്ടിലടയ്ക്കും. കോഴികളെല്ലാം വില്ക്കാൻ പാകത്തിന് വലിപ്പം വച്ചിട്ടുണ്ട്. എങ്കിലും അവറ്റകൾ ഒരാഴ്ചകൂടി നില്ക്കട്ടെയെന്ന് ഗിരി തീരുമാനിച്ചു. അപ്പോഴേക്കും പാവലും തക്കാളിയും പാകമാകും. ചന്തയിലേക്ക് എല്ലാംകൂടി ഒരുമിച്ച് കൊണ്ടു പോകാം. അവൻ കണക്കുകൂട്ടി. ഈയിടെയായി എങ്ങുനിന്നോ കുറച്ച് മാടപ്രാവുകൾ കോട്ടേജിൽ സ്ഥിരമായി വരുന്നുണ്ട്. കോഴികൾക്ക് അവ റ്റകളെ ഒട്ടും പിടിച്ചിട്ടില്ല. കാണുമ്പോഴേ മുറുമുറുപ്പ് തുടങ്ങും. പ്രാവു കൾ തിനയുണ്ട് മടങ്ങുംവരെ അതു തുടരും. പിറ്റേയാഴ്ച ഗിരിയുടെ വി ല്ലീസ് ജീപ്പ് കോഴികളും പച്ചക്കറികളുമായി കുന്നിറങ്ങി. വലയ്ക്കുള്ളിൽ ക്കിടന്ന് തന്നെ നോക്കുന്ന കോഴികളെ മാർത്ത അവസാനമായൊന്ന് ത ലോടിയാണ് വിട്ടത്.

ഒരു മാസത്തോളമായി ബാരക്ക് സിംല ആർട്ട്ഫെസ്റ്റുമായി ബന്ധ പ്പെട്ട തിരക്കിലാണ്. ചിത്രങ്ങൾ അയക്കുന്നില്ല എന്നു തീരുമാനിച്ചതാണ്. ഒരു ദീർഘദൂര യാത്രയ്ക്ക് മനസ്സ് പ്രേരിപ്പിക്കാൻ തുടങ്ങിയിട്ട് ഒത്തിരി യായി. എങ്ങോട്ടെന്ന് തീരുമാനിച്ചിട്ടില്ലെങ്കിലും അതുമായി ബന്ധപ്പെട്ട ആലോചനകളിലാണധികസമയവും. അതിനിടെയാണ് ആർട്ട്ഫെസ്റ്റിന് ക്ഷണംകിട്ടിയത്. സാന്നിദ്ധ്യം പ്രതീക്ഷിക്കേണ്ടതില്ലെന്ന് പതിവുപോലെ സംഘാടകർക്ക് അറിയിപ്പു നല്കി. പിന്നാലെ ചിത്രങ്ങളുമുണ്ടാവില്ലെ ന്ന് അറിയിച്ചു. ഒടുവിൽ സംഘാടകരുടെ നിരന്തര അഭ്യർത്ഥന മാനിച്ച് ഒന്നോരണ്ടോ ചിത്രങ്ങളയക്കാമെന്ന് ഉറപ്പു നല്കി. ഒരാഴ്ചമുമ്പ് പൂർ ത്തീകരിച്ച ചിത്രങ്ങൾ ഇന്നലെ കൊല്ക്കത്ത ആർട്ട്ഗാലറിയിലേക്ക് അയ ച്ചുകൊടുത്തതോടെ താൻ സ്വതന്ത്രയായതായി ബാരക്കിന് തോന്നി. സിം ലയിലെ ഫെസ്റ്റിവൽ നഗരിയിലേക്ക് ആർട്ട് ഗാലറിക്കാർ തന്നെ എത്തി ച്ചോളും. വിശ്വനാഥൻ വരാതായതിൽപ്പിന്നെ ചിത്രങ്ങളയക്കാനും മറ്റും ബാരക്ക് നന്നേ ബുദ്ധിമുട്ടുന്നുണ്ട്. സഹായിക്കാൻ ഗിരി തയ്യാറായെങ്കിലും ബാരക്ക് അതനുവദിച്ചില്ല.

കോട്ടേജിലെ ഏതാണ്ടെല്ലാജോലിയും ഗിരിയുടെ തലയിലാണ്. ഇനി

താൻ നിറവേറ്റേണ്ടതായ കാര്യങ്ങൾകൂടി അവന്റെ ചുമലിൽ വയ്ക്കേണ്ടതില്ല എന്നതാണ് ഇക്കാര്യത്തിൽ ബാരക്കിന്റെ നിലപാട്. രാവിലെ വൈകിയാണുണർന്നതെങ്കിലും വല്ലാത്തൊരുന്മേഷം. മനസ്സും ശരീരവും നന്നായൊന്ന് അയഞ്ഞതുപോലെ. കുളി കഴിഞ്ഞുവന്ന് പ്രാതൽകഴിച്ചിട്ട് മട്ടുപ്പാവിലിരുന്ന് കുറേനേരം ഉച്ചവെയിൽ കൊണ്ടു. കുതിരപ്പുറത്തേറി വിജനവഴിയിലൂടെ അലയാനോ ഒഴിഞ്ഞ തടാകക്കരയിലിരുന്ന് മദ്ധ്യാഹ്നസൂര്യനെ കാണാനോ ഒക്കെ മനസ്സ് വെമ്പി. ജീപ്പുണ്ടായിരുന്നെങ്കിൽ ഒരു ഡ്രൈവിന് പോകാമായിരുന്നു. എപ്പോഴാണാവോ ഗിരി വരിക? അവളുടെ മനസ്സ് ഏതോ വിദൂര ദേശവുമായി കെട്ടപ്പെട്ടു. മുറ്റത്ത് പൂച്ചെടികൾക്കു ചുറ്റും മുട്ടത്തോട് വിതറുകയായിരുന്ന മാർത്തയോട് ചോദിച്ചു: "ഗിരി എപ്പോഴാണെത്തുക?"

"മൂന്നു മൂന്നരയാകും. എന്താ മോളേ?"

"ഒന്നു പുറത്തുപോകാൻ ജീപ്പ് വേണമായിരുന്നു."

"അത്യാവശ്യമാണോ."

"അതുകൊണ്ടല്ലേ ചോദിച്ചത്." ബാരക്ക് പെട്ടെന്ന് കയർത്തു.

"ഞാനവന്റെ മൊബൈലിലേക്ക് വിളിച്ച് കാര്യം പറയാം." മാർത്ത അകത്തേക്കുപോയി.

ഗിരി വരുന്നതും നോക്കി ബാരക്ക് അവിടെത്തന്നെയിരുന്നു. മലവാരത്ത് അങ്ങിങ്ങായി ഒറ്റപ്പെട്ടു നില്ക്കുന്ന കണ്ണാന്തളിയിൽ പൂക്കളുടെ ധാരാളിമ. ചോലക്കുന്നിറങ്ങി വരുന്ന പുകമേഘങ്ങൾ. തീവ്രത ചോർന്ന് തരളമായ വെയിലിൽ ആലസ്യമേറി തുടുത്ത് മുറ്റത്തെ റോസാപ്പൂക്കൾ. ഉത്സാഹഭരിതരായി കുരുവികൾ. ബാരക്കിന്റെ മനസ്സ് വിദൂരത്തുനിന്നും മടങ്ങി കോട്ടേജിനുചുറ്റും കറങ്ങിനടന്നു. കുറച്ചുകഴിഞ്ഞപ്പോൾ അവൾ മട്ടുപ്പാവിലെ ഇരുത്തം മതിയാക്കി ഹാളിലേക്കുവന്ന് തെക്കേ ജനാലകൾ തുറന്നിട്ട് മുറ്റത്തേക്കു നോക്കി തടിക്കസേരയിലിരിപ്പായി. കാറ്റുവന്ന് കല്ലറകൾക്കുമേൽ പൂക്കൾ കൊഴിച്ചിടുന്നു. കനംതിങ്ങിയ കോടയിൽ ഉള്ള കാലമത്രയും മരവിച്ചുകിടക്കാൻ രണ്ട് കുടീരങ്ങൾ! ബാരക്ക് നെടുവീർപ്പിട്ടു. മുറ്റത്ത് ജീപ്പിന്റെ ഇരമ്പൽ. കുറച്ചുകഴിഞ്ഞപ്പോൾ മാർത്ത വന്ന് അറിയിച്ചു "ഗിരി എത്തിയിട്ടുണ്ട്."

"ഇന്നിനി പുറത്തേക്കില്ല."

"ചായ കൊണ്ടുവരട്ടെ."

"കൊണ്ടുവന്നോളൂ." ബാരക്ക് ഇരിപ്പിൽനിന്നനങ്ങാതെ പറഞ്ഞു.

അവർ ചായയുമായി വരുമ്പോഴും ബാരക്ക് അതേയിരുപ്പിൽ തന്നെയായിരുന്നു. ചായയും കട്ലറ്റും ട്രേയോടെ തീൻമേശയിൽ വച്ചിട്ട് മാർത്ത താഴേക്കുപോയി. 'പായൽ നീ എന്റെ ആത്മാവിലും ആകാശത്തുമുള്ളപ്പോൾ എനിക്കീ കല്ലറ അനാവശ്യമാണ്. ഇതു പിതാവിന് വേണ്ടിയുള്ളതാണ്. ആ വഴിയിൽക്കൂടി നടക്കാൻപോലും അദ്ദേഹം അനുവദിക്കുന്നില്ല. കുറച്ചായി രാത്രി നീ എന്റെയടുത്തേക്ക് വരുന്നില്ലല്ലോ. നീയവിടെ അമ്മ

യുടെ മടിയിൽ കിടന്നുറങ്ങുകയാണോ? അതായിരുന്നല്ലോ നിന്റെ വലിയ ആഗ്രഹം! എന്നാണാവോ എനിക്കിനി നിന്റെയടുത്ത് എത്താൻ പറ്റുക. ഞാനങ്ങോട്ടുവന്നാൽ നിന്നെ എപ്പോഴും അമ്മയ്ക്കടുത്ത് ചുരണ്ടുകൂടാനൊന്നും സമ്മതിക്കില്ല. എല്ലാ വൈകുന്നേരവും നമുക്കിവിടെ വരണം. വില്യംസായിപ്പിന്റെ വെള്ളക്കുതിരയേയും തട്ടിയെടുത്ത് കുന്നിൻചരിവിലെ പശുക്കൾക്കിടയിലൂടെ മഞ്ഞിലൂടെ നമ്മൾക്ക് പായണം. ആളൊഴിയുമ്പോൾ മേലേക്കുന്നിലെ പള്ളിയിൽപ്പോകണം. കുറേനേരം താഴ്വാരത്തേക്ക് നോക്കി അവിടെ മുറ്റത്തെ ഇരുമ്പുബെഞ്ചിലിരുന്ന് വർത്തമാനം പറയണം. പിതാവ് നമ്മളെ അതിനൊന്നും അനുവദിച്ചിരുന്നില്ലല്ലോ. ഒരിക്കൽ അവിടെപ്പോയതിന് അദ്ദേഹം നമ്മളെ ശിക്ഷിച്ചില്ലേ. അന്നൊരിക്കൽ മാത്രമല്ലേ നമ്മളവിടെ പോയിട്ടുള്ളൂ. കാറ്റത്ത് തണുപ്പത്ത് മതിവരുവോളം പള്ളിമണിയിൽ തൂങ്ങിയാടി ബഹളംകൂട്ടണം. പള്ളിമുറ്റത്തെ കാട്ടുപഴം ശേഖരിക്കണം. പിന്നെ നിനക്കറിയാത്ത ഒന്നുണ്ട്. ഇവിടെയിപ്പോൾ ഒരു കുഞ്ഞുമുന്തിരിത്തോട്ടമുണ്ട്. പിതാവിന്റെ വാലായിരുന്ന, എപ്പോഴും മുഖം വലിച്ചിറക്കിയതുപോലെ ഇരിക്കുമായിരുന്ന ആ പയ്യനില്ലേ ഗിരി, അവന്റെ തോട്ടമാണ്. അവൻ നമ്മൾ വിചാരിച്ചതുപോലൊന്നുമല്ല. രാത്രികളിൽ നമുക്കാ തോട്ടത്തിൽപ്പോയിരുന്ന് നിലാവ് കാണണം!.' ബാരക്ക് വിചിത്ര കല്പനകളിൽ അഭിരമിച്ചു.

വന്നയുടൻ ഗിരി കുളികഴിച്ച് ഭക്ഷണത്തിരുന്നു. മാർത്ത ആഹാരം വിളമ്പി.

"ചന്തയിൽ തിരക്കായിരുന്നോ?"

"പതിവുള്ള തിരക്ക് മാത്രം. ശരിക്കും പെട്ടത് ബ്ലോക്കിലാണ്. സീസണല്ലേ. സഞ്ചാരികളുടെ ഒഴുക്ക് തന്നെ. റോഡ് മുഴുവൻ വാഹനങ്ങൾ. രണ്ടുമണിക്കൂറാ ബ്ലോക്കിൽ കിടന്നത്."

"ഇനിയും ഗിരിയെക്കണ്ടില്ലെങ്കിൽ മാതളങ്ങൾക്ക് വെള്ളം നനയ്ക്കാമെന്ന് വിചാരിക്കുകയായിരുന്നു."

"വേണ്ടമ്മായീ ഞാൻ നനച്ചോളാം." ഗിരി വേഗം ഭക്ഷണം കഴിച്ചെണീറ്റു.

"കായകൾ മൂപ്പെത്തിയല്ലോ പറിക്കുന്നില്ലേ?"

"ഒരാഴ്ചകൂടി കഴിയട്ടെ."

"അടുത്തടുത്തായതുകൊണ്ട് മുന്തിരിത്തോട്ടത്തിലെത്തുന്ന കുരുവികളും പറവകളും മാതളത്തോട്ടത്തിലേക്കും കടന്നേക്കാം."

"മാതളത്തോട് അവർക്ക് വലിയ താല്പര്യമില്ല. തോട് കൊത്തിപ്പറിക്കാനുള്ള ബുദ്ധിമുട്ടുകൊണ്ടാവാം. എല്ലാം അവർക്കുംകൂടിയുള്ളതല്ലേ അമ്മായീ."

"അതെ. അവരാണ് യഥാർത്ഥ ഉടമകൾ. മനുഷ്യനെത്തിപ്പിടിക്കാത്ത കൊമ്പിൽനിന്ന് ഒന്നുമൊരുമുറിയും ഫലം കൊത്തിത്തിന്നിട്ട് അതിന്റെ വിത്തുകൾ എവിടെയെല്ലാം കൊണ്ടുപോയിടും!."

"പലതിന്റെയും ചില്ലകൾ ആകാശംമുട്ടെയുയർത്തിയത് അവറ്റകൾക്കും തിന്നാൻ കിട്ടിക്കോട്ടെ എന്നു കരുതിയിട്ടാവും! അല്ലെങ്കിൽ ഇക്കണ്ട ഫലങ്ങൾ മുഴുവൻ മനുഷ്യന്മാർ തിന്നുതീർത്തേനെ."

"ദൈവത്തിനു സ്തുതി. അദ്ദേഹത്തിന്റെ പദ്ധതികൾ മഹത്തരം!." മാർത്ത കുരിശു വരച്ചു.

"അമ്മായിയിപ്പോൾ മേലേക്കുന്നിലെ പള്ളിയിൽ പോകാറേയില്ലല്ലോ."

"ങ്ഹാ. കുർബ്ബാന കൊണ്ട കാലം മറന്നു. പണ്ടൊരിക്കൽ കുർബ്ബാനയ്ക്കുപോയ എനിക്കു പിന്നാലെ പായലും ബാരക്കും വന്നു. ഞാനതറിഞ്ഞില്ല. മടങ്ങിവന്നപ്പോൾ ക്യാപ്റ്റൻ പിള്ളേരെ കാണാതെ എന്നോട് കലിതുള്ളി. നീയന്ന് പനിപിടിച്ച് കിടപ്പിലാണ്. കോട്ടേജും മലഞ്ചെരിവും മുഴുവൻ തപ്പി. അപ്പോൾ കാണാം ഗബ്രിയേലച്ചന്റെ കൈയിൽ തൂങ്ങി രണ്ടുംകൂടി വരുന്നു. ഹൊഹ് ക്യാപ്റ്റൻ ഒരു കാറ്റുപോലെ അങ്ങോട്ടുചെന്ന് രണ്ടിനേയും തൂക്കിയെടുത്ത് മുകളിലത്തെ മുറിയിൽ കൊണ്ടുപോയി പൂട്ടിയിട്ടു. പിന്നെ ഇന്നേവരെ ഞാൻ മേലേ പള്ളിയിൽ കാലുകുത്തിയിട്ടില്ല."

"അമ്മായിക്കു പിന്നാലെ വരാൻ അവർ പദ്ധതിയിടുന്നത് പലവട്ടം ഞാൻ കേട്ടിട്ടുണ്ട്. എനിക്കുമന്ന് മേലേ പള്ളി കാണാൻ വലിയ മോഹമായിരുന്നു."

"എനിക്കൊപ്പം വരാമായിരുന്നില്ലേ. ക്യാപ്റ്റൻ നിന്നെ തടഞ്ഞിരുന്നില്ലല്ലോ."

"ഏയ് അമ്മായിക്കൊപ്പമല്ല, പായലിനും ബാരക്കിനുമൊപ്പം പോകാനാണ് ഞാനിഷ്ടപ്പെട്ടിരുന്നത്. ഒരു അവധിദിവസം ഞങ്ങൾ കുട്ടികളുടെ സംഘം കുന്നുകയറി ആ പള്ളിയിലെത്തുന്നു. ഹാഹ് ആലോചിച്ചപ്പോൾതന്നെ രസം തോന്നുന്നു. അത് കോരിത്തരിപ്പിക്കുന്നൊരു സാഹസിക യാത്രയാകുമായിരുന്നു!."

"അതിന് നിന്നോടവർ മിണ്ടുകപോലുമില്ലായിരുന്നല്ലോ."

"അതെ. എങ്കിലും എനിക്കത് ആഗ്രഹിക്കാമല്ലോ."

"മൂകനായ ഒരു കുട്ടിയെപ്പോലെയായിരുന്നു നീ. എന്നാലും നീ അവരുടെ പദ്ധതി കണ്ടുപിടിച്ചുകളഞ്ഞല്ലോ."

"ആ സംഭവം നടക്കുന്നതിന്റെ തലേന്ന് രാത്രി അവർ പഠനമുറിയിലിരുന്ന് പിറ്റേന്നത്തെ പദ്ധതികൾ അടക്കിപ്പിടിച്ച് സംസാരിക്കുന്നത് കേട്ടു. പനിത്തുടക്കത്താൽ ഞാൻ മേശമേൽ കമിഴ്ന്നുകിടക്കുകയായിരുന്നു."

"എടാ കള്ളാ എന്നിട്ട് നീയത് അന്നു പറഞ്ഞില്ലല്ലോ! ക്യാപ്റ്റനും ഞാനും പിള്ളേരെക്കാണാതെ വിഷമിച്ചപ്പോഴെങ്കിലും പറയാമായിരുന്നു."

"അവർ മടങ്ങിയെത്തുമെന്ന് എനിക്ക് ഉറപ്പായിരുന്നു. പിള്ളേരുടെ കൗതുകങ്ങൾ കുറച്ചെങ്കിലും മുതിർന്നവർ വകവച്ചുകൊടുക്കണം."

"അതു ശരിയാണ്."

"ക്യാപ്റ്റനു ചായ കൊടുത്തോ അമ്മായീ?"

"കൊടുത്തു."

"സമയം വൈകി. ഞാൻ മാതളങ്ങൾ നനച്ചിട്ടു വരാം." പാത്രം കഴുകി കമിഴ്ത്തിയിട്ട് പുറത്തെ സ്റ്റോർറൂമിൽ നിന്ന് തകരപ്പാട്ടയുമെടുത്ത് ഗിരി തോട്ടത്തിലേക്ക് നടന്നു.

"ഞാൻ മുൻവശത്തെ ഉദ്യാനത്തിലുണ്ടാവും. ഗിരിയുടെ ജോലികഴിഞ്ഞ് നമുക്കൊരുമിച്ച് ചായയ്ക്കിരിക്കാം." മാർത്ത അടുക്കള വാതിൽപ്പടിയിൽ നിന്ന് വിളിച്ചുപറഞ്ഞു.

"ശരി അമ്മായീ." ആ പോക്കിനിടെ അവൻ തലകുലുക്കി.

ഗിരി ചെല്ലുമ്പോൾ മുന്തിരിത്തോട്ടത്തിനും മാതളത്തോട്ടത്തിനും നടുവിലൂടെയുള്ള കൈത്തോട്ടിൽ നിറച്ചും പക്ഷികളായിരുന്നു. അവിടെയൊരു തോട് കീറിയിട്ട് മൂന്നാഴ്ചയേ ആയിട്ടുള്ളൂ. പക്ഷേ, ഇപ്പോളവിടത്തെ കിളികളുടെ സാന്നിദ്ധ്യം കണ്ടാൽ പണ്ടേ അവറ്റകൾ അതിൽനിന്നായിരുന്നു കുടിയും കുളിയുമെന്ന് തോന്നും. അവനെക്കണ്ടതും എല്ലാം തോട്ടത്തിലേക്ക് പറന്നുകയറി. ഗിരി ഇരുകാലുകളും തോടിനു കുറുകെ ഇരുകരയിലുമുറപ്പിച്ച് നിന്ന് തകരപ്പാട്ടകൊണ്ട് വെള്ളംമുക്കി ഇരുവശങ്ങളിലെ തോട്ടത്തിലേക്കും വീശിയൊഴിച്ചു. കിളികൾ ബഹളംകൂട്ടി അങ്ങിങ്ങായി പറന്നുകളിച്ചു. കിലകില ശബ്ദംകേട്ട് ബാരക്ക് തെക്കേ ജനാലയിലൂടെ തെക്കുകിഴക്കായുള്ള തോട്ടത്തിലേക്ക് നോക്കി. ഗിരി അവിടെനിന്ന് വെള്ളംമുക്കിയൊഴിക്കുന്നതു കണ്ടപ്പോഴാണ് പുതുതായി ഒരു തോട് നിർമ്മിക്കപ്പെട്ട കാര്യം ബാരക്ക് അറിയുന്നത്. ഹമ്പട ഭാവനയുടെ മൊത്തവില്പനക്കാരാ! ഞാൻ ക്യാൻവാസിൽ ചിത്രം വരയ്ക്കുമ്പോൾ നീ മണ്ണിൽ ജീവനുള്ള ചിത്രങ്ങളുണ്ടാക്കുന്നു. ബാരക്ക് ഗിരിയെനോക്കി അത്ഭുതംകൂറി.

വെള്ളം നനയ്ക്കുന്നതിനിടെ ഗിരി ചിന്തിച്ചു, തീർച്ചയായും ബാരക്ക് ഈ ഉറവ കണ്ട് ആശ്ചര്യപ്പെടും!. എങ്ങാനും ഗിരി തിരിഞ്ഞുനോക്കിയാൽ തന്നെ കാണേണ്ടെന്നുകരുതി ബാരക്ക് തെക്കേ ജനാലയിൽ നിന്ന് തലവലിച്ചു. തോട്ടത്തിലെ ഈ പുതിയ നിർമ്മിതിയുടെ കാര്യം ഗിരി എന്നോട് പറഞ്ഞില്ലല്ലോ. ഇന്നലെ രാത്രിയും തമ്മിൽക്കണ്ടതാണല്ലോ! എന്തായാലും ഓർമ്മപ്പുസ്തകം വായിക്കാൻ ഇന്നും വരുമല്ലോ. അപ്പോൾ പറയുമോയെന്ന് നോക്കാം. ഇങ്ങോട്ടു പറഞ്ഞില്ലെങ്കിൽ ഞാനങ്ങോട്ട് അറിഞ്ഞഭാവം നടിക്കില്ല. ബാരക്ക് തന്റെ മുറിയിലേക്കു നടന്നു. അതേസമയം ബാരക്കിനെ എങ്ങനെ തന്റെ വിസ്മയഭൂമികയിൽ എത്തിക്കുമെന്നതിനെക്കുറിച്ചുള്ള ചിന്തയിലായിരുന്നു ഗിരി. തീർച്ചയായും അതൊരു സായാഹ്നത്തിലായിരിക്കണം. മുന്തിരിയിലും മാതളത്തിലും ജലാശയത്തിലും രശ്മികൾ ലോലമായി പരക്കുന്ന സമയം. ഈ ഉറവയിലേക്കൊന്നു നോക്കിയാൽ ഇരുവശത്തുമുള്ള തോട്ടങ്ങൾ ഒരു എണ്ണഛായാചിത്രം പോലെ തെളിയുന്ന സമയം! ഇവിടെയെത്തിയിട്ട് മാത്രമേ ബാരക്കിന് സംഗതി പിടികിട്ടാവൂ. സ്വമേധയാ വരണമെങ്കിൽ അതു ബാരക്കിന് തോന്ന

ണം. അതിനിനി എത്രനാൾ കാത്തിരിക്കണം? അപൂർവ്വമായിട്ടാണ് ബാരക്കിന് അത്തരം തോന്നലുകളുണ്ടാവുക. ഞാൻ ക്ഷണിച്ചാൽ വരും. എന്തെങ്കിലും വിശേഷിച്ചില്ലാതെ ഞാൻ ക്ഷണിക്കില്ലെന്ന് അറിയാം. പക്ഷേ, അപ്പോളാ കൗതുകം തീർന്നില്ലെ. ങ്ഹാ എന്തെങ്കിലുമൊരു വഴി തെളിയും. ഗിരി ദൂരെ മലനിരകളിലേക്ക് നോക്കി നെടുവീർപ്പെട്ടു.

രാത്രി പതിനൊന്നോടെ ഗിരി കൈയെഴുത്തുപ്രതിയുമായി എത്തുമ്പോൾ ബാരക്ക് ഹാളിൽ കാത്തിരിപ്പുണ്ടായിരുന്നു. മുഖവുരയില്ലാതെ ഗിരി വായന തുടങ്ങി... 'രണ്ടുദിവസം കഴിഞ്ഞപ്പോൾ തീർത്തും അപ്രതീക്ഷിതമായി രാവിലെ പത്തിന് മേജറിന്റെ വില്ലയിൽനിന്നും എനിക്ക് വിളിവന്നു. അങ്ങേത്തലയ്ക്കൽ നീതുസാബാണ് "അത്യാവശ്യമായി വരണം. ആശുപത്രിവരെ പോകണം."

"ദേ എത്തിക്കഴിഞ്ഞു സാബ്." ഞാൻ ഫോൺ വച്ചിട്ട് ഡ്യൂട്ടിറൂമിൽ റിപ്പോർട്ട് ചെയ്തശേഷം ട്രക്കെടുത്ത് വില്ലയിലെത്തി. അവർ റെഡിയായി വാതിൽക്കൽ നില്പുണ്ടായിരുന്നു. ഞാനവരേയും കൂട്ടി മലയോരത്തെ മിലിട്ടറി ആശുപത്രിയിലെത്തി. സാബ് പരിശോധനകൾക്കായി അകത്ത് ഗൈനക്കോളജിസ്റ്റിനടുത്തേക്കു പോയി. ഞാൻ എതിർവശത്തെ പാതയിലെ കൈവരിക്കടുത്തുചെന്ന് മലഞ്ചെരിവിലേക്ക് നോക്കിനിന്നു. കൈക്കുഞ്ഞുങ്ങളുമായി കുങ്കുമപ്പാടങ്ങളിൽ പണിയെടുക്കുന്ന യുവതികൾ. താഴ്‌വാരത്തിലെ കോണിഫറുകൾക്കും വാൾനട്ടുകൾക്കുമിടയിൽ റോന്തുചുറ്റുന്ന പട്ടാളക്കാർ. ചെരിവിനപ്പുറത്തെ മലയിൽനിന്നും ഒഴുകിയിറങ്ങുന്ന ജലധാരയുടെ ഇടമുറിയാത്ത ആരവം. മലകളെ മറയാക്കി പതുങ്ങിയെത്തുന്ന ശത്രുക്കളാണേറെ. അവർക്കോ, ഞങ്ങളാണ് ശത്രുക്കൾ! അവർ ഞങ്ങളോടും ഞങ്ങൾ അവരോടും തോക്കുകൊണ്ടാണ് പ്രതികരിക്കുക! അതിനപ്പുറം തീർത്തും അപരിചിതർ, മൂകർ. അവരിൽ നിന്നും ഞങ്ങളിൽനിന്നും മരിച്ചുവീഴുന്നവരുടെ എണ്ണം നോക്കിയാണ് ഓരോ ഏറ്റുമുട്ടലിലെയും വിജയികളെ പ്രഖ്യാപിക്കുക. അതിർത്തികൾ സംരക്ഷിക്കപ്പെടാനുള്ളതാണ്. ആയതിനാൽ ഏറ്റുമുട്ടലുകൾ അനിവാര്യവും! കരാറുകളും സന്ധികളും ലംഘിക്കപ്പെടുമ്പോൾ നിശ്ശബ്ദതയും സമവായവും സ്വീകരിക്കാനാവില്ല. നിസ്സംഗതയും നിർവ്വികാരതയും കവികൾക്ക് അലങ്കാരമായേക്കാം. പക്ഷേ, പട്ടാളക്കാരനത് കഴിവുകേടാണ്. പ്രവർത്തിക്കേണ്ടിടത്തു പ്രവർത്തിക്കണം. തോക്കുകൾ ശബ്ദിക്കേണ്ട സാഹചര്യങ്ങളിൽ അതുതന്നെ സംഭവിക്കണം. ഒരു ജവാനെ സംബന്ധിച്ച് എതിർഭാഗത്ത് ശത്രുനിര മാത്രമേയുള്ളൂ.

"എന്താണ് ആലോചിച്ച് നില്ക്കുന്നത്." കൈയിൽ മരുന്നുപാക്കറ്റുകളുമായി നീതുസാബ് പുറകിൽ.

"മടങ്ങാറായോ." ഞാൻ ചോദിച്ചു

"മ്."

"എന്നാൽ ശരി." ഞാൻ ട്രക്കിനടുത്തേക്ക് നടന്നു. പിന്നാലെ

സാബും. വണ്ടി സ്റ്റാർട്ടുചെയ്ത് വളരെ പതുക്കെ നീങ്ങി. ഗർഭിണിയായ സാബിനോടും കുഞ്ഞിനോടുമുള്ള കരുതലാണ് പതുക്കെ പോകൽ. അവർ ഇടംകൈ തന്റെ വയറിനോട് ചേർത്തുപിടിച്ച് പുറത്തേക്ക് നോക്കിയിരുന്നു.

"ഈ സ്ഥലത്തിന് എന്തുഭംഗിയാ!"

"അതുപിന്നെ പറയാനുണ്ടോ. ദിവസവും കണ്ടാലും മടുക്കില്ല." ഞാൻ പ്രതിവചിച്ചു.

"അതെയോ!" സാബ് ആശ്ചര്യപ്പെട്ടു.

"സാബ് പുറത്തിറങ്ങുന്നത് വിരളമായിട്ടല്ലേ?"

"അതിനേ കഴിയുമായിരുന്നുള്ളു. മേനോന് അറിയാത്തതല്ലല്ലോ ഒന്നും."

"സാബിന്റെ ആ സാഹചര്യത്തിന് ഇപ്പോളെന്തെങ്കിലും മാറ്റം വന്നിട്ടുണ്ടോ?"

"സാഹചര്യങ്ങൾക്ക് മാറ്റം വന്നിട്ടില്ല. എനിക്ക് മാറ്റം വന്നിട്ടുണ്ട്. മുമ്പ് മേജറിന്റെ സ്നേഹം പ്രതീക്ഷിച്ച് ആജ്ഞകളെ അതേപടി അനുസരിച്ച് പോന്നിരുന്നു. ഞാനിന്നതിൽ പശ്ചാത്തപിക്കുന്നു. അർത്ഥശൂന്യമായ സമീപനമായിപ്പോയി എന്റേത്."

"ഈ തിരിച്ചറിവിനു കാരണം?"

"കാലം. അനുഭവങ്ങളിലൂടെ കാലം പഠിപ്പിച്ച പാഠം."

"കാലമാണ് സത്യം അല്ലേ സാബ്?"

"തീർച്ചയായും കാലമാണ് വിജയി. മനുഷ്യൻ നഷ്ടത്തിൽ തന്നെയാണ്."

ആദ്യമായാണ് നീതുസാബ് എന്നോട് തുറന്ന് സംസാരിക്കുന്നത്. ആദ്യമായാണ് ഞങ്ങൾ ഒരുമിച്ച് സഞ്ചരിക്കുന്നത്. ആയതിന്റെ സംഭ്രമം എനിക്കാവോളമുണ്ടായിരുന്നു.'

"കടുകട്ടി പട്ടാളക്കാരന് ആ ഭയങ്കരൻ മേജറിന്റെ പാവം ഭാര്യയോട് സംസാരിക്കാൻ സംഭ്രമമോ?" പൊട്ടിച്ചിരിച്ചുകൊണ്ട് ബാരക്ക് ചോദിച്ചു.

"എനിക്ക് തോന്നുന്നത് നമ്മളൊരുപാട് ഇഷ്ടപ്പെടുകയും ബഹുമാനിക്കുകയും ചെയ്യുന്നൊരാൾ നമ്മളാഗ്രഹിക്കുമ്പോലെ നമ്മളെ പരിഗണിക്കുമ്പോൾ നമ്മൾ വികാരവിക്ഷോഭത്തിലായിപ്പോയേക്കാമെന്നാണ്." ഗിരി അഭിപ്രായപ്പെട്ടു.

അവന്റെ അഭിപ്രായം കേട്ട് ബാരക്ക് മനസ്സിൽ പറഞ്ഞു 'മ് മ് ചില നേരത്ത് നിന്നിലും നേരിയ സംഭ്രമവും ചിത്തോദ്വേഗവുമൊക്കെ ഞാൻ കാണുന്നുണ്ട് പീറചെറുക്കാ' അവളുടെ മുഖത്ത് വാത്സല്യഭാവഹാവാദികൾ നിറഞ്ഞൊരു ചിരി ഊറിക്കൂടി.

"മാഡം എന്താ ആലോചിക്കുന്നത്." ഗിരി ചോദിച്ചു

"നീയിപ്പോഴും എന്നെ പേര് വിളിക്കുന്നില്ലല്ലോ. അതെന്താ?"

"ചിലപ്പോഴൊക്കെ വായിൽ ബാരക്ക് എന്നുവരും. മറ്റുചിലപ്പോൾ മാഡമെന്നും!."

“അതെന്താന്നാ ഞാൻ ചോദിച്ചത്?”

“പണ്ട് നിങ്ങളെന്നെ പരിഗണിച്ചിരുന്നില്ലല്ലോ. അന്ന് നിങ്ങൾക്കൊപ്പം കൂട്ടുകൂടാൻ ഞാനൊരുപാട് കൊതിച്ചിരുന്നു. അങ്ങനെയെങ്കിൽ അന്നു മുതലേ നമ്മൾക്കിടയിൽ പേര് ചൊല്ലി വിളിച്ചുള്ളൊരു സൗഹൃദം ഉടലെടുത്തേനെ.”

“അന്നതിന് കഴിഞ്ഞില്ലല്ലോ. അതുകൊണ്ട് ഇപ്പോൾ പേരിലൂടെ അഭിസംബോധന ചെയ്തുകൂടെന്നുണ്ടോ.”

“അന്നത്തെ ആ അകല്ച്ച ഇപ്പോഴും എനിക്ക് അനുഭവപ്പെടാറുണ്ട്. അതിനാലാവാം പേര് വിളിക്കാൻ മടിക്കുന്നത്.”

ബാരക്കിന് അവനോട് സഹതാപം തോന്നി. പാവം ശുദ്ധമനസ്കനായ ഒരു വികാരജീവി. മർക്കടമുഷ്ടിക്കാരനായ എന്റെ പിതാവിന്റെ ദൃഢഗാത്രനായ അടിമയെന്നെത്രയോ ഞാനിവനെ പുച്ഛിച്ചു. പിതാവിന് പ്രിയപ്പെട്ടവനായിരുന്നതിനാലല്ലേ ഞങ്ങൾക്കവൻ വെറുക്കപ്പെട്ടവനായത്. പായലിനും എനിക്കുമിടയിലേക്ക് മറ്റൊരാൾ കടന്നുവരുന്നതും ഞങ്ങളിഷ്ടപ്പെട്ടിരുന്നില്ലല്ലോ.

“ഗിരീ, ഞങ്ങൾ നിന്നെ പരിഗണിച്ചിരുന്നില്ല എന്നത് വാസ്തവം. പക്ഷേ, ഞങ്ങൾ നിന്നെ ദ്രോഹിച്ചിരുന്നുമില്ലല്ലോ. നിന്റെ വഴികളിൽ നീ സ്വതന്ത്രനായിരുന്നില്ലേ.”

“അതെ.” അവൻ തലയിളക്കി.

“ഞങ്ങൾക്കന്ന് വേണമെങ്കിൽ വില്യംസായിപ്പിന്റെ പ്രേതത്തെക്കുറിച്ച് വിസ്തരിച്ച് നിന്നെ പേടിപ്പിക്കാമായിരുന്നു. നീ കേൾക്കാതിരിക്കാൻ ഞങ്ങളതൊക്കെ ഒച്ച താഴ്ത്തിയാണ് ചർച്ച ചെയ്തിരുന്നത്.”

“പക്ഷേ, മേലേ പള്ളിയിലേക്ക് ഒളിച്ച് പോകാനുള്ള നിങ്ങളുടെ പദ്ധതി ഞാൻ കേട്ടിരുന്നു.”

“എന്നിട്ട്?”

“എന്നിട്ടെന്താ ഞാനതാരോടും പറഞ്ഞില്ല. എനിക്കും നിങ്ങൾക്കൊപ്പം വരണമെന്ന് അതിയായ ആഗ്രഹമുണ്ടായിരുന്നു.”

“നമുക്ക് നാളെ വൈകിട്ട് അവിടെപോയാലോ?”

“പോകാം. ഞാനിപ്പോഴേ തയ്യാർ.” ഗിരി ആവേശഭരിതനായി.

പിറ്റേന്ന് വൈകുന്നേരം ചായ കഴിഞ്ഞ് ഇരുവരും മേലേക്കുന്നിലേക്ക് പോകാനിറങ്ങി.

“പോകുന്നവഴി എന്റെ തോട്ടത്തിലൊന്നു കയറിയിട്ട് പോകാം.”

“തോട്ടത്തിനു പുറകിലൂടെയല്ലേ കുന്നുകയറാൻ പറ്റൂ?” ബാരക്ക് ചോദിച്ചു.

“അതെ. പക്ഷേ, പുറത്തുകൂടിയല്ല തോട്ടത്തിനകത്തുകൂടി കയറിപ്പോകാമെന്നാ ഉദ്ദേശിച്ചത്.”

“അവിടെയെന്തെങ്കിലും വിസ്മയം ഒളിപ്പിച്ചിട്ടുണ്ടോ.”

ബാരക്കിനായി ഞാനൊളിപ്പിച്ച അത്ഭുതം അവൾ അറിഞ്ഞിട്ടുണ്ടാകുമോ. ഗിരി നിരാശപ്പെട്ടു.

"അതെന്താ അങ്ങനെ ചോദിച്ചത്." അവൻ ബാരക്കിനെ നോക്കി.

"അല്ല നീ എടുത്തുപറഞ്ഞതുകൊണ്ട് ചോദിച്ചതാ."

ഹാവൂ ആശ്വാസമായി. ഗിരി നെഞ്ചിൽ കൈവച്ചു.

എന്നെ വിസ്മയിപ്പിക്കാൻ പാവം വല്ലാതെ പാടുപെടുകയാണ്. ബാരക്ക് ഉള്ളിൽ ചിരിച്ചു.

മുന്തിരിത്തോട്ടത്തിലേക്ക് കയറിയതും പറവകൾ ബഹ്ളംകൂട്ടിപ്പ റന്നു. മുന്തിരിത്തോട്ടത്തിന്റെ അവസാനം മാതളത്തോട്ടത്തിന്റെ വാതില് ക്കൽ തെളിനീരൊഴുകുന്ന തോട്. നന്നായി പരിപാലിച്ചിട്ടുണ്ട്.

"ആഹ്! എന്താ ഭംഗി. കർഷകനാണ് പ്രകൃതിയുടെ ചിത്രകാരൻ. ഇതെത്ര നൈസ്സർഗ്ഗികമായിരിക്കുന്നു." ബാരക്കിന്റെ അഭിനന്ദനം ഗിരി യെ സന്തോഷത്തിന്റെ നെറുകയിലെത്തിച്ചു. അവന്റെ കണ്ണുകൾ നനഞ്ഞു.

"സ്രഷ്ടാവ് അതിമനോഹരമായി തുന്നിയൊരു ചിത്രത്തുണിയാണ് ഭൂമി. അതിന്റെയൊരു കുഞ്ഞറ്റത്ത് കൈക്കോട്ടുകൊണ്ട് കുറച്ച് അതിരി ടുക മാത്രമേ ഞാൻ ചെയ്തിട്ടുള്ളു."

നീരുറവ താൻ നേരത്തെ കണ്ടിരുന്നൂവെന്ന കാര്യം ബാരക്ക് അവ നിൽനിന്നും മറച്ചുവച്ചു. തന്നെ ആശ്ചര്യംകൊള്ളിക്കുക വഴി ഗിരി നേ ടിയ ശോഭനമായ നിമിഷങ്ങൾ അവന് നഷ്ടപ്പെടരുതെന്ന ചിന്തയായിരു ന്നു അവൾക്ക്.

"മാതളപ്പൂക്കളിൽ നിന്ന് ജലച്ചായം ഉണ്ടാക്കാറുണ്ട്." മേലേക്കുന്ന് കയറുമ്പോൾ ബാരക്ക് പറഞ്ഞു

"കേട്ടിട്ടുണ്ട്. നമുക്കൊന്ന് പരീക്ഷിച്ചാലോ?"

"വേണ്ട വേണ്ട. എല്ലാത്തരം ചായങ്ങളും വാങ്ങാൻ കിട്ടുമല്ലോ. ഡി ജിറ്റൽ വരയിൽ അതിനപ്പുറവും കിട്ടും."

"ബാരക്ക് ഡിജിറ്റൽ വര ചെയ്യാറുണ്ടോ."

"ഇതുവരെ ചെയ്തിട്ടില്ല. തുടർന്നും ചെയ്യാനിടയില്ല."

പള്ളിമേടയിലെ ആകാശം വെളുത്തുകിടന്നു. പുല്ലുവളർന്ന മുറ്റ ത്താകെ ഈർപ്പം. ചുഴറ്റിവീശുന്ന കാറ്റിലും നിശ്ചലമായി തൂങ്ങിനില് ക്കുന്ന കൂറ്റൻമണി. അടർന്നിളകിയ ബീമുകൾ. മൂർച്ചയില്ലാത്ത കൽച്ചു മർ. ആകെയൊരു പഴമയുടെ ഗോപുരം.

"ആകാശത്തൊരു പറവകൂടി ഇല്ലല്ലോ."

"ആ ഫലവൃക്ഷങ്ങളിൽപ്പോലുമില്ല." ഗിരി വൃക്ഷങ്ങളെ ചൂണ്ടി.

"പഴയ വികാരി തന്നെയാണോ ഇപ്പോഴും?" ബാരക്ക് ചോദിച്ചു.

"പുതിയ ആളാന്നാ കേട്ടത്."

"ഇവിടെത്തന്നെയാണോ താമസം?"

"ആയിരിക്കണം. പുലർച്ചെ മഞ്ഞിലൂടെ ഒരു ളോഹക്കാരൻ ഇറ ങ്ങിപ്പോകുന്നതും വരുന്നതും കണ്ടിട്ടുണ്ട്. കൂടെയൊരു കപ്യാരുമുണ്ടാ കണം."

"ഞായറാഴ്ച മാത്രമേ വിശ്വാസികൾ കുർബാനയ്ക്കെത്താറുള്ളൂ വെന്ന് തോന്നുന്നു."

"അതെ."

"എല്ലാം പഴയതുപോലെ തന്നെ." ബാരക്ക് മുറ്റത്തെ ബെഞ്ചിലിരുന്നു.

"എന്തൊരു നിശ്ശബ്ദതയാ."

"വല്ലാത്ത നിശ്ശബ്ദത. വിശാലമായ ശാന്തത. അന്നത്തെപ്പോലെ തന്നെ. ഓ എനിക്ക് പായലിന്റെ ഗന്ധം കിട്ടുന്നുണ്ട്." ബാരക്ക് ഹർഷോന്മാദത്തിലായി.

"അന്ന് നിങ്ങളിവിടെ വന്നിട്ട് എന്താ ചെയ്തത്?" ഗിരി ചോദിച്ചു.

"ഇങ്ങനെ കുറേയിരുന്നു. പിന്നെ ആ കാണുന്ന സെമിത്തേരിയിലിറങ്ങി കല്ലറകളിലെ മനുഷ്യരോട് സംസാരിച്ചു. പ്രത്യേകിച്ച് വില്യംസായിപ്പിനോട്."

"നിങ്ങൾക്ക് മടങ്ങിവരണമെന്നുണ്ടായിരുന്നില്ല അല്ലേ?"

"ഇല്ല. ഇവിടത്തെ ഏകാന്തത അത്രമേൽ മോഹിപ്പിക്കുന്നതും ഭാവനാത്മകവുമായിരുന്നു."

"ഇവിടം എന്നിലും കൗതുകം സൃഷ്ടിച്ചിരുന്നു." അലസമായി മരത്തിൽ ചാരിനിന്ന് ഗിരി പറഞ്ഞു.

"ഇപ്പോളും ആ കൗതുകമുണ്ടോ?"

"ഇവിടം ഒരു പ്രത്യേക അനുഭൂതി തരുന്നുണ്ട്."

"മ് അപ്പോൾ ഗിരിയും വില്യംസായിപ്പിന്റെ മായിക വലയത്തിൽപ്പെട്ടു."

"ഇവിടം പണ്ട് കടുംവയലറ്റ് ഓർക്കിഡ് നിറഞ്ഞൊരു കുന്നായിരുന്നിരിക്കും."

"എന്തേ അങ്ങനെ തോന്നാൻ?"

"വെറുതെ. ചിലതു കാണുമ്പോൾ ചില തോന്നലുകൾ വരില്ലേ."

"എനിക്കു തോന്നിയത് എന്താന്നറിയോ. ഇതു പണ്ടൊരു മൈതാനമായിരുന്നൂന്നാ. മലമേട്ടിലെ മൈതാനം. ഗോത്രക്കുട്ടികൾ കളിച്ചുല്ലസിച്ചിരുന്ന മൈതാനം. അവരിവിടെനിന്ന് താഴേക്ക് നോക്കി ഉച്ചത്തിൽ കൂകിയിട്ടുണ്ടാകണം."

"അവർക്കൊപ്പം കാലികളും നായകളും ഒക്കെ ഉണ്ടായിരുന്നിരിക്കും. ഉരുൾപ്പൊട്ടലിലോ മലവെള്ളപ്പാച്ചിലിലോ ഇവിടെ നിന്നവർ ചിതറിപ്പോയിട്ടുണ്ടാകാം. ആരെന്നും എന്തെന്നും അറിയില്ലെങ്കിലും ഞാനും ഈ മലയോരത്തിന്റെ സന്തതി തന്നെയല്ലേ." ഗിരി പറഞ്ഞു.

മിണ്ടിയും പറഞ്ഞും കുന്നിറങ്ങിയ അവർ മറ്റൊരുവഴിയിലൂടെ നടന്നു.

## ഇരുപത്

**രാ**വ് പകലിൽ പ്രവേശിച്ചു. വിശ്വനാഥൻ രാവും പകലുമില്ലാത്തൊരിടത്ത് ശാന്തമായ കാഴ്ചയിലായിരുന്നു. ചുറ്റും പല വർണ്ണങ്ങൾ. രാവ് പകലിൽ പ്രവേശിച്ചിരിക്കുകയാണോ പകൽ രാവിൽ പ്രവേശിച്ചിരിക്കുകയാണോ എന്ന് നിശ്ചയമില്ല. വർണ്ണങ്ങളെങ്ങനെ വർണ്ണങ്ങളായി എന്ന ചോദ്യം മനസ്സിലുദിച്ചു. ഇളംചൂടാണോ ഇളംതണുപ്പാണോ എന്ന്

കൃത്യതയില്ല. കുറേനടന്നു. ഒരു തളർച്ചയുമില്ല. ഫലവൃക്ഷങ്ങൾക്കു താഴെ കിടന്നുറങ്ങി. എത്രസമയം ഉറങ്ങി എന്നറിയില്ല. ആരോടെങ്കിലും സമയം ചോദിക്കാമെന്നു കരുതി. നടന്നപ്പോൾ അമ്മയെക്കണ്ടു. സമയം ചോദിച്ചപ്പോൾ, അത്തരം വേവലാതികളൊക്കെ എന്തിനാന്ന് തിരികെ ചോദിച്ച് അമ്മ ചിരിച്ചു. പുറത്ത് ആരോ തൊട്ടുവിളിക്കുന്നു, നോക്കുമ്പോൾ മേരി! മേരി എന്തോ ചോദിച്ചു. വിശ്വനാഥൻ എന്തോ പറഞ്ഞു. വീണ്ടും അയാൾ തന്റെ സ്വാസ്ഥ്യത്തിലേക്ക് മടങ്ങി.

മേരി ഓടി. അലറിവിളിച്ചുകൊണ്ട് രാവിലെ മറ്റക്കര ജങ്ഷനിലൂടെ ഞൊണ്ടിക്കാൽ കുത്തിച്ച് ഓടി. പിന്നാലെ ബുട്ടൂസും. വൃദ്ധന് അപ്പവും ചായയുമായി പോയ മേരിയുടെ വരവുകണ്ട് മാടസ്വാമിയും ഭാരതിയും ചന്ദ്രനും മേരിക്കടുത്തേക്കോടി.

"സ്വാമിയാരേ നമ്മളുടെ മേടയിൽ പോയി. അങ്ങേര് പോയി സ്വാമിയാരേ...പോയി." മേരി നിന്ന് കിതച്ചു. ബുട്ടൂസ് സങ്കടക്കുരയിട്ടു.

"എപ്പോ?" മാടൻ ഇടർച്ചയോടെ ചോദിച്ചു.

"ദേ ഇപ്പോൾ. ചെല്ലുമ്പോൾ കട്ടിലിൽ വശം ചെരിഞ്ഞ് കിടക്കുവാരുന്നു. തട്ടിവിളിച്ചപ്പോൾ ഉണർന്നു.

ങ്ഹാ മേരിയോ എന്നുചോദിച്ചു. പിന്നെ വെള്ളം ചോദിച്ചു. വെള്ളം കൊടുത്തപ്പോൾ എഴുന്നേല്ക്കാൻ നോക്കി. പറ്റിയില്ല. ഞാനങ്ങേരുടെ തലതാങ്ങി മടിയിൽവച്ച് അരക്കോപ്പ കൊടുത്തു. അപ്പോഴേക്കും കൈയുയർത്തി മതി എന്നാക്കി. ജീവൻ വന്നാൽ രേഖകളെല്ലാം ബാരക്ക് കോട്ടേജിലെ മാർത്തയെ ഏല്പിച്ചിട്ടുണ്ടെന്ന് പറയാൻ പറഞ്ഞിട്ട് പോട്ടെ എന്നുചോദിച്ച് കണ്ണടച്ചു."

"നിങ്ങള് വരിൻ." ചന്ദ്രൻ മേടയിലിന്റെ വീട്ടിലേക്കോടി. പിന്നാലെ മേരിയും മാടസ്വാമിയും ഭാരതിയും ബുട്ടൂസും. അതിനുപിന്നാലെ ജങ്ഷനിലുണ്ടായിരുന്നവരിൽ ചിലരും.

സ്വച്ഛമായ മുഖത്തോടെ കട്ടിലിലുറങ്ങുന്ന വിശ്വനാഥനെ തലോടി മാടസ്വാമി സങ്കടപ്പെട്ടു: "മിനിങ്ങാന്ന് ആശുപത്രിയിൽ പോകാന്ന് ഞാൻ പറഞ്ഞതല്ലേ. കിടന്നാൽ മാറുന്ന ക്ഷീണമേയുള്ളൂവെന്ന് പറഞ്ഞിട്ട്."

"ആ ചെറുക്കനേം തള്ളേം അറിയിക്കണ്ടേ?" ചന്ദ്രൻ മേരിയേയും മാടനേയും നോക്കി

"ജീവൻ എവിടയാന്ന് അറിയില്ല. പുഷ്പ അടിമാലിയിലുണ്ട്. ഫോൺ വിളിച്ചുനോക്കാം." മാടസ്വാമി ഷർട്ടിന്റെ പോക്കറ്റിൽനിന്ന് മൊബൈലെടുത്ത് പുഷ്പയുടെ നമ്പരിലേക്ക് വിളിച്ചു. മൂന്നുതവണ വിളിച്ചിട്ടും പ്രതികരണമുണ്ടായില്ല.

"അവര് ഫോണെടുക്കൂല്ല. ആ ചെറുക്കനുമെടുക്കൂല്ല. അവറ്റകളുടെ സ്വഭാവം അങ്ങനെയാ." ചന്ദ്രൻ കുണ്ഠിതപ്പെട്ടു.

"ആ ചെക്കനെയൊന്ന് ശ്രമിച്ചുനോക്ക് സ്വാമിയാരേ." പ്രതീക്ഷയോടെ മേരി പറഞ്ഞു.

“അവന്റെ പഴയൊരു നമ്പറാ എന്റെ കൈയിലുള്ളത്. അതിൽ മുമ്പ് വിളിച്ചപ്പോഴൊന്നും കിട്ടിയിട്ടില്ല.”

“എന്നാപ്പിന്നെ വിട്ടേരെ സ്വാമിയാരേ. കാര്യങ്ങൾ നടത്താൻ നമ്മളൊക്കെ മതി.” മേരി കണ്ണുതുടച്ചു. മേരിയുടെ അഭിപ്രായത്തെ ഭാരതിയും ചന്ദ്രനും പിന്താങ്ങി. ചന്ദ്രനും ചിലരും ചേർന്ന് വൃദ്ധൻ നട്ടുനനച്ച തെക്കേമാവിൽ നിന്ന് മുഴുത്ത കൊമ്പുകൾനോക്കി വെട്ടി. അവ ചീകി മുറിച്ചെടുത്തു. മരണമറിഞ്ഞ് ആൾക്കാർ വന്നുംപോയുമിരുന്നു. മേരി വൃദ്ധന്റെ തലയ്ക്കലിരുന്നു. ആഗ്രഹംപോലെ തെക്കേമാവിൻ ചോട്ടിൽ അയാൾക്കുള്ള ചിതയൊരുക്കി. ഉച്ചവെയിലിന്റെ ചൂടിൽ മരണത്തണുപ്പുള്ള ആ ശരീരത്തെ അഗ്നിയേറ്റുവാങ്ങി. ബാരക്ക് കോട്ടേജിൽനിന്ന് ബാരക്കും ഗിരിയും സംസ്കാരത്തിൽ പങ്കുകൊണ്ടു. വൃദ്ധന്റെ ഫോണിൽ നിന്ന് നമ്പരെടുത്ത് മേരിയാണ് വിവരം കോട്ടേജിലറിയിച്ചത്. നാട്ടുകാരെല്ലാം പിരിഞ്ഞു. അല്പംകൂടി നിന്നിട്ട് ബാരക്കും ഗിരിയും യാത്രപറഞ്ഞിറങ്ങി. മാടനും ഭാരതിയും ചന്ദ്രനും മേരിയും ബുട്ടൂസും ബാക്കിയായി. സന്ധ്യയോടെ ചിതയൊടുങ്ങി. മാവിലകളിലൂടെ മഴത്തുള്ളിയിറ്റി. മേരിയും ചന്ദ്രനും ചേർന്ന് അസ്ഥിശേഖരിച്ചു. തെക്കേമുറ്റത്തിരുന്ന് അസ്ഥിത്തറയൊരുക്കുന്നതിനെക്കുറിച്ച് ചർച്ചചെയ്തുറപ്പിച്ചശേഷം രാത്രി വൈകി ബാക്കിയുള്ളവരും വീടുകളിലേക്ക് മടങ്ങി. വൃദ്ധന്റെ ഭവനം ഇരുട്ടിൽ അനാഥമായി. ആ സമയം ചെറുക്കൻ തമാശയൊക്കെ പൊട്ടിച്ച് തട്ടുകടയിൽ പൊറോട്ടയുണ്ടാക്കുന്ന തിരക്കിലായിരുന്നു. സ്വന്തം വിരസതയൊഴിവാക്കാനായി തമാശയൊക്കെ പറയുന്നുണ്ടെങ്കിലും ജീവന് ജോലിയോടും അവിടത്തോടും വല്ലാത്തൊരു പിടിക്കാഴികയുണ്ട്. തങ്കനൊപ്പമായിരുന്നപ്പോൾ മാത്രമാണ് താനാഗ്രഹിച്ചൊരു ജീവിതം കിട്ടിയതെന്ന ചിന്ത ജീവനിൽ പ്രബലമാണ്. ഇനിയൊരിക്കലും തങ്കനുമൊത്ത് അങ്ങനെയൊന്ന് സാദ്ധ്യമാവില്ലെന്ന ബോധം ശക്തമാകുമ്പോഴൊക്കെ അവന് ഹാലിളകും. അന്നെത്ര കുടിച്ചാലും മതിവരില്ല. പണിയെടുക്കുന്ന കാശ് ഒന്നിനും തികയുന്നില്ല. വാടകക്കുറവുനോക്കി മാറിയ നാലാമത്തെ ലോഡ്ജാണ് ഇപ്പോഴത്തേത്. മെച്ചപ്പെട്ട ജോലി കണ്ടെത്തണമെന്നുണ്ട്. ശ്രമങ്ങളെല്ലാം പരാജയത്തിലാണ്. പത്താംതരംപോലും പാസ്സായ സർട്ടിഫിക്കറ്റില്ല. പരിചയപ്പെടുത്താനാളില്ല. എല്ലാത്തിലും മീതെ പറ്റിയൊരു സൗഹൃദമില്ല. എല്ലാംകൂടി ആലോചിക്കുമ്പോൾ തോന്നും നാട്ടിലേക്ക് മടങ്ങിയാലോന്ന്. ആർക്കും മതിപ്പൊന്നുമില്ലെങ്കിലും അവിടെ തനിക്കൊരു വിലാസമുണ്ട്. പരിചയപ്പെടുത്തലിന്റെ ആവശ്യമില്ല. അപ്പനിൽ നിന്നകന്നതിനാൽ സ്വാതന്ത്ര്യത്തിന്റെ ആകാശവുമുണ്ട്. വീട്ടിലായിരുന്നെങ്കിൽ പണിയെടുക്കാതെ ആവോളം തിന്നും കുടിച്ചും ഉറങ്ങിയും സുഭിക്ഷമായി കഴിയാമായിരുന്നു. പക്ഷേ, അപ്പനൊരു കാലിൽത്തട്ടാണ്. അങ്ങേരുടെ നിയന്ത്രണങ്ങളും ഉപദേശങ്ങളും വികാരഭരിതമായ സ്നേഹവും അടുപ്പം സ്ഥാപിക്കലും അവകാശം പറയലും ഒക്കെ ശല്യമാണ്. ദിവസങ്ങൾ കടന്നുപോയി. തീരെ സുഖം പിടിക്കാതായപ്പോൾ ചെറുക്കൻ കൊച്ചി വിട്ട്

മൂന്നാറിലേക്ക് വണ്ടികയറി. അവിടെ ചെറിയൊരു ലോഡ്ജിൽ മുറി തരപ്പെടുത്തി. രണ്ടുമൂന്ന് ദിവസം മുറിയിൽത്തന്നെ കഴിച്ചുകൂട്ടി. നാലാം ദിവസം പുറത്തേക്കിറങ്ങി കുറേ നടന്നു.

ടൗണിൽ പതിവ് തിരക്കുണ്ട്. പഴയ കൂട്ടാളികളിൽ ചിലരെ അങ്ങിങ്ങായി കണ്ടു. മുഖം കൊടുത്തില്ല.

എന്തു ജോലിയൊപ്പിക്കും എന്ന ചിന്തയിലായിരുന്നു ചെറുക്കൻ. പഴയ ജോലികളൊന്നും വയ്യ. ടൂറിസ്റ്റ് പ്ലേസിൽ എന്തെങ്കിലും കച്ചവടം തുടങ്ങിയാലോ എന്ന ആലോചന ശക്തിപ്പെട്ടു. മുതൽമുടക്ക് എവിടന്നുണ്ടാക്കും?

അന്ന് വൈകുന്നേരത്തോടെ ബസിൽ അവൻ മറ്റക്കരയിലെത്തി. എല്ലാം പഴയതുപോലെ. എന്നാലുമെന്തോ മൂകത. അപ്പൻ മേരിയുടെയോ മാടന്റെയോ കടയിൽ കാണും. ഇല്ലെങ്കിൽ വീട്ടിലോ ബാരക്ക് കോട്ടേജിലോ. എന്തായാലും കണ്ണിൽപ്പെടാതിരുന്നാൽ മതി. അപരിചിതരായ സഞ്ചാരികളിലൊരാളായി ചെറുക്കൻ ജങ്ഷനിലൂടെ ചെറിയകുന്നിലേക്ക് നടന്നു. അവനെ ആരും ശ്രദ്ധിക്കുകയോ തിരിച്ചറിയുകയോ ചെയ്തില്ല. ചെറിയകുന്നിനുതാഴെ തടാകത്തിനക്കരെ കാബേജും ചോളവും വിളഞ്ഞുകിടക്കുന്നു. വിളവെടുക്കാറായതിനാൽ വേലിക്കരികെ കാര്യസ്ഥരുണ്ട്. ഇരുട്ടിവെളുക്കുവോളം പാടത്ത് കാര്യസ്ഥരുടെ കാവൽകിടപ്പുണ്ടാകും. ചെറുക്കൻ ചെറിയകുന്നിലെ പാറയിടുക്കിൽ ആരുടെയും കണ്ണിൽപ്പെടാതെ മുതുവർക്കുന്നിലേക്ക് നോക്കി ഇരിപ്പുറപ്പിച്ചു.

കാറ്റ് മലഞ്ചെരിവിലൂടെ തേയിലക്കാട്ടിലൂടെ ഒഴുകി ചെറിയകുന്നിനെ തൊട്ടു. മുതുവർക്കുന്നിലൂടെ പുകച്ചുരുൾ വളഞ്ഞു നിവർന്നു. പുകയിൽ വാട്ടിയ ഉപ്പിട്ട പന്നിയിറച്ചിയുടെ സ്വാദ് ചെറുക്കന്റെ നാവിൽ തത്തിക്കളിച്ചു. ആകാശമിരുണ്ടു. തണുപ്പേറി. തേയിലക്കാട് വിജനമായി. പാടത്തെ കാവൽ കാര്യസ്ഥർ പന്തം കൊളുത്തി വേലിക്ക് നാലുപാടും കുത്തി. വിളകൾ കുത്തിമറിക്കാനെത്തുന്ന പന്നികളെ അകറ്റലാണ് പന്തം നാട്ടലിന്റെ ലക്ഷ്യം. കുന്നിൽ മുതുവർ കുത്തിയ പന്തങ്ങൾ ദീർഘവൃത്താകാരത്തിലുള്ള കുഞ്ഞുനാളങ്ങളായി പൊലിപ്പോടെ നിന്നു കത്തി. ചെറുക്കൻ നിശ്വാസങ്ങൾക്കുമീതെ നിശ്വാസങ്ങളുതിർത്തു. ഉള്ളിൽ അകാരണമായ ആഹ്ളാദം വന്ന് തിമിർക്കുന്നു. അവൻ നിശ്ചേഷ്ടനായി ഇരുന്നു. തടാകക്കരയിൽനിന്ന് വെട്ടവും ബഹളവും വരുന്നുണ്ട്. ജീവനത് ഗൗനിച്ചതേയില്ല. അന്നത്തെ ഞങ്ങളുടെ സ്ഥാനത്ത് ഇന്ന് മറ്റേതോ കൂട്ടർ. അത്രമാത്രം വിചാരിച്ച് കൈകൾ പിന്നിലേക്ക് കുത്തി അവൻ പാറയിടുക്കിൽ ചാരി കാലുനീട്ടി. ഇരുട്ടും കോടയും ചൂഴ്ന്നെത്തിയ കാറ്റിന് തളിർത്തേയിലയുടെ പശമണം. നാളുകൾക്കുശേഷം ശുദ്ധവായു ശ്വസിച്ച പ്രതീതി. ജീവൻ ഉന്മേഷവാനായി. തടാകക്കരയിൽനിന്ന് മസാലയിൽ വെന്ത ഇറച്ചിയുടെ മണം. പിന്നാലെ നാവുകുഴഞ്ഞ കളിചിരികളും പാട്ടും കഞ്ചാവിന്റെയും കള്ളിന്റെയും മണവും. അതിനിടയിൽ ജീവൻ സ്വസ്ഥ

മായ മയക്കത്തിലേക്ക് വീണു. ഏറെക്കഴിഞ്ഞ് വെടിയൊച്ചയും അലർച്ചയും കേട്ടാണ് ഉണർന്നത്. പന്നിച്ചൂര് മൂക്കത്തടിച്ചു. അവൻ പാറയിടുക്കിൽ നിന്നെണീറ്റ് താഴെ കൃഷിയിടത്തിലേക്ക് നോക്കി. പന്നികളെ വെടിപൊട്ടിച്ച് ഓടിച്ചശേഷം കാര്യസ്ഥർ വേലിക്കടുത്തെ എരിയുന്ന പന്തങ്ങൾക്കു താഴെയിരുന്ന് ചീട്ടുകളി തുടർന്നു. എതിർദിശയിൽനിന്ന് രണ്ടു പേർ അങ്ങോട്ടേക്കു ചെന്നു.

"ഒരെണ്ണം കിടങ്ങിൽ വീണിട്ടുണ്ട്." കാര്യസ്ഥരുടെ കൂട്ടത്തിൽപ്പെട്ട ചിലർ പറഞ്ഞു. മറ്റുള്ളവർ കളി നിർത്തി എണീറ്റു.

"ചുമ്മാതല്ല അലർച്ചകേട്ടത്. വാ പോയി നോക്കാം." അവരഞ്ചും കൂടി കുറച്ചകലെയുള്ള കിടങ്ങിനടുത്തേക്ക് നടന്നു. ചെറുക്കൻ അതുതന്നെ ശ്രദ്ധിച്ച് നിന്നു. പോയവർ ബീഡിയും പുകച്ച് പന്തങ്ങൾക്കടുത്തേക്ക് തിരികെവന്നു. പിന്നെ കൂടിയാലോചനകളിലായി.

"ഇന്നു തന്നെ കശാപ്പ് ചെയ്യണം. ഇല്ലെങ്കിൽ സംഗതി വഷളാവും. ആരെങ്കിലും ഒറ്റിയാൽ വന്യജീവിയെ അപകടപ്പെടുത്തിയേന് നമ്മൾ ജയിലിലാവും." കൂട്ടത്തിലൊരുവൻ അഭിപ്രായപ്പെട്ടു.

"ആര് ഒറ്റാനാ ഇവിടെയിപ്പോ? ആ കെളവൻ ചത്തില്ലേ. അതോടെ ആകെയുണ്ടായിരുന്ന ശല്യമൊഴിഞ്ഞു." മറ്റൊരാൾ അഭിപ്രായപ്പെട്ടു.

"അതെയതെ. അങ്ങേരായിരുന്നു ആകെയുണ്ടായിരുന്ന തടസ്സം. ദിവസവും അങ്ങേർക്ക് പരാതികളായിരുന്നു. ഇവിടെ കുടിക്കുന്നു, വലിക്കുന്നു, വേട്ടയാടുന്നു, തടാകം മലിനമാക്കുന്നു അങ്ങനെ പലതും." വേറൊരാൾ ശരിവച്ചു. കേട്ടുനിന്ന ചെറുക്കന്റെ മനസ്സൊന്നിളകി. അവർ പറയുന്നത് അപ്പനെക്കുറിച്ചല്ലേ. അപ്പൻ മരിച്ചെന്നോ... ങ്ഹേ... എങ്ങനെയാവും മരിച്ചത്?

അവൻ ശങ്കിച്ച് നില്ക്കെ അവർ തുടർന്നു "പക്ഷേങ്കില് സ്വന്തം മോനെ നന്നാക്കാൻ അങ്ങേരെക്കൊണ്ട് പറ്റിയില്ല. ചെറുക്കൻ മഹാപോക്കിരിയായിരുന്നു. ആ ദുബായ് തങ്കനുമായിട്ടായിരുന്നു കൂട്ട്. പെണ്ണൊക്കെ കെട്ടി ഗൾഫിൽ പോയിവന്നശേഷം തങ്കനിപ്പോൾ നല്ല നടപ്പാ. മിനിങ്ങാന്നായിരുന്നു പുതിയ വീടിന്റെ പാലുകാച്ചൽ. മണിയപ്പൻ ക്ഷണിച്ചിട്ട് ഞാനുംപോയി." കൂട്ടത്തിൽ പ്രായം ചെന്നൊരാൾ പറഞ്ഞു.

ചെറുക്കന്റെ തലയിൽ കൊള്ളിയാൻ മിന്നി. തങ്കൻ നാട്ടിൽ വന്നെന്നോ. എന്നിട്ടും എന്നെയൊന്ന് വിളിച്ചില്ലല്ലോ. ഇങ്ങനെ പെരുമാറാൻ തങ്കന് ഞാനെന്ത് ദ്രോഹമാണ് ചെയ്തത്. ചെറുക്കനിൽ സങ്കടം ഊറിക്കൂടി. വീഴുമെന്നായപ്പോൾ ഇരുന്നുപോയ ജീവൻ പാറപ്പുറത്തെവിടെയൊക്കയോ അള്ളിപ്പിടിക്കാൻ ശ്രമിച്ചു. കൃഷിയിടത്തിനു സമീപത്തുനിന്നും ബീഡിപ്പുകയിലൊഴുകി വന്ന സംഭാഷണ ശകലങ്ങൾ ചെറുക്കന്റെ കുറിക്കുകൊണ്ടു.

"അലഞ്ഞുതിരിഞ്ഞ് ആ ചെറുക്കൻ നാടുവിട്ടു. ചിതയ്ക്കൊരു കൊള്ളിവയ്ക്കാൻ പോലും അങ്ങേർക്ക് പ്രയോജനപ്പെട്ടില്ല." അവരിലൊരാൾ പറഞ്ഞു.

“അങ്ങേരുടെ അഹങ്കാരത്തിനു കിട്ടിയ അടിയാ.” മറ്റൊരാൾ പിന്തുണച്ചു.

“അതൊക്കെവിട്. നമുക്കാ പന്നിയെ ഇന്നുതന്നെ ഇറച്ചിയാക്കണം. തടാകക്കരയിൽ അർമാദിക്കുന്നവന്മാരെക്കൂടി വിളിക്കാം.” കാര്യസ്ഥരിൽ ചിലർ കൂക്കിട്ട് വിളിച്ചിട്ട് തടാകക്കരയിൽനിന്നും ഏതാനും പേർ കൃഷിയിടത്തേക്കു വന്നു. ഇത്തിരിനേരത്തെ കൂട്ടുവർത്തമാനങ്ങൾക്കുശേഷം വടിവാളും വെട്ടുകത്തികളുമായി അവർ കിടങ്ങിനടുത്തേക്ക് നടന്നു. കോടമറച്ച ചന്ദ്രന്റെ ദുർബ്ബലവെളിച്ചത്തിൽ ഉറങ്ങിക്കിടന്ന താഴ്വാരത്ത് കത്തിയാളുന്ന പന്തങ്ങളെ സാക്ഷിയാക്കിയൊരു പന്നിക്കശാപ്പ് നടന്നു. തങ്കന്റെ സമീപനമോർത്ത് ചെറുക്കന്റെ ഹൃദയം നുറുങ്ങി.

പ്രഭാതം വന്നു. ശാന്തമായ താഴ്വാരം. അകലെ കൊളുന്തുശേഖരിക്കുന്ന പെണ്ണുങ്ങളെയും താഴെ കൃഷിയിടത്തിൽ വിളവെടുക്കുന്നവരെയും കാണാം. അവരുടെ ചിരിയും കളിയും വർത്തമാനവും കേൾക്കാം. പാറപ്പുല്ലിൽ പുൽച്ചാടികളും ഓന്തും ചാടിക്കളിക്കുന്നു. കുഞ്ഞിക്കിളികൾ കുറേ വന്നിട്ടുണ്ട്. മുതുവർക്കുന്നിൽനിന്ന് സൂര്യൻ നീട്ടിയ കിരണങ്ങൾ ദേഹത്തു തൊട്ടപ്പോൾ ചെറുക്കന് കമ്പിളിപുതച്ച സുഖം! അവൻ കോട്ടുവായിട്ട് നിവർന്നെണീറ്റു. ജീവനുമുമ്പിൽ രണ്ടുവഴികൾ തെളിഞ്ഞു. ഒന്നാമത്തേത്, അപ്പനില്ലാത്ത വീട്ടിലേക്കുള്ള വഴി, രണ്ടാമത്തേത് ടൗണിലെ ലോഡ്ജിലേക്കുള്ള വഴി. രണ്ടുവഴികളും ഇപ്പോൾ ഒരുപോലെ അവന്റെ സ്വാതന്ത്ര്യദാഹത്തെ പിന്തുണയ്ക്കുന്നുണ്ട്. രണ്ടുവഴികളിലും അവനിപ്പോൾ തികച്ചും ഏകാകിയാണ്. ഒരുവന്റെ മാനസികദാഹത്തെ നിർണ്ണയിക്കുന്നത് ജൈവിക രാസസങ്കീർണ്ണതയോ ആത്മീയ ഉണർവ്വോ എന്തുതന്നെയായാലും അത് മാറ്റത്തിനതീതമല്ല. അവൻ പാറക്കെട്ടിൽ നിന്നിറങ്ങി വിളവെടുത്ത് കൂമ്പാരംകൂട്ടിയിട്ടിരിക്കുന്ന കാബേജും ചോളവും കടന്ന് താഴ്വാരത്തെ വരമ്പിലൂടെ തലയുയർത്തിപ്പിടിച്ച് വീട്ടിലേക്ക് നടന്നു. ഇലമൂടിയ മുറ്റത്തൂടെ വീട്ടുവരാന്തയിലേക്കു കയറിയ ജീവൻ അപ്പടി അഴുക്കുപിടിച്ചുകിടന്ന അപ്പന്റെ ചാരുകസേരയിൽ ഇരുന്നു. ലോലമായ കാറ്റും വെയിലും കുളിർമ്മയും. ചെറുക്കൻ സമാധാനവും ശാന്തതയും അനുഭവിച്ചു. അവൻ കണ്ണുകളടച്ച് കസേരയിൽ ചാരിക്കിടന്നു. സന്ധ്യയോടെ അസ്ഥിത്തറയിൽ വിളക്കുകൊളുത്താൻ പതിവുപോലെ മേരിയും ബുട്ടൂസും വന്നു. വരാന്തയിൽ ചെറുക്കനെക്കണ്ട് മേരി അമ്പരന്നു. എന്നാലും വിളിച്ചുണർത്താനും സംസാരിക്കാനുമൊന്നും മിനക്കെട്ടില്ല. അവർ വിളക്കുതെളിച്ച് മടങ്ങുമ്പോൾ ചെറുക്കനുണർന്നു. മേരിയെയും ബുട്ടൂസിനെയും കണ്ട് സാധാരണമെന്നോണം മുഖം താഴ്ത്തി. ചെറുക്കൻ വന്ന വിവരം മേരി ചന്ദ്രനോടും മാടസ്വാമിയോടും പറഞ്ഞു. ചന്ദ്രനതുകേട്ട് ചെറുക്കനെ കുറേ ദുഷിച്ചു. മാടസ്വാമി നെഞ്ചിൽ കൈവച്ച്, ഒടുവിലവൻ വന്നല്ലോ എന്നാശ്വാസംകൊണ്ടു. അന്നുരാത്രി അവൻ അപ്പന്റെ കട്ടിലിൽ കിടന്നുറങ്ങി. പിറ്റേന്ന് രാവിലെ ടൗണിൽപോയി ലോ

ഡ്ജ് ബില്ല് സെറ്റിലാക്കി സാധനങ്ങളുമെടുത്ത് ഭക്ഷണവും വാങ്ങി മറ്റക്കരയിലെ വീട്ടിലേക്ക് മടങ്ങി. ആഹാരശേഷം നന്നായൊന്ന് ഉറങ്ങിയെണീറ്റ ജീവൻ കുളികഴിച്ചുവന്ന് അസ്ഥിത്തറയിൽ വിളക്കുതെളിച്ചു. മേരി എത്തുമ്പോൾ ചെറുക്കൻ തിണ്ണയിലിരിപ്പുണ്ടായിരുന്നു. അവന്റെ മനസ്സ് ശൂന്യവും നിർവ്വികാരവുമായിരുന്നു. മേരിക്കുമുമ്പേ ചാടിനടന്ന ബുട്ടൂസ് ചെറുക്കനെ നോക്കി രണ്ട് കുരയിട്ടു. അവൻ ബുട്ടൂസിനെ വെറുതെ നോക്കിയിരുന്നു. ചെറുക്കൻ വിളക്കുകൊളുത്തിയതു മനസ്സിലാക്കി തിരികെ നടക്കാൻ തുടങ്ങിയ മേരി ഒന്നുനിന്നശേഷം ചെറുക്കനോടായി പറഞ്ഞു "എന്തൊക്കെയോ രേഖകളും മറ്റും മാർത്തയെ ഏല്പിച്ചിട്ടുണ്ടെന്ന് നിന്നോട് പറയാൻ അപ്പൻ പറഞ്ഞായിരുന്നു."

"ങ്ഹാ." അവൻ മൂളികേൾക്കുക മാത്രം ചെയ്തു.

## ഇരുപത്തിയൊന്ന്

**പു**ലർച്ചെ കുന്നിറങ്ങി താഴ്വാരത്തെ കടയിൽനിന്ന് പത്രമെടുത്ത് മടങ്ങുമ്പോൾ പതിവുപോലെ മറിച്ചുനോക്കിയതാണ് ഗിരി. അപ്രതീക്ഷിതമായി ബാരക്കിന്റെയും അങ്കിതിന്റെയും ചിത്രം കണ്ട് ഗിരി അതിനുതാഴെയുള്ള വാർത്തയിലൂടെ കണ്ണോടിച്ചു. അങ്കിതിന്റെ പുസ്തകമാണ് വാർത്തയുടെ ഉള്ളടക്കം. "അപൂർവ്വജനുസ്സിൽപ്പെട്ട ഒരു ചിത്രകാരിയുമൊത്തുള്ള എന്റെ കോട്ടേജ് ദിനങ്ങൾ." എന്നർത്ഥം വരുന്ന ഇംഗ്ലീഷ് ടൈറ്റിലാണ് പുസ്തകത്തിന് നല്കിയിരിക്കുന്നത്. ഇന്ത്യയിലെ പ്രഗത്ഭനായ യുവമാധ്യമ പ്രവർത്തകന്റെ അനുഭവതീക്ഷ്ണതയുടെ നഗ്നമായ ആവിഷ്കാരമായാണ് ലേഖകൻ പുസ്തകത്തെ പരിചയപ്പെടുത്തുന്നത്. അത്യാവശ്യമൊരു സെൻസേഷണൽ ന്യൂസ്. ഗിരി കൈയിലുള്ള മറ്റുപത്രങ്ങൾ പരിശോധിച്ചു. അതേവാർത്ത അതേപ്രാധാന്യത്തോടെ തന്നെയുണ്ട്.

'ചതിയൻ' കേട്ടേജിലേക്കു ജീപ്പോടിക്കുമ്പോൾ ഗിരി പല്ലുഞെരിച്ചു.

'ങ്ഹാ ഇതൊന്നും ബാരക്കിന് ഏശില്ല' ഗിരി അതുവിട്ടു.

ഗിരി പത്രങ്ങൾ മാർത്തയെ ഏല്പിച്ചിട്ട് തോട്ടത്തിലേക്ക് പോയി. ഗിരിയുടെ പത്രവായന ക്യാപ്റ്റനൊപ്പമാണ്. പ്രാതലിനുശേഷം ഒരുമണിക്കൂർ പത്രവായനാ സമയമാണ്. താഴത്തെ കോറിഡോറിലിരുന്നാണ് വായനയും കേൾവിയും. വരുത്തുന്ന നാലു പത്രങ്ങളിലെയും പ്രധാനവാർത്തകൾ ഗിരി ക്യാപ്റ്റനെ വായിച്ചുകേൾപ്പിക്കും. കേൾവിക്കാരിയായി ചിലപ്പോൾ മാർത്തയുമുണ്ടാകും. ബാരക്കിനങ്ങനെ ചിട്ടയൊന്നുമില്ല. ചിലപ്പോൾ അതിരാവിലെ, അല്ലെങ്കിൽ ഇടസമയങ്ങളിലെപ്പോഴെങ്കിലും വായിക്കും. എങ്കിലും മാർത്ത ന്യൂസ്പേപ്പർ ആദ്യമെത്തിക്കുക മുകൾനിലയിലെ ഹാളിലാണ്. കോട്ടേജിൽ വരുത്തുന്ന നാലുപത്രങ്ങളിൽ രണ്ടെണ്ണം മലയാളവും രണ്ടെണ്ണം ഇംഗ്ലീഷുമാണ്. തോട്ടത്തിലെ അല്ലറചില്ലറ പണി കഴിച്ചുവന്ന ഗിരി അടുക്കളയിൽ മാർത്തയ്ക്കൊപ്പം

കൂടി. അപ്പവും കോളിഫ്ളവർ കറിയുമായിരുന്നു പ്രാതൽ വിഭവങ്ങൾ. ക്യാപ്റ്റനുള്ള പ്രാതൽ ഗിരിയും ബാരക്കിനുള്ളത് മാർത്തയും കൊണ്ടുക്കൊടുത്തു. ശേഷമിരുവരും അടുക്കളയിലെ തീൻമേശയിലൊത്തുകൂടി. അങ്കിതിന്റെ പുസ്തകവാർത്തയൊന്നും അവർക്കിടയിൽ ചർച്ചാവിഷയമായതേയില്ല. ബാരക്കതിന് മുഖംകൊടുക്കില്ലെന്ന് ഗിരിക്ക് കൃത്യമായറിയാം. ജീവൻ അവർക്കിടയിൽ ഒരു ചർച്ചാവിഷയമായി. ഗിരിയാണ് തുടക്കമിട്ടത്.

"അമ്മായിക്ക് സന്തോഷമുള്ളൊരു വാർത്ത പറയട്ടെ?"

"പറഞ്ഞോളൂ. സന്തോഷമാണോ സന്താപമാണോന്നൊക്കെ ഞാൻ തീരുമാനിച്ചോളാം."

"ങ്ഹാ എന്നാൽ ഞാൻ പറയുന്നില്ല." ഗിരി പിണക്കം ഭാവിച്ചു.

"പറയെടാ ചെറുക്കാ." തിന്നുന്നതിടെ അവർ തവിക്കണകൊണ്ട് ഗിരിയുടെ കൈത്തണ്ടയിലൊരു കൊട്ടുകൊടുത്തു.

"അമ്മായി എന്നെ മർദ്ദിക്കാനും തുടങ്ങിയോ?"

"കൊഞ്ചാതെ കാര്യം പറയെടാ."

"ആ ചെറുക്കൻ പൊങ്ങിയിട്ടുണ്ട്."

"ആര് ജീവനോ?"

"അവൻ തന്നെ. മിനിങ്ങാന്ന് ചന്തയിൽ കണ്ടു."

"എന്നിട്ട്?"

"എന്നിട്ടെന്താ. പഴയതുപോലെ തന്നെ. എന്നോടൊന്നും മിണ്ടിയില്ല. ഞാനും മിണ്ടിയില്ല. മിഴിങ്ങസ്യായൊരു നില്പ്. ഒറ്റയ്ക്കാ. പഴയതുപോലെ വാളികളൊന്നും കൂട്ടിനില്ല."

"നിനക്കവനെ ഇങ്ങോട്ട് ക്ഷണിച്ചൂടായിരുന്നോ?"

"ക്ഷണിക്കാൻ പറ്റിയ മൊതല്. അമ്മായിക്ക് വട്ടാണോ. എന്നെ കണ്ട പരിചയം പോലും കാണിക്കാത്ത അവനെ ഞാൻ ക്ഷണിക്കാനോ."

"എടാ അവനിപ്പോൾ ആരുമില്ലല്ലോ. പാവം. ഇത്തിരി അയവു കാണിക്കുന്നതിൽ തെറ്റില്ല."

"അമ്മായി കാണിച്ചോളൂ."

"ഗിരീ, വൃദ്ധൻ പ്രമാണവും ബാങ്ക് രേഖകളുമൊക്കെ ഇവിടെ ഏല്പപ്പിച്ചത് നമ്മളിലൊരു വിശ്വാസവും പ്രതീക്ഷയുമുള്ളതിനാലല്ലേ. ജീവനെ നമ്മളെ ഏല്പിച്ചതുപോലെയാണ് വൃദ്ധന്റെ ആ പ്രവൃത്തിയെ ഞാൻ വിലയിരുത്തുന്നത്."

"ങ്ഹാ രേഖകൾ ഇവിടെയിരിക്കുന്ന കാര്യം ആ ചെറുക്കൻ അറിഞ്ഞിട്ടുണ്ടാവില്ല. അറിഞ്ഞെങ്കിൽ കുന്നുകയറി വന്നേനെ. കിട്ടിയാലുടൻ എല്ലാം കൊണ്ടുപോയി പുട്ടടിച്ച് തുലയ്ക്കും."

"ങ്ഹാ അതവൻ എന്തോ ചെയ്യട്ടെ. നീയൊന്ന് ചെന്ന് അവനെ കൂട്ടിക്കൊണ്ടുവായോ."

"അമ്മായീ ഞാൻ പോയി കൂട്ടിക്കൊണ്ടുവരൽ നടക്കില്ല. അതിനായി ചട്ടംകെട്ടണ്ട. അവനായിട്ട് തോന്നി വരുവാണെങ്കിൽ വരട്ടെ. അമ്മായി

കുറേ വിളമ്പിക്കൊടുത്തതല്ലേ. ഇത്തിരിയെങ്കിലും കൂറുണ്ടെങ്കിൽ അവൻ അമ്മായിയെ തേടി വരട്ടെ."

"മ്മും എനിക്കുവേണ്ടി നിന്റ നിലപാട് മാറ്റണ്ട. അങ്ങനെതന്നെയിരുന്നോട്ടെ. എനിക്കുറപ്പാ അവൻ വരുമെന്ന്. തീർച്ചയായും ഒരുദിവസം അവൻ കുന്നുകയറി ഇങ്ങെത്തും."

"എത്തിയാൽ മതി." ഗിരി ഭക്ഷണം കഴിച്ചെണീറ്റു.

"എത്തും തീർച്ച. പക്ഷേങ്കിൽ കർക്കശനിലപാടുള്ള നീയ് മറ്റെന്തെങ്കിലും കാര്യത്തിൽ കോട്ടേജിലെ മറ്റാർക്കെങ്കിലും വേണ്ടി നിലപാടിൽ അയവു വരുത്തിയേക്കരുത്"

"അമ്മായി എന്താ ഉദ്ദേശിച്ചത്." ഗിരി പാത്രംമോറൽ നിർത്തി മാർത്തയ്ക്കടുത്തു വന്നു.

"ഉദ്ദേശിച്ചതൊക്കെ നിനക്ക് മനസ്സിലായി. വെറുതെ പുള്ള കളിക്കണ്ട."

അമ്മായി ഉദ്ദേശിച്ചത് ബാരക്കിനെ തന്നെയാണ്. സ്നേഹമസൃണമായ ലജ്ജ ഗിരിയുടെ ഹൃദയത്തെമൂടി. അവൻ പാത്രം തുടച്ചുവച്ചിട്ട് മേശ വൃത്തിയാക്കിയശേഷം പത്രവായനയ്ക്കായി ക്യാപ്റ്റനടുത്തേക്കു പോയി. പത്രവായന കഴിഞ്ഞ് തോട്ടത്തിലേക്കിറങ്ങിയ ഗിരിക്ക് പിടിപ്പതു പണിയുണ്ടായിരുന്നു. അതിനിടയിലും അവന്റെ ഹൃദയം ബാരക്കിനായി തുടിച്ചു. കൃഷിയിടത്തിൽനിന്നും തെക്കേ ജനാലയിലേക്ക് കണ്ണെത്തിച്ചു. ജനാല അടഞ്ഞുകിടപ്പാണ്. ബാരക്ക് ഉണർന്നിട്ടുണ്ടാവില്ലേ. രാത്രി വരയുണ്ടായിരുന്നിരിക്കും. ഒന്നു കാണാനായെങ്കിൽ. എന്തെങ്കിലും മിണ്ടാനായെങ്കിൽ. ഗിരിയുടെ നെഞ്ചിളകി. ജോലിയിലൊരു ഉന്മേഷം തോന്നുന്നില്ല. ഹതാശനായ ഗിരി കൈക്കോട്ട് താഴെയിട്ടിട്ട് തോട്ടിൻകരയിലിരുന്നു. വേഗമൊന്നു രാത്രിയായെങ്കിൽ എന്റെ ബാരക്കിനെ എനിക്കു മാത്രമായി കിട്ടിയേനെ എനിക്കു മാത്രമായി! അവൻ അരക്ഷിതനായി തോടുവക്കത്ത് ആകാശംനോക്കിക്കിടന്ന് പുലമ്പി.

ബാരക്ക് ഉദ്യാനത്തിലേക്ക് നോക്കി മട്ടുപ്പാവിലിരുന്ന് വെയിൽകാഞ്ഞുകൊണ്ട് ഗിരിയുമൊത്ത് മേലേക്കുന്നിലേക്ക് നടത്തിയ യാത്രയുടെ ഓർമ്മ അയവിറക്കി. ദിവസങ്ങൾ കഴിഞ്ഞിട്ടും ആ യാത്ര അവളെ പിന്തുടർന്നു. പായൽ നീയെന്നോടു പിണങ്ങുമോ, നമ്മുടെ ലോകത്ത് മറ്റൊരാളെ കൂട്ടിയതിന്. റോസ് കാറ്റിലാടി വെയിലിൽ തിളങ്ങി. നിന്റെ കുസൃതിച്ചിരി എനിക്ക് മനസ്സിലായി. നമ്മുടെ ലോകത്തല്ലല്ലോ, ഗിരി നിന്റെ മാത്രം ലോകത്തല്ലേന്ന് അല്ലേ. അതെ പായൽ, അവനിപ്പോൾ എന്റെ ലോകത്താണ്. ഞാൻ അവന്റെയും. ഞങ്ങൾക്കൊരുപാട് പറയാനും കേൾക്കാനുമുണ്ട്. നമ്മുടെ പിതാവിന്റെ രഹസ്യങ്ങളുടെ കലവറ എന്നും രാത്രി അവൻ എനിക്കുമുമ്പിൽ തുറക്കും. അവനിലൂടെയാണ് നമ്മളുടെ മാതാപിതാക്കളെ ഞാനിപ്പോൾ അറിയുന്നത്. ഒരു തിരുത്തുണ്ട്, അറിഞ്ഞുതുടങ്ങുന്നത്. ഇരുവരും എത്ര കാല്പനികരായിരുന്നെന്നോ! അങ്ങെത്തിയിട്ട് എനിക്ക് നിന്നോട് ഒരുപാടുണ്ട് പറയാൻ. കാറ്റ് ഉദ്യാനത്തിലെ പൂക്ക

ളെ തൊട്ടുരുമ്മി. പൂക്കൾ പതിഞ്ഞ ചിരിയിലായി. തെക്കേമുറ്റത്ത് പവിഴമല്ലിപ്പൂക്കൾ കല്ലറകളെ പൊതിഞ്ഞു. റേഡിയോഗീതം ശ്രവിച്ച് താഴ്വാരത്തേക്ക് മുഖംതിരിച്ച് മുറിയിലെ ചാരുകസേരയിലിരിക്കുകയായിരുന്ന ക്യാപ്റ്റനും പവിഴമല്ലിയുടെ വാസനകിട്ടി. അദ്ദേഹമെണീറ്റ് ജനാലയ്ക്കടുത്ത് ചേർന്ന് നിന്നു 'അതെ. രണ്ടുഹൃദയങ്ങൾ അടുക്കുകയാണ്. ആരെയും വേദനിപ്പിക്കാതെ, മറ്റാരുമറിഞ്ഞിട്ടില്ലെന്ന വിചാരത്തോടെ. ചേരേണ്ടത് ചേരും. ശരിയായതുസംഭവിക്കും' അദ്ദേഹത്തിന്റെ മുഖം സ്വസ്ഥവും പ്രസന്നവുമായി. ഗിരിയുടെ നിശ്വാസത്തിലെ നേരിയൊരു വ്യതിയാനംപോലും ക്യാപ്റ്റൻ തിരിച്ചറിയുന്നുണ്ട്. എന്തിനേറെ കോട്ടേജിലെയൊരു മർമ്മരംവരെ അറിയുന്നുണ്ട്. അന്നുവൈകുന്നേരം നേരത്തെ പണികളൊക്കെ കഴിച്ച് ഗിരി കുളിച്ചുവന്നു. ചായസമയത്തിനും മുമ്പേ അടുക്കളയിൽ ഗിരിയെക്കണ്ട് മാർത്ത അമ്പരന്നു "ഇന്നെന്താ നേരത്തെ?"

"പണികളൊക്കെ ഒഴിഞ്ഞു. അതുകൊണ്ട് നേരത്തെ കുളിച്ചുകയറി."

"ഞാനോർത്തു ഇനി പുറത്തോ മറ്റോ പോകാനുണ്ടെന്ന്." ചായ തയ്യാറാക്കിക്കൊണ്ട് മാർത്ത പറഞ്ഞു.

"മ് ചിലപ്പോൾ പോയേക്കും."

"അതെന്താ ഒരുറപ്പില്ലാത്തത്?"

"തൊട്ടടുത്ത നിമിഷത്തെക്കുറിച്ച് ആർക്കാ അമ്മായീ പ്രവചിക്കാൻ പറ്റുക."

"നിന്റെ സംസാരത്തിൽ താത്വികമായ മിന്നലാട്ടങ്ങൾ കാണുന്നുണ്ടല്ലോ. സ്വാഭാവിക മാറ്റമോ അതോ അസാധാരണത്തമുള്ള വല്ലവർക്കൊപ്പവുംകൂടി വന്ന മാറ്റമോ?"

"അമ്മായിക്ക് ഈയിടെയായി മുള്ളുംമുനയും വച്ചുള്ള വർത്തമാനം കൂടുതലാ."

"പോടാ ചെറുക്കാ. അതേയ് മുകളിലോട്ടെങ്ങാൻ പോവാണെങ്കിൽ ഈ ചായ ആ കൊച്ചിന് കൊടുത്തേരെ." ട്രേയിലെടുത്ത ചായയും ബിസ്ക്കറ്റും നീട്ടി മാർത്ത പറഞ്ഞു.

"തരൂ തരൂ." ഗിരി പെട്ടെന്നതുവാങ്ങി മുകൾനിലയിലെ കോണികൾ കയറി. ബാരക്കിനെക്കാണാൻ വെമ്പി അവന്റെ ഹൃദയവേഗമേറി. ഹാളിൽ അവളെ കാണാഞ്ഞതിനാൽ ഹാളിനകത്തുനിന്നും തുറക്കുന്ന വാതിലിലൂടെ ഗിരി മട്ടുപ്പാവിലെത്തി. ഭാഗ്യം! ബാരക്കവിടെയുണ്ട്. ചുരുണ്ടമുടിയിഴകൾ പിന്നിലേക്ക് വകഞ്ഞിട്ട് ഉദ്യാനത്തിലേക്കു നോക്കിയിരിക്കുകയായിരുന്ന ബാരക്ക് ഗിരിയുടെ കാലൊച്ചകേട്ട് തിരിഞ്ഞുനോക്കി.

"ഇതാ ചായ." ഗിരി ട്രേ നീട്ടി.

"ഗിരി കുടിച്ചോ."

"ഇല്ല. ബാരക്കിന് തന്നിട്ടാകാമെന്നു കരുതി."

"ആഹാ." അവൾ ചിരിച്ചു.

എന്തെങ്കിലും സംസാരിക്കാനായി അവൻ വിഷയമെടുത്തിട്ടു.

"ഇന്നത്തെ പത്രം കണ്ടിരുന്നോ."

"ഉവ്വല്ലോ."

"ആ വാർത്ത കണ്ടിരുന്നോ."

"സ്വാഭാവികമായും കാണുമല്ലോ. ആ വാർത്ത വരുന്നതിനുമുമ്പേ അതേക്കുറിച്ച് ഞാനറിഞ്ഞിരുന്നു."

"ചീപ്പ് പബ്ലിസിറ്റിക്കുവേണ്ടിയുള്ള അയാളുടെ കാട്ടിക്കൂട്ടൽ. അന്നിവിടെ വന്നപ്പോൾ ബാരക്കറിയാതെ പകർത്തിക്കൊണ്ടുപോയ ചിത്രവും ഉപയോഗിച്ചു."

"അതുകൊണ്ടൊക്കെ എന്താവാനാ? വാർത്ത വന്നതുമുതൽ പ്രതികരണംതേടിയുള്ള മെയിലുകളുടെ നിരയാണ്. പ്രതികരിക്കാനില്ലെന്ന് മറുപടിനല്കി. ഞാനൊരു നല്ല സാമൂഹ്യജീവിയോ കുടുംബജീവിയോ അല്ല. എന്റെ മനസ്സാക്ഷിയാണ് എന്റെ ദൈവം. അതിനപ്പുറം ആരെ എന്തു ബോദ്ധ്യപ്പെടുത്താനാണ്."

"ബാരക്ക് ഉടനടി പ്രതികരിക്കുമെന്നും അതയാളുടെ പുസ്തകത്തെ വലിയ ചർച്ചയിലേക്കുകൊണ്ടുവരുമെന്നും അങ്കിത് കരുതിക്കാണും."

"അയാളോട് സഹതാപം മാത്രം. പെണ്ണിനെ ഇനിയുമയാൾ മനസ്സിലാക്കിയിട്ടില്ല."

ആഴമുള്ള മനസ്സുള്ളവർക്ക് വിയോജിപ്പ് രേഖപ്പെടുത്താൻ ഒരു പുഞ്ചിരിയോ ചെറിയൊരു വാക്കോ മതി. അതുമതി. അത്രയേ കിട്ടൂ ബാരക്കിൽ നിന്ന്. ഗിരി പ്രതിപത്തിയോടെ അവളെ നോക്കിനിന്നു. മൗനത്തിന്റെ ഒരു കുഞ്ഞു ഇടവേള മുറിച്ച് ഗിരി ചോദിച്ചു "നമുക്കൊരു നടത്തയായാലോ?"

"ആകാം. ഗിരിയുടെ ചായകുടി കഴിയട്ടെ."

"എന്നാൽ ഞാൻ പോയി ചായ കുടിക്കട്ടെ."

"ചെല്ലൂ. ഞാൻ ദേ വരുന്നു." ബാരക്ക് മട്ടുപ്പാവിൽ നിന്നെണീറ്റു.

അവർ മലഞ്ചെരിവിറങ്ങി പുതിയൊരു വഴിയിലൂടെ നടന്നു. മരങ്ങൾ നിറഞ്ഞ ഇടുങ്ങിയ വഴിയിലൂടെയുള്ള നടത്ത സാഹസികവും കൗതുകകരവുമായി തോന്നി ബാരക്കിന്. ആറേകാലായതും രാത്രി വന്നുമൂടി. പൊട്ടുവെളിച്ചംവീണ മലയോരങ്ങൾ.

"ഗിരീ നീ മരണത്തെക്കുറിച്ച് ചിന്തിച്ചിട്ടുണ്ടോ." താഴ്‌വാരത്തിലെ തടാകക്കരയിലിരിക്കുമ്പോൾ ബാരക്ക് ചോദിച്ചു.

"ഇല്ല. പക്ഷേ, ഇപ്പോൾ മരണത്തെ ഭയമുണ്ട്."

"അതെന്താ."

"ഞാനൊരു കാര്യം ആഗ്രഹിക്കുന്നു."

"ഇത്രനാളും ആഗ്രഹമില്ലാതെയാണോ ജീവിച്ചത്?"

"ഒരു ചര്യക്കൊത്ത് അങ്ങു നീങ്ങുകയായിരുന്നു."

"ഒരു പൂവിന് എത്ര ദിവസത്തെ ആയുസ്സുണ്ട്? എന്നിട്ടുമത് പൂക്കുന്നു, പരാഗണം ചെയ്യുന്നു, പരിമളം തൂകുന്നു, കാറ്റിലാടുന്നു, മഴകൊള്ളുന്നു, വെയിൽകൊള്ളുന്നു."

"പൂക്കൾ വിടരുന്നതും സുഗന്ധം പൊഴിക്കുന്നതും ആകാശം തെളിയുന്നതും നക്ഷത്രങ്ങൾ മിന്നുന്നതുമെല്ലാം ഇപ്പോൾ എനിക്കുവേണ്ടി മാത്രമാണെന്ന് തോന്നും." തടാകത്തിൽ ഓളംവെട്ടിയ ലോല രശ്മികൾ ഗിരിയുടെ കുറ്റിത്താടിരോമങ്ങളെ ഇളം ഓറഞ്ചുനിറമാക്കി. ആ മന്ദപ്രഭയിൽ അവൻ അത്രമേൽ അരക്ഷിതനും സ്പർശം കൊതിക്കുന്നവനുമായി ബാരക്കിനനുഭവപ്പെട്ടു. പരുക്കനായ എന്റെ പിതാവിന്റെ പരുക്കനായ സഹായി ഇത്രമേൽ പേലവഹൃദയനായിരുന്നോ എന്നവൾ ആശ്ചര്യപ്പെട്ടു! വാത്സല്യപൂർവ്വം അവനെ നോക്കിയിരുന്നു. കാറ്റേറ്റപ്പോൾ പതിവുപോലെ ബാരക്ക് ചുമച്ചു. പിന്നെ രക്തം ഛർദ്ദിച്ചു.

"വരൂ നമുക്ക് കോട്ടേജിലേക്ക് മടങ്ങാം." ഗിരി പറഞ്ഞു.

"വേണ്ട നമുക്കീ നടത്തം ആ നദിക്കരവരെ തുടരാം. എന്നിട്ട് മടങ്ങാം."

ഗിരി പുഞ്ചിരിച്ചു. തടാകം പിന്നെയും പിന്നെയും ശോഭിച്ചു.

"സ്നേഹത്തിന്റെ ആഴങ്ങൾ വളരെ അകലെയാണ്." നടക്കുമ്പോൾ ബാരക്ക് പറഞ്ഞു.

"എത്രദൂരമുണ്ടാവും ഇനിയവിടേക്ക്?"

"ചക്രവാളത്തിലേക്ക് മടങ്ങുന്ന സൂര്യബിംബം ഉപേക്ഷിക്കുന്ന അനുപമവർണ്ണങ്ങൾ പോലെ. അതിനെ വരച്ചെടുക്കാൻ അതിനെത്തൊടാൻ ഭൂമിയിലാർക്കുമാവില്ല. അപൂർണ്ണമായ സ്നേഹം ഭൂമിയുടെ ശാപമാണ്." ബാരക്ക് മന്ത്രിച്ചു.

"ബാരക്ക് ദൈവത്തിൽ വിശ്വസിക്കുന്നുണ്ടോ."

"അറിയില്ല. എന്റെ വിശ്വാസങ്ങളെക്കുറിച്ച് എനിക്കൊരു ധാരണയുമില്ല. അനുഭവിക്കാത്ത സ്നേഹത്തിൽ വിശ്വസിച്ചിരുന്നില്ല. നിനക്കറിയില്ലേ, പിതാവിനെ ഞാനെത്ര വെറുത്തിരുന്നുവെന്ന്. മാതാവിൽനിന്ന് ഞാനെത്ര അകലെയായിരുന്നുവെന്ന്. നമ്മളറിയാത്തതിലും അനുഭവിക്കാത്തതിലും സത്യമുണ്ടെന്ന് നിന്നിലൂടെയാണ് മനസ്സിലാക്കിയത്."

"ബാരക്ക് ക്യാപ്റ്റനെ സ്നേഹിച്ചുതുടങ്ങിയോ!."

"അറിയില്ല. എല്ലാത്തിലും മീതെ ഞാൻ എന്നെ സ്നേഹിക്കുന്നു. പിന്നെ." ബാരക്ക് ഒന്നുനിർത്തി.

"പിന്നെ." ഗിരി എടുത്തുചോദിച്ചു. ബാരക്ക് മൗനത്തിലാണ്ടു. അനുസ്യൂതമൊഴുകുന്ന കാറ്റും ഊർന്നുവീഴുന്ന കോടയും നെഞ്ചിൻകൂടുവിറപ്പിക്കുന്ന തണുപ്പും ഇരുവരുമറിഞ്ഞതേയില്ല.

"ബാരക്കിന്റെ സ്വപ്നമെന്താണ്."

"നല്ല ചിത്രങ്ങൾ വരയ്ക്കുക."

"ആ സ്വപ്നം സാക്ഷാല്ക്കരിക്കപ്പെട്ടല്ലോ."

"സാക്ഷാല്ക്കരിക്കപ്പെട്ടുകൊണ്ടിരിക്കുന്നു."

"മറ്റൊരു സ്വപ്നം പറയൂ."

"ദേ അങ്ങോട്ടുനോക്കിയേ." അവൾ ആകാശത്തേക്കു വിരൽചൂണ്ടി.

"ഏതാനും നക്ഷത്രങ്ങൾ കാണുന്നു."

"മ് അതിലൊരു കുഞ്ഞുനക്ഷത്രം കാണുന്നില്ലേ. അതിനടുത്തേക്ക് പോകണം. അതെന്റെ പായലാണ്. ആ സ്വപ്നത്തിലേക്കുള്ള കാത്തിരിപ്പിലാണ് ഞാൻ."

"ഇനി ഗിരിയുടെ സ്വപ്നം പറയൂ."

"തടാകക്കരയിൽ ദിവാസ്വപ്നങ്ങളിൽ മുഴുകി കാറ്റിലൂടെ ഒഴുകിനടക്കണം. കിളികളോട് കൂട്ടുകൂടണം. പുൽനാമ്പുകളോട് സംസാരിക്കണം. പുൽത്തകിടികളെ ചുംബിച്ചുറങ്ങണം. മഞ്ഞുതുള്ളികളെ കണ്ണിലേക്ക് സ്വീകരിക്കണം. പകൽ താഴ്വാരങ്ങളിൽ തിളങ്ങുന്ന കണ്ണാന്തളിയുടെ ചുകപ്പുകണ്ട് ജന്മജന്മാന്തരങ്ങൾ ഈ തേയിലക്കാട്ടിലൂടെ എന്റെ സ്നേഹിതയുടെ കൈകോർത്തുപിടിച്ച് നടക്കണം."

"മണ്ണിൽ പണിയെടുക്കാൻ തുടങ്ങിയ നാൾ മുതൽ അതിൽ പകുതി സാക്ഷാല്ക്കരിക്കപ്പെട്ടില്ലേ."

"പൂർണ്ണമായില്ലല്ലോ."

"പൂർണ്ണതയ്ക്ക് ഇനിയും എത്ര നാൾ വേണ്ടിവരും."

"ഞാനെന്റെ മനസ്സിനോട് അതുചോദിക്കാറുണ്ട്."

"എന്നിട്ടെന്ത് മറുപടി കിട്ടി."

"മനസ്സ് പിടിതരുന്നില്ല."

"വല്ലാത്തൊരു മനസ്സ് തന്നെ." ബാരക്ക് തലയിളക്കി. അവരുടെ നടത്ത ഏറെ ദൂരം പിന്നിട്ടിരുന്നു.

"അതെയതെ. അവളുടേത് വല്ലാത്തൊരു മനസ്സ് തന്നെ. അടുത്തിരുന്നിട്ടും വളരെ അകലെയാണ്."

"അവളുടെ മനസ്സ് നിന്റെ കൈവശമാണോ!."

"എത്രയോ നാളായി ഞാനതിനെ എന്റേതിനൊപ്പം കൊണ്ടുനടക്കുകയാണ്. അതുപക്ഷേ വേറിട്ടേനില്ക്കൂ. എന്റെ മനസ്സ് അടുത്തെത്തുമ്പോഴേക്കും അതങ്ങ് വഴുതിമാറും. വല്ലാത്തൊരു മനസ്സുതന്നെ." ഗിരി ആവർത്തിച്ചു. അവന്റെ സംസാരത്തിലെ ആധികാരികത ബാരക്കിനെ തെല്ലു വിസ്മയിപ്പിച്ചു.

"നിന്റെ സ്നേഹിതയുടെ ആ വിശേഷപ്പെട്ട മനസ്സ് എനിക്കൊന്നു കാണാൻ പറ്റുമോ?" ബാരക്ക് ചോദിച്ചു.

"പറ്റും. എന്റെ ഉള്ളിലൂടെ നോക്കണമെന്നു മാത്രം." അവൾ നടത്തം നിർത്തി. ഗിരി പിടിച്ചുകെട്ടിയതുപോലെ നിന്നു. ബാരക്ക് അവന്റെ മുഖത്തേക്ക് സൂക്ഷിച്ചു നോക്കി. ആ മുഖത്തെ മിന്നലാട്ടങ്ങൾ നിമിഷനേരത്തിൽ അവൾ മനസ്സിൽ പതിപ്പിച്ചു. വീണ്ടും നടത്ത തുടരുമ്പോൾ ഒരുൾപ്പുഞ്ചിരിയോടെ അവളോർത്തു, പായലും ഞാനും കണക്കിലെടുക്കാതിരുന്ന ആ കുട്ടി! ഞങ്ങൾക്ക് തീർത്തും അപരിചിതനായിരുന്നവൻ! അവനിപ്പോൾ എനിക്കെത്ര പരിചിതനായിരിക്കുന്നു. യാതൊരു അപകർഷതയുമില്ലാതെ അവനെത്ര സ്വാഭാവികമായി സ്വയം പ്രകടിപ്പിക്കുന്നു.

"എന്താ ചിന്തിക്കുന്നത്." ഗിരി ചോദിച്ചു.

"ഒന്നുമില്ല."

ഇരുവരും നിശ്ശബ്ദരായി. ആ നിശ്ശബ്ദതയുടെ ഇളംചൂടിൽ രണ്ടു മഞ്ഞുശിലകൾ ഉരുകി. അന്നു വളരെ വൈകി അവർ കോട്ടേജിലേക്കു നടന്നുകയറി. മാർത്ത ഇരുവരേയും അവരുടെ പാട്ടിന് വിട്ടു. പതിവു വായനയ്ക്കായി ഗിരി മുറിയിൽ ചെന്നപ്പോൾ ബാരക്ക് പറഞ്ഞു "ആ തടാക സന്ധ്യ എത്ര ഹൃദ്യമായിരുന്നു!."

"അവിടെ സഞ്ചാരികളാരും പോകാറില്ല. അല്ലെങ്കിൽപ്പിന്നെ സൗന്ദര്യം തേടിപ്പിടിക്കുന്നവരാകണം."

"മനുഷ്യരിൽ അത്തരക്കാർ കുറവാണ്. തൊട്ടുമുമ്പിലുള്ളതിനെ ആസ്വദിക്കാനേ അവർക്കറിയൂ. ഏതോ ഒരു മനുഷ്യന്റെ പിൻതുടർച്ചക്കാരാണ് മനുഷ്യരിൽ ഭൂരിപക്ഷവും!."

"അപ്പോൾ നമ്മളോ?" ഗിരി ചോദിച്ചു

"നമ്മൾ സ്വയം തേടുകയല്ലേ. അങ്ങനെ നോക്കുമ്പോൾ നമ്മൾ മനുഷ്യരല്ല."

"പിന്നെ!."

"പ്രേതങ്ങൾ."

"പ്രേതങ്ങളോ."

"അതെ ഗിരീ. നമ്മളൊരു മായിക ലോകത്തല്ലേ. പായൽ പറഞ്ഞിട്ടുണ്ട് അത്തരക്കാർ വില്യംസായിപ്പിനെപ്പോലെ പ്രേതങ്ങളാണെന്ന്."

"ഏയ് ബാരക്ക് ഭ്രാന്തു പറയുകയാണ്."

"ഭ്രാന്തല്ല ഗിരീ സത്യം! ഈ മലഞ്ചെരിവിലൂടെ ഞാനെത്ര നടന്നിരിക്കുന്നു. എന്നിട്ടും ആ തടാകത്തെ മുമ്പ് കണ്ടിട്ടില്ല. എന്നാൽ നീ മാത്രമതു കണ്ടു. ഒറ്റയ്ക്കു സമയം ചെലവഴിക്കാൻ വൈകുന്നേരങ്ങളിൽ നീ പോകുന്നതും കണ്ടിട്ടില്ല. തടാകം നിന്റെയുള്ളിൽ ഒരു രഹസ്യമായി. പ്രേതങ്ങൾക്കല്ലേ വില്യംസായിപ്പിനെപ്പോലെ അത്തരം നിഗൂഢജ്ഞാനമുണ്ടാവുക. നീയെന്നെ തൊട്ടുനോക്ക്. നീ ഈ കാണുന്നതെല്ലാം ഒരു മായയാണ്. നേരം പുലരുന്നത്, പണിയെടുക്കുന്നത്, എന്നോട് സംസാരിക്കുന്നത്, രാത്രി ഉറങ്ങുന്നത്. ഇതിൽനിന്ന് നമ്മളുണരുന്നത് മരണത്തിലേക്കാണ്. ഭൂമി മായികലോകമാണ് ഗിരീ."

"എനിക്ക് കുറച്ചധികം പണികളുണ്ട്. ആ നീരൊഴുക്കിനു ചുറ്റുമുള്ള കെട്ടുകൾ ഉറപ്പിക്കണം. അടുക്കള സാമാനങ്ങൾ വാങ്ങാൻ പോകണം. ക്യാപ്റ്റനുള്ള മരുന്നും മാർത്തയ്ക്ക് ഒരു ജോഡി ചപ്പലും വാങ്ങണം." ഗിരി ബാരക്കിന്റെ മുറി വിടുമ്പോഴേക്കും നേരം പുലർന്നിരുന്നു.

വൈകുന്നേരം ജീപ്പിൽ വളവുതിരിയുമ്പോൾ ഗിരി വിചാരിച്ചു, ഈ ബാരക്ക് ചില സമയങ്ങളിൽ വികൃതി തന്നെ! മഹാവികൃതിപ്പെണ്ണ്. ശരിക്കും നമ്മളെ വിഡ്ഢിയാക്കും. ഇനി ഞാനൊരു പ്രേതമാണോ? കോട്ടേജിലെ പ്രേതം! അവൻ തന്റെ കൈകളിൽ നുള്ളിനോക്കി.

രാത്രിയും ഒരു ദൃഷ്ടാന്തമത്രെ. അതിൽനിന്ന് പകലിനെ ഊരിയെടു

ക്കുമ്പോൾ എല്ലാം ഇരുട്ടിലകപ്പെടുന്നു. വിളക്കുകൾ എത്ര വലിയ അനുഗ്രഹമാണ്. മലമേട്ടിലൊരു വിളക്കുമാടമായി ബാരക്ക് കോട്ടേജ്. രാത്രി പതിനൊന്നോടെ ഗിരി പുസ്തകവുമായി മുകളിലെ ഹാളിലെത്തി. മുമ്പിലിരിക്കുന്ന തന്റെ പ്രിയപ്പെട്ടവൾക്കായി വായന തുടങ്ങി 'കിട്ടുന്ന സമയം പഹൽഗാമിലെ ഏകാന്തവഴികളിലൂടെ ഞങ്ങൾ നടന്നു. തണുത്തകാറ്റ് അധികരിക്കുമ്പോൾ സാബ് രക്തം ഛർദ്ദിക്കും. ഛർദ്ദികഴിയും വരെ കൈകൾ കൂട്ടിത്തിരുമ്മി ഞാനവരുടെ മുതുകിൽ തടവിക്കൊണ്ടിരിക്കും. ലിഡ്ഡർ നദിക്ക് അക്കരെ കുന്നിലെ ക്ഷേത്രത്തിലേക്ക് വരാനുള്ള നീതുസാബിന്റെ മോഹത്തെ ഞാൻ തടസ്സപ്പെടുത്തി. ഒരു ഗർഭിണി അത്രയും ദുർഘടമായ വഴിയിലൂടെ സഞ്ചരിക്കുന്നത് അപകടകരമായതിനാലാണ് തടഞ്ഞത്. പഹൽഗാമിലെ ഞങ്ങളുടെ ചുറ്റിസഞ്ചാരങ്ങളിൽ അവർ വാചാലയാകും. നടത്തയ്ക്കിടയിൽ വീഴാതിരിക്കാൻ സ്വെറ്റർ മൂടിയ അവരുടെ ശോഷിച്ച കൈ ഞാൻ ചേർത്തുപിടിക്കും. അന്നേരം സ്നേഹവായ്പ്പിനാൽ അവരുടെ മൂക്ക് ചുവക്കുകയും കണ്ണുകളിൽ അനുതാപം മൂടുകയും ചെയ്യും. ഒരു ദിവസം പഹൽഗാമിലെ ഷേർ ഗ്രാമത്തിലുള്ള ആൾമണ്ട് തോട്ടത്തിലിരുന്ന് ദൂരെ മലനിരകളിലെ വെള്ളച്ചാട്ടം കാണുമ്പോൾ ഞാൻ നീതുസാബിനോട് പറഞ്ഞു "നാട്ടിലാണെങ്കിൽ ഇപ്പോൾ പവിഴമല്ലി പൂത്തേനെ."

അവർ ഒന്നും മനസ്സിലാകാതെ എന്നെ നോക്കി. ഞാനൊന്നുകൂടി വ്യക്തമാക്കി "രണ്ടു ഹൃദയങ്ങൾ അടുക്കുമ്പോൾ അടുത്തെങ്ങാൻ പവിഴമല്ലിയുണ്ടെങ്കിൽ അതു നിറച്ചും പൂത്ത് വാസനിക്കുമെന്ന് മുത്തശ്ശി പറഞ്ഞുകേട്ടിട്ടുണ്ട്."

"ആ കഥ മനോഹരം." നീതുസാബ് പൊട്ടിച്ചിരിച്ചു. മേജറിന്റെ മർദ്ദനത്തിൽ പൊട്ടിമുറിഞ്ഞ നീതുസാബിന്റെ മുൻവശത്തെ പല്ലുകൾ വീണ്ടും കണ്ടപ്പോൾ എനിക്ക് വേദനയേറി. ഞാനവരെ ചേർത്തുപിടിച്ചു. അവരുടെ കണ്ണുനീർ കുതിച്ചൊഴുകി.

"എന്റെ തറവാടിന് കുറച്ചകലെയുള്ള പുരയിടത്തിൽ കൂറ്റനൊരു പവിഴമല്ലിയുണ്ട്. ഇപ്പോൾ നമ്മളവിടെയുണ്ടായിരുന്നെങ്കിൽ അതിലെ പൂക്കളെമുഴുവൻ കാറ്റെടുത്തുവന്ന് തറവാട്ടുമുറ്റം മൂടിയേനെ." ഞാനവരുടെ തലയിൽ തഴുകി. അവരുടെ കണ്ണുനീർ മെല്ലെ വറ്റി.

"ആശ്വാസം! ഇവിടെ അങ്ങനെയൊരു മരമില്ലാത്തതു നന്നായി. അല്ലെങ്കിലിപ്പോ മഞ്ഞുമൂടിയ ഈ വഴിയിൽ പൂവുംകൂടി മൂടി നടക്കാൻ പറ്റാതായേനെ." സാബിന്റെ വർത്തമാനം എന്നെ ചിരിപ്പിച്ചു.

"വിരമിക്കലിന്റെ പേപ്പറുകൾ ശരിയാക്കാനുണ്ട്. ഉച്ചകഴിഞ്ഞ് ഒഫിഷ്യലുകളെ കാണണം. നമ്മൾക്ക് മടങ്ങിയാലോ." ഞാനവരെ എഴുന്നേല്ക്കാൻ സഹായിച്ചു. കന്റോൺമെന്റിലെ വില്ലയിലേക്കുള്ള വഴിമദ്ധ്യേ ജീപ്പിലിരിക്കുമ്പോൾ സാബ് പറഞ്ഞു "മഞ്ഞുമൂടിയ നിറങ്ങൾ നിറഞ്ഞ പച്ചപ്പേറിയ ഈ നാടിനെന്തു ഭംഗിയാണ്. ഇവിടംവിടുന്നവർക്ക് കോണിഫ

റുകൾക്കിടയിലെ ഏകാന്തതയും നീലജലാശയങ്ങളും ഹിമപ്പക്ഷികളുമൊക്കെ എന്നെന്നേക്കുമായി നഷ്ടപ്പെടും."

"ഒന്ന് നഷ്ടപ്പെടുമ്പോൾ മറ്റൊന്ന് കിട്ടും. മദ്ധ്യകേരളത്തിൽ എന്റെ നാടായ പൂഞ്ഞാറിന് ഏതാണ്ട് അടുത്ത് ഇതുപോലെ സുന്ദരമായൊരു ഭൂമികയുണ്ട്. ഇടുക്കി എന്നാ പേര്. ഇടുക്കിയിലെ മൂന്നാറിൽ ഏകാന്ത സുന്ദരമായ കുന്നിൽ ചെറിയൊരു വീടും സ്ഥലവും വാങ്ങണം. ബാക്കിജീവിതം അവിടെയാകാം. അവിടെ വീടും സ്ഥലവും നോക്കിവയ്ക്കാൻ ഞാൻ അമ്മവീട്ടിലെ കാര്യസ്ഥന് എഴുതിയിട്ടുണ്ട്."

"എന്നിട്ട് എന്നോട് പറഞ്ഞില്ലല്ലോ."

"സാബിനൊരു സർപ്രൈസ് തരാമെന്നു കരുതി."

"ഇനിയെന്നാ ഈ സാബ് വിളി മാറ്റുക."

"ഉടൻതന്നെ." എന്റെ മറുപടിയെ അവർ പുഞ്ചിരിയോടെ സ്വീകരിച്ചു. നീതുവിനെ വില്ലയിലാക്കിയിട്ട് ഞാൻ പീസ് സ്റ്റേഷനിലേക്കു മടങ്ങി. പത്തൊൻപതുവർഷത്തെ സേവനത്തിനുശേഷം മുപ്പത്തിയേഴാം വയസ്സിൽ സൈനികവൃത്തിയിൽനിന്ന് വിരമിക്കാനുള്ള പേപ്പറുകൾ പൂരിപ്പിക്കുമ്പോൾ കൈവിറയ്ക്കുകയും ഹൃദയം മുറിപ്പെടുകയും ചെയ്തു. ഞാനെന്ന വ്യക്തിക്ക് ഭൂമിയിൽ വിലാസമുണ്ടാക്കിത്തന്ന ജോലിയാണ്. എന്നെ മാനസികവും ശാരീരികവുമായി കെല്പുള്ള മനുഷ്യനാക്കിയ ജോലിയാണ്. വൈവിദ്ധ്യമാർന്നതും വ്യത്യസ്തമായതുമായ സേവനഭൂമികകൾ എനിക്ക് സമ്മാനിച്ച ജോലിയാണ്. അതിനെല്ലാമുപരി നീതുവിനെ ഞാൻ കണ്ടുമുട്ടിയതും ഇടപഴകിയതും ഈ ജോലിയാലാണ്. സന്ധ്യക്ക് ക്യാമ്പിൽവച്ച് മഹീന്ദറിനെ കണ്ടു. കണ്ടയുടൻ എന്തോ പറയാനുണ്ടെന്ന് പറഞ്ഞ് എന്നെ വട്ടംചുറ്റിപ്പിടിച്ചൊരിടത്തേക്ക് മാറ്റി നിർത്തി.

"എന്തായെന്താ." ഞാൻ രഹസ്യമായി ചോദിച്ചു.

"സ്റ്റേഷനിലാകെയൊരു സംസാരമുണ്ട്."

"എന്തു സംസാരം."

"മേജറിന്റെ ഭാര്യയും നീയുമായി പ്രണയത്തിലാണെന്ന്. നീ സൂക്ഷിക്കണം." മഹീന്ദർ ഉപദേശിച്ചു.

"എന്തു സൂക്ഷിക്കണമെന്നാണ്."

"എന്തുംചെയ്യാൻ മടിയില്ലാത്ത ദുഷ്ടനാണ് മേജർ."

"അങ്ങേരുടെ വീട്ടുകാര്യം നോക്കാൻ എന്നെ പറഞ്ഞുവിടാറുണ്ടായിരുന്നത് അയാളല്ലേ. അങ്ങേർക്ക് ഭാര്യയെ വേണമെന്നുണ്ടായിരുന്നെങ്കിൽ ഗർഭാവസ്ഥയിലുള്ള അവരെ ക്രൂരമായി മർദ്ദിക്കില്ലായിരുന്നു."

"അതു ഭാര്യയെ വേണ്ടാഞ്ഞിട്ടാവില്ല. കുഞ്ഞിനെ വേണ്ടാഞ്ഞിട്ടാവും."

"മഹീന്ദർ, ഗർഭിണിയായ ഭാര്യയെ എന്റെയും സുനീതിയുടെയും മുമ്പിലിട്ടുതന്നിട്ട് രഹസ്യക്കാരിക്കടുത്ത് പോയ അങ്ങേർക്ക് ഭാര്യയെ ആവശ്യമുണ്ടെന്നോ?"

"എന്നുകരുതി അങ്ങേരുടെ ഭാര്യയെ നീ പ്രണയിച്ചാൽ അങ്ങേർ ചുമ്മാതിരിക്കുമോ?"

"ഒഴിഞ്ഞുപോകാൻ ആവശ്യപ്പെട്ടാണ് ഇത്രകാലവും മർദ്ദിച്ചിരുന്നത്."

"അതെയോ. എന്നിട്ടിപ്പോൾ സാബ് സമ്മതിച്ചോ."

"സമ്മതിച്ചു. ഗർഭകാലം കഴിഞ്ഞിട്ട് ഒഴിയാമെന്നേറ്റു."

"അപ്പോളങ്ങേർക്ക് എളുപ്പമായി. നിങ്ങളുടെ പ്രണയം മേജറിന്റെ ദാമ്പത്യമില്ലാതാക്കി എന്നാവും വ്യാഖ്യാനം."

"വ്യാഖ്യാനമെന്തുമാകട്ടെ. അയാൾ വിശുദ്ധനും നിരപരാധിയുമായി വാഴ്ത്തപ്പെടട്ടെ. എനിക്കോ നീതുവിനോ ഖേദമില്ല." ഞാൻ വ്യക്തമാക്കി.

ബാരക്കിലുള്ളവർ നീതുസാബിനെക്കുറിച്ച് പറഞ്ഞ് എന്നെ കളിയാക്കുന്നത് ശ്രദ്ധിക്കാത്തതായി ഭാവിച്ചു. റെക്രിയേഷൻ ടൈമിൽ ചിലർ, മേജർസാബ് അനുനയത്തിലെന്നെ മലവാരത്തേക്ക് കൂട്ടിക്കൊണ്ടുപോയി തലയ്ക്ക് വെടിവച്ച് നദിയിലേക്ക് തള്ളുന്നതായും മറ്റും തിരക്കഥയൊരുക്കി നാടകമാടി രസിച്ചു. ഞാനാരുമായും മുഷിയാൻ നിന്നില്ല. കഥകളും കെട്ടുകഥകളുമൊക്കെ നീതുവും ഞാനും നന്നായി ആസ്വദിച്ചു. പ്രസവത്തീയതിക്ക് രണ്ടുദിവസം മുൻപേ വേദനയുടെ അസ്വസ്ഥതകൾ നീതു കാട്ടിത്തുടങ്ങി. അപ്പോൾത്തന്നെ മിലിട്ടറി ആശുപത്രിയിലെത്തിച്ചു. സുനീതിയും ഒപ്പമുണ്ടായിരുന്നു. അന്നുരാത്രി നീണ്ടനിലവിളികൾക്കൊടുവിൽ നീതു പൂവു പോലൊരു പെൺകുഞ്ഞിന് ജന്മം നല്കി. അവളെ ഞങ്ങൾ പായൽ എന്നു വിളിച്ചു. ചിനാർ മരങ്ങൾക്കുമേലെ നവംബർ മഞ്ഞ് അട്ടിയിട്ടിരുന്നു.'

നാഴികമണിയിൽ ഒന്നടിച്ചപ്പോൾ ബാരക്ക് പറഞ്ഞു "നാളെ തുടരാം. ഗിരിപോയി കിടന്നോളൂ. ആരോഗ്യം വഷളാക്കണ്ട."

## ഇരുപത്തിരണ്ട്

'ഏതാണ്ടൊരു മാസം കഴിഞ്ഞപ്പോൾ കാര്യസ്ഥന്റെ കത്തുവന്നു "രവീ പറ്റിയൊരുസ്ഥലം ഒത്തു കിട്ടിയിട്ടുണ്ട്. മൂന്നാർ ടൗണിൽനിന്ന് കുറച്ചകലെ തേയിലത്തോട്ടത്തിനു നടുവിൽ മൂന്നേക്കർഭൂമിയും ഒത്തയൊരുകെട്ടിടവും. സായിപ്പൻമാരുടെ കാലത്ത് പണിതതാ. മുണ്ടക്കയത്തുള്ള ഒരു തോമസ് മാത്യുവാണ് ഇപ്പോഴത്തെ ഉടമസ്ഥൻ. അങ്ങേർക്കെന്തൊക്കെയോ സാമ്പത്തിക ബാദ്ധ്യതകൾ. വില്ക്കാൻ അത്യാവശ്യപ്പെട്ടു നില്ക്കുകയാണ്. ഒരാച്ചിന് കിട്ടും."

സമ്മതം പറഞ്ഞ് പിറ്റേന്ന് ഞാൻ മറുപടിയയച്ചു. ഒരു മാസത്തിനുള്ളിൽ അതുമായി ബന്ധപ്പെട്ട ഇടപാടുകളെല്ലാം പൂർത്തീകരിക്കപ്പെട്ടു. കുടുംബവിഹിതമായി കിട്ടിയതു കൂടാതെ എന്റെ സമ്പാദ്യത്തിലൊരു ഭാഗവും അതിനായി ചെലവിട്ടു. നാട്ടിലൊരു ഭവനം സ്വന്തമാക്കിയ സന്തോഷവാർത്ത പങ്കുവയ്ക്കാനായി വൈകുന്നേരം ഞാൻ വില്ലയിലെ

ത്തുമ്പോൾ നീതു കുഞ്ഞുപായലിനെ കുളിപ്പിക്കുന്ന തിരക്കിലായിരുന്നു. സുനീതി അടുക്കളയിലും. പായലിനെ കുളിപ്പിച്ചൊരുക്കാൻ നീതുവിനൊപ്പം ഞാനും കൂടി. ഇളംചൂടുവെള്ളത്തിൽ കുളിപ്പിച്ചെടുത്ത് പഞ്ഞിപോലുള്ള അവളുടെ ദേഹത്ത് നീതു ബേബിക്രീം പുരട്ടിയപ്പോൾ മാർദ്ദവമേറിയ പൗഡർ പഫുകൊണ്ട് ഞാനവളുടെ പിഞ്ചുകവിളിൽ തൊട്ടു. അവൾ മോണകാട്ടി ചിരിച്ചു.

"ഇവളോടൊപ്പം ഇരുന്നാൽ സമയം പോകുന്നതറിയില്ല. മേനോന് തിരിച്ചെത്തണ്ടേ." പായലിനെ കളിപ്പിച്ചിരിക്കുമ്പോൾ നീതു ചോദിച്ചു.

"ഇവിടന്ന് പോകാനേ തോന്നുന്നില്ല." ഞാൻ പറഞ്ഞു.

"എന്നാലിവിടെ കൂടിക്കോ." നീതു കളിയാക്കി. അവരുടെ ശബ്ദം വല്ലാതെ ചിലമ്പിച്ചിരുന്നു. സ്വരത്തിൽ ആരോഗ്യക്ഷയം നിഴലിച്ചു. ആരോഗ്യം കുറവായ കുഞ്ഞായിരുന്നു പായലും. കുഞ്ഞിന്റെയും തന്റെയും ആരോഗ്യമില്ലായ്മയ്ക്കു കാരണം ഗർഭാവസ്ഥയിൽ മേജറിൽ നിന്നേറ്റ മർദ്ദനമാണെന്ന ചിന്ത നീതുവിൽ ശക്തമായിരുന്നു.

"രവിയുടെ നാട്ടിലെ കാലാവസ്ഥ മോൾക്ക് പിടിക്കുമോ എന്തോ?"

"ഇതേ കാലാവസ്ഥയുള്ള ഒരിടമാണ് ഞാൻ കണ്ടുവച്ചിരിക്കുന്നത്."

"ഇവൾക്കുവേണ്ടിയോ!."

"രണ്ടുപേർക്കു വേണ്ടിയും."

"രവിക്ക് ഇഷ്ടങ്ങളില്ലേ?"

"എന്റെയിഷ്ടം നിങ്ങളാണ്." കുറേനേരം നീതു എന്റെ കണ്ണിലേക്ക് നോക്കിയിരുന്നു. ആ കണ്ണുകളിൽ ഈറർപ്പമുരുണ്ടുകൂടി. അവയിറുന്നു വീഴും മുൻപേ എന്റെ കൈവിരലുകൾ വാങ്ങിയെടുത്തു.

കുന്നിന്റെ മുകളിലാണ് മിലിറ്ററി ഹോസ്പിറ്റൽ. ഒരു ദിവസം ട്രക്കിൽ കുന്നുകയറിച്ചെല്ലുമ്പോൾ എല്ലാവരും ഞങ്ങളെത്തന്നെ തുറിച്ചു നോക്കുന്നു. നീതു കുഞ്ഞുമായി അകത്ത് ഡോക്ടർക്കടുത്തേക്ക് പോയി. ഞാൻ പുറത്ത് നിലയുറപ്പിച്ചു. സുരക്ഷാഭടൻമാരിൽ രണ്ടുപേർ അടുത്തു വന്ന് പറഞ്ഞു, 'ഒരു പട്ടാളക്കാരന് ചേരാത്തതാണ് നിങ്ങൾ പ്രവർത്തിച്ചത്. മേജറിന്റെ പത്നിയെ അടർത്തിയെടുത്തത് ശരിയായില്ല.' ഞാൻ മൗനം പാലിച്ചു.

തിരിച്ചിറങ്ങിയപ്പോൾ നീതു പറഞ്ഞു "ക്യാപ്റ്റൻ ഡോക്ടർ അവനീന്ദ്രയ്ക്ക് രവിയെ പിടിച്ചിട്ടില്ല കേട്ടോ."

"അതെന്താ?"

"മേജറിനെ വിട്ട് കേവലമൊരു സഹായക്കിനെ സ്വീകരിക്കുന്നത് വിഡ്ഢിത്തമാണെന്നാ പുള്ളിക്കാരിയുടെ അഭിപ്രായം."

"എന്നിട്ട് നീതു എന്തു പറഞ്ഞു?"

"എന്തു പറയാൻ എന്റെ മനസ്സിൽ രവി ക്യാപ്റ്റനാണെന്ന് പറഞ്ഞു."

"മ് അതു ബഹുമതി തന്നെ." ഞാൻ ചിരിച്ചു.

"ചിരിക്കണ്ട. എനിക്ക് രവി എന്റെ ക്യാപ്റ്റൻ തന്നെയാണ്."

"അമൃത്സറിലെ സ്വന്തക്കാരോടൊക്കെ എന്നെക്കുറിച്ചെന്തു പറയും?"

"എന്തു പറഞ്ഞാലും അവരൊന്നും എന്റെയീ തീരുമാനത്തോട് യോജിക്കാനിടയില്ല."

"അതിൽ വിഷമമുണ്ടോ?"

"വിഷമമെന്തിനാ? നമുക്കെല്ലാം സ്വന്തക്കാരുണ്ട്. നമ്മളും മറ്റുള്ളവർക്ക് സ്വന്തക്കാരാണ്. എന്നിരുന്നാലും ജീവിതത്തെ നേരിടേണ്ടത് അവനവൻ തന്നെയാണ്."

"ഡോക്യുമെൻസിൽ ഒപ്പിട്ട് നല്കിയപ്പോൾ മേജറിന്റെ പ്രതികരണം എന്തായിരുന്നു?"

"അദ്ദേഹത്തിന് വലിയ സന്തോഷമായി."

"വില്ലയിൽനിന്ന് മാറിക്കൊടുക്കാൻ പറഞ്ഞോ?"

"ഇല്ല. മോചനമനുവദിച്ചുള്ള പത്രിക വരുമ്പോൾ പറയുമായിരിക്കാം."

"അതിനുമുമ്പ് എന്റെ റിട്ടയർമെന്റ് പേപ്പേഴ്സൊക്കെ ശരിയാകും. നീതുവിന്റെ കാര്യങ്ങൾകൂടി ശരിയായാലുടൻ നമുക്ക് നാട്ടിലേക്ക് തിരിക്കാം." ഞാൻ ശുഭാപ്തിവിശ്വാസത്തിലായി."

കാറ്റ് ജനൽപ്പാളികളെയിളക്കി. ബാരക്ക് ഗിരിക്കഭിമുഖമായ കസേരയിൽ നിന്നെണീറ്റ് ജനലഴികളിലൂടെ തെക്കേമുറ്റത്തെ കല്ലറയിലേക്ക് നോക്കി. ഗിരി വായന നിർത്തി. മഞ്ഞിന്റെ പുകമറയിലമർന്ന് കല്ലറ. ഉമ്മറത്തെ ആട്ടമണിയിളകി. കാറ്റുവിളക്ക് മിന്നിത്തെളിഞ്ഞു. ബാരക്കിന്റെ ഹൃദയഭൂമികയിൽ അകലെയൊരു കുന്നിനപ്പുറം വലിയൊരു മലയ്ക്കുതാഴെ സമതലത്തിലൂടെ വെള്ളക്കുതിരകൾ നിലാവത്ത് തടാകം മുറിച്ചുകടന്ന് എങ്ങോ മറഞ്ഞു.

"ബാരക്ക്." ഗിരി മൃദുവായി ചുമലിൽതൊട്ട് വിളിച്ചു.

"മ്."

"ഒറ്റയ്ക്കിരിക്കാൻ തോന്നുന്നുണ്ടോ?"

"ഇല്ല."

"വായന നാളെ തുടരാം." ഗിരി പറഞ്ഞു:

"വേണ്ട ഇപ്പോൾതന്നെ ആകാം."

"ഞാൻ നാളെ വരാം." പുറത്തുനിന്ന് മുഖംവലിച്ച ബാരക്ക് പോകാൻ ഭാവിച്ച ഗിരിയുടെ കൈയിൽ പിടിച്ച് നിർത്തി.

"ഇപ്പോൾ തന്നെ ആകാം." അവളാവർത്തിച്ചു.

"കൈക്ക് നല്ല ചൂടുണ്ടല്ലോ. പനിയാണോ?" ഗിരി തന്റെ കൈപ്പടം ബാരക്കിന്റെ നെറ്റിയിൽ വച്ച് ചോദിച്ചു.

"ആണോ?" ബാരക്ക് അങ്ങോട്ടുചോദിച്ചു.

"അതെ."

"ഒരു കട്ടനിൽ നമുക്കിവനെ പിടിച്ചുകെട്ടിയിട്ട് വായന തുടർന്നാലോ?" അവൾ ചോദിച്ചു.

"ഭവതിയുടെ ഇഷ്ടം!." ഗിരി ചിരിച്ചു. ബാരക്ക് കസേരയിൽ ചെന്നിരുന്നു.

"ഈ മഞ്ഞുകൊണ്ടാൽ ആർക്കും പനിവരും." ഗിരി ജനൽപ്പാളികളടച്ച് കുറ്റിയിട്ടിട്ട് കെറ്റിലിൽ കട്ടൻ തയ്യാറാക്കി. ചൂടോടെ ഒരു കോപ്പ ബാരക്കിന് പകർന്നു.

"ഗിരി കുടിക്കുന്നില്ലേ?"

"എനിക്ക് പനിയില്ലല്ലോ."

"പകർന്നാലോ?"

"പകരുമോ?"

"പകരാൻ സാദ്ധ്യതയുണ്ട്." അവൾ ഊറിച്ചിരിച്ചു.

"എന്നാലൊരു കോപ്പ ആകാമല്ലേ."

"ആകാം."

ബാരക്കിന്റെ മുഖത്തെ കണ്ണിനിമ്പമായ ക്ഷണദീപ്തിയിൽ ഗിരിയുടെ ഹൃദയംനിറഞ്ഞു. മഞ്ഞ് പെയ്തുപെയ്ത് ആർദ്രമായി. മേലേക്കുന്നിൽ നിറച്ചും വെള്ളപ്പൂക്കൾ വിരിഞ്ഞു. പൂമണവുമായി കുന്നിറങ്ങിയ കാറ്റ് മലഞ്ചെരിവിനെ മയക്കി. ഗിരി വായനതുടർന്നു 'നാട്ടിലേക്കുള്ള ഞങ്ങളുടെ യാത്ര അല്പം ക്ലേശകരമായിരുന്നു. ഇവിടെയെത്തുമ്പോൾ നീതുവും കുഞ്ഞും ക്ഷീണിച്ചിരുന്നു. ഞാൻ പറഞ്ഞതനുസരിച്ച് കാര്യസ്ഥൻ കോട്ടേജിൽ വേണ്ട സൗകര്യങ്ങളൊക്കെ ഒരുക്കിയിരുന്നു. എത്തിയതിന്റെ മൂന്നാംനാൾ നീതുവിനും പായലിനും കടുത്ത പനിബാധിച്ചു. പനിയുടെ അസഹ്യതയിൽ കുഞ്ഞ് രാത്രി മുഴുവൻ കരഞ്ഞുതീർക്കും. പകൽ ഇടയ്ക്കല്പം ഉറങ്ങും. എസ്റ്റേറ്റ് കമ്പനിക്കാരുടെ ഹോസ്പിറ്റലിൽ നിന്ന് ഡോക്ടറെ വരുത്തി ഇൻജക്ഷനും മരുന്നും നല്കി. രണ്ടുദിവസത്തിനുള്ളിൽ പനി അടങ്ങി. നിശ്ശബ്ദമായ മഞ്ഞുകാട്ടിനുള്ളിൽ മനോഹരമായൊരു സവിധം! അതായിരുന്നു ഞങ്ങളുടെ കോട്ടേജ്. ചുറ്റുവട്ടത്ത് കുറച്ചകലെയായി അതിരാവിലെ എസ്റ്റേറ്റ് തൊഴിലാളികളുടെ തിരക്കുണരും. പായലിനെയും ഒക്കത്തിരുത്തി നീതുവും ഞാനും മട്ടുപ്പാവിൽനിന്ന് ആ കാഴ്ച കാണും. കോട്ടേജിന്റെ മതിൽക്കെട്ടിനപ്പുറത്തെ തോട്ടത്തിൽ കൊളുന്തു പറിക്കാനെത്തുന്ന പെണ്ണുങ്ങൾ ആംഗ്യങ്ങളിലൂടെ പായലിനെ ലാളിക്കും. ഇടയ്ക്ക് എന്തെങ്കിലും ആവശ്യങ്ങൾക്കായി ഞാൻ പുറത്തുപോകുമ്പോൾ അവരുടെ സാന്നിദ്ധ്യം നീതുവിനും എനിക്കും ആശ്വാസമായിരുന്നു. നീതുവിന് അപ്പോഴും മലയാളം വശമായിട്ടില്ല. ആ പെണ്ണുങ്ങൾ നീതുവിനോട് എന്തെങ്കിലും ചോദിച്ചാൽ നീതുവുടൻ 'ക്യാപ്റ്റൻ മേനോൻ ക്യാപ്റ്റൻ മേനോൻ' എന്നെന്നെ നീട്ടിവിളിക്കും. ഇവർ നിങ്ങളോട് എന്തോ ചോദിക്കുന്നുവെന്ന് ഹിന്ദിയിൽ പറയും. മറ്റുള്ളവരുടെ മുമ്പിൽ നീതുവെന്നെ ക്യാപ്റ്റൻമേനോൻ എന്നാണ് സംബോധന ചെയ്തിരുന്നത്. സ്വകാര്യമായി രവി എന്നും! മറ്റാരുമെന്നെ രവി എന്നുവിളിക്കുന്നത് നീതു

ഇഷ്ടപ്പെട്ടിരുന്നില്ല. നീതുവിന്റെ നീട്ടിവിളി കേട്ടിട്ടാവണം ഞാനിവിടത്തുകാർക്ക് ക്യാപ്റ്റൻ മേനോനായത്! അഭ്യസിച്ചിട്ടില്ലെങ്കിലും നീതുവിന് ചിത്രകലയിൽ ഗ്രാഹ്യമുണ്ടായിരുന്നു. മേജറിൽ നിന്നൊഴിഞ്ഞതിൽപ്പിന്നെ തീർത്തും സ്വതന്ത്രമനസ്കയായ നീതു തന്റെ കഴിവുകൾ പുറത്തെടുക്കുന്നതിൽ താല്പര്യം കാട്ടി. ഒരുദിവസം ഞങ്ങളൊരുമിച്ച് എറണാകുളത്തുപോയി ബ്രഷും ചായക്കൂട്ടുകളും ഈസലും ക്യാൻവാസും വാങ്ങിവന്നു. മട്ടുപ്പാവിൽ ഈസൽ സെറ്റ് ചെയ്ത് സന്ധ്യക്കും രാത്രിയിലുമൊക്കെയാണ് വര. പകൽക്കാഴ്ചകളൊക്കെ ചിത്രങ്ങളായി വിരിയും. ആദ്യം വരച്ചത് എന്നെത്തന്നെയാണ്. പഹൽഗാമിലെ മഞ്ഞുതറയിലൂടെ റൈഫിളും തൂക്കി യൂണിഫോമിൽ നടന്നകലുന്ന എന്നെ!

"എന്റെ ബൊക്കെ നിരസിച്ചതിൽ മനംനൊന്ത് ഞാൻ തിരിഞ്ഞകലുന്ന ചിത്രമല്ലേ."

"അങ്ങനെയെങ്കിലങ്ങനെ."

"അന്നു ഞാൻ പുറംതിരിഞ്ഞ് നടക്കുംമുൻപ് വാതിൽ കൊട്ടിയടച്ച ആളെങ്ങനെ ഇതുപകർത്തി?"

"മനസ്സിലാണ് ചിത്രം വിരിയുക."

"അപ്പോളന്നേ ഞാനീ മനസ്സിലുണ്ടായിരുന്നു!."

"ഓരോന്ന് ചോദിച്ചിരിക്കാതെ രവി ചിത്രം ആസ്വദിക്കൂ."

"ഹൃദയം തകർന്ന് മടങ്ങുന്ന എന്റെ ചിത്രം ഞാനാസ്വദിക്കാനോ?"

"എന്നാൽ വേണ്ട. കുഞ്ഞിനെയിങ്ങ് തരൂ." എന്റെ ഒക്കത്തിരുന്ന പായലിനെയുമെടുത്ത് നീതു താഴെ മുറ്റത്തൊരു കോണിൽ പോയി ഒറ്റയ്ക്കിരുന്നു. എന്തെങ്കിലുമൊക്കെ പറഞ്ഞ് പിണങ്ങുക ഞങ്ങൾക്കിടയിൽ പതിവായിരുന്നു. പകുതി പകലിന്റെ ആയുസ്സുമാത്രമുള്ള പിണക്കങ്ങൾ! സ്നേഹോഷ്മളമായ കൂടിച്ചേരലിനു മുമ്പുള്ള ചെറിയ ഇടവേള! ആഴ്ചാവസാനങ്ങളിലെ ഞങ്ങളുടെ കാൽനട വിനോദസഞ്ചാരത്തിന്റെ ഉദ്ദിഷ്ടസ്ഥാനം മേലേക്കുന്നായിരുന്നു. മേലേക്കുന്നിലെ ഉച്ചവെയിൽച്ചൂടിലൂടെ പായലുമായി നടന്ന് കാഴ്ചകൾ കാണുമ്പോൾ നീതുവിന് തീർത്തും നിഷ്കളങ്കയായൊരു കൗമാരക്കാരിയുടെ ഛായയാണ്. ഞാനതു പറയുമ്പോൾ നീതു പൊട്ടിച്ചിരിക്കും. കവിളിൽ പിച്ചിവലിക്കും.

"എനിക്ക് ചിത്രകല വശമുണ്ടായിരുന്നെങ്കിൽ ഞാനീ കൗമാരക്കാരിയെ പകർത്തിയേനെ."

"അങ്ങനെയുള്ള എന്നെക്കാണാൻ എനിക്കും ആകാംക്ഷയുണ്ട്."

"ഞാൻ വർണ്ണിച്ചുതരാം. നീതു വരച്ചോളൂ."

"എന്നെ ഞാൻ വരയ്ക്കുന്നതിനേക്കാളിഷ്ടം മറ്റാരെങ്കിലും വരയ്ക്കുന്നതാ."

"അതിനിപ്പോ എന്തുചെയ്യും."

"വഴിയുണ്ട്. നമുക്കൊരു മോള് വരട്ടെ. അവൾ രവിയുടെ മനസ്സിലുള്ള എന്നെ വരയ്ക്കും."

"ഇതു നമ്മുടെ മകളല്ലേ." ഞാൻ പായലിനെ തലോടി.

"ഇവൾക്കൊരു കൂട്ടായി ചിത്രകലയിൽ വാസനയുള്ള രവിയുടെ ഗുണങ്ങളുള്ള ഒരു മകൾ."

"ആഹാ എല്ലാം തീരുമാനിച്ചുറപ്പിച്ചോ?"

"മ് പേരുവരെ കണ്ടുവച്ചു."

"എന്താ അവളുടെ പേര്?" ഞാൻ ജിജ്ഞാസയിലായി.

"ബാരക്ക്."

"എന്റെ തൊഴിൽമേഖലയിൽ നിന്നാണല്ലോ പേരെടുത്തിരിക്കുന്നത്."

"രവിയുടെ ചിന്തകൾക്കും കാത്തിരിപ്പിനും ഒരുപാടുകാലം സാക്ഷ്യം വഹിച്ച ഇടമല്ലേ."

"തന്റെ തെരഞ്ഞെടുപ്പ് ഉഗ്രനായിട്ടുണ്ട്." ഞാൻ തോളത്തുതട്ടി അഭിനന്ദിച്ചു.

"നമ്മുടെ വീടിന്റെയും പേര് ബാരക്ക് എന്നാവുന്നതാ എനിക്കിഷ്ടം."

"ബാരക്ക് ബംഗ്ലാവ് എന്നോ? അതൊരെടുപ്പില്ല."

"ബാരക്ക് കോട്ടേജ് എന്നാണ് എന്റെ മനസ്സിൽ."

"സമ്മതിച്ചെടോ." പേര് കണ്ടെടുക്കുന്നതിലെ അവളുടെ വൈദഗ്ദ്ധ്യത്തെ പ്രശംസിക്കാതിരിക്കാനായില്ല.

ഞങ്ങൾ കുന്നിലൂടെ ചുറ്റിനടന്നു. കിഴക്കുഭാഗത്തായി കുന്നവസാനിക്കുന്നതിന്റെ താഴെ സമതലത്തിലൂടെ കാലിക്കൂട്ടങ്ങളും ആട്ടിൻകൂട്ടങ്ങളുമായി പിള്ളേർ. വീടുകളിൽ വെണ്ണയും പാലും കൊണ്ടുക്കൊടുക്കുന്നതും കുട്ടികൾ തന്നെ. അന്നൊക്കെ ശുദ്ധമായ വെണ്ണയും പാലും ധാരാളമായി കിട്ടിയിരുന്നു. ആരോഗ്യം വയ്ക്കാനായി പായലിന് ഇളം ചൂടുള്ള ചമ്പാവരിച്ചോറിൽ വെണ്ണ ചേർത്തു കൊടുക്കും. ചോറ് കഴിക്കാൻ മടിച്ചിരുന്ന നീതുവും ഒടുവിൽ ചൂടുചോറിൽ വെണ്ണയൊഴിച്ച് കഴിക്കുന്ന ശീലം തുടങ്ങി. കാലിമേയ്ച്ചു നടക്കുന്ന കുട്ടികളെ നോക്കിനിന്ന് നീതു എന്നോടു ചോദിച്ചു"താഴ്‌വാരത്ത് ഒരു സ്കൂളു തുടങ്ങിയാലോ?"

"നമ്മുടെ കുഞ്ഞുങ്ങളെ പഠിപ്പിക്കാനാണോ?"

"അല്ല. ദേ ആ കുട്ടികളെ. പിന്നെ തോട്ടത്തിൽ പണിയെടുക്കുന്നവർക്കൊപ്പമുള്ള കുട്ടികളെയും. അടുത്തൊരു സ്കൂളുണ്ടാവുമ്പോൾ അവർ വരും."

കോട്ടേജിനെ ചുറ്റിയുള്ള എസ്റ്റേറ്റിൽ പണിയെടുക്കുന്ന പെണ്ണുങ്ങൾക്കൊപ്പം കുട്ടികളും ഉണ്ടാവാറുണ്ട്. കുട്ടികൾ പണിയെടുക്കുന്നത് കാണുമ്പോൾ മനസ്സിനൊരു നൊമ്പരമാണ്. നീതുവുമതെന്നോട് പങ്കുവച്ചിട്ടുണ്ട്.

ലയങ്ങളിലെ പെണ്ണുങ്ങളോട് ഞാനൊരിക്കൽ ചോദിച്ചു: "കുഞ്ഞുങ്ങളെ സ്കൂളിലയക്കാത്തതെന്താ?"

"സ്കൂളങ്ങ് ദൂരെ കുറേ നടക്കണം. കൊണ്ടാക്കാനും തിരികെക്കൊ

ണ്ടുവരാനും ആള് വേണം. അതിലും ഭേദം ഒപ്പംകൂടി പണിയെടുക്കുന്നതാ. കായീംകിട്ടും കണ്ണുവെട്ടത്തുണ്ടാവേം ചെയ്യും."

പിള്ളേർ ഓടീം മറിഞ്ഞും തല്ലുകൂടിയും പണിയെടുത്തും കായ്കൾ പെറുക്കിത്തിന്നും തോട്ടത്തിലവരുടെ ലോകമുണ്ടാക്കി. ആ പെണ്ണുങ്ങളുടെ മുഷിഞ്ഞവേഷവും കറവീണപല്ലും മുറുക്കാൻതുപ്പലൊട്ടിയ ചുണ്ടുമൊക്കെ നീതുവിന്റെ വരകളിൽ തെളിഞ്ഞു. മൂന്നുമണി വെയിലിനൊപ്പം മേലേക്കുന്നിൽ കാറ്റുവന്ന് മൂടി. ഞങ്ങൾ പള്ളിമുറ്റത്തെ ബെഞ്ചിലിരുന്നു. സുന്ദരനും ചെറുപ്പക്കാരനുമായ ഗബ്രിയേലച്ചൻ കുറച്ച് ഓടപ്പഴം കൊണ്ടുത്തന്നു. പള്ളിമുറ്റത്തത് സുലഭമായിട്ടുണ്ട്. ഞങ്ങൾ ചെല്ലുമ്പോൾ അച്ഛനും കപ്യാരും ഓടപ്പഴം പറിക്കുന്ന തിരക്കിലായിരുന്നു. പഴംപൊളിച്ച് തിന്നുന്നതിനിടെ ആടുമാടുകളെ മേയ്ച്ചുനടക്കുന്ന കുട്ടികളെക്കുറിച്ചായി നീതുവിന്റെയും എന്റെയും ചർച്ച.

"ആ കുട്ടികൾ ജീവിതത്തിൽ കരുത്തരാകും." നീതു പറഞ്ഞു.

"ഇങ്ങനെ വളർത്തപ്പെടുന്നതുകൊണ്ടാണോ?"

"അതെ."

"മറ്റുവഴികളില്ലാഞ്ഞിട്ടല്ലേ ഇത്തരത്തിൽ വളർത്തപ്പെടുന്നത്."

"ആയിരിക്കാം. ശ്രമിച്ചാൽ മറ്റുവഴികൾ തുറന്നു കിട്ടിയെന്നും വരാം. അതൊന്നുമല്ല വിഷയം. ഇത്തരത്തിലായതിനാൽ എന്തിനെയും നേരിടാൻ അവർ പ്രാപ്തരാകുന്നു എന്നതാണ്."

"പട്ടാളച്ചിട്ടയിൽ വാർത്തെടുക്കപ്പെടുന്നവരും എന്തിനെയും നേരിടാൻ പ്രാപ്തരാണ്."

"ഉദാഹരണം തൊട്ടടുത്തുണ്ടല്ലോ. പായലിനെയും ബാരക്കിനെയും രവി ആ ചിട്ട പരിശീലിപ്പിക്കണം."

"ബാരക്ക് വന്നിട്ടുകൂടിയില്ല!."

"അവൾ വരും."

"അത്രയ്ക്കുറപ്പാണോ?"

"ഉറപ്പാണ്. എന്നെക്കാണാതെ തന്നെ അവളെന്നെ വരയ്ക്കും. പ്രതിഭാധനയായ ഒരു ചുരുണ്ടമുടിക്കാരിയായിരിക്കും അവൾ."

"അവളെ ചിത്രകല പഠിപ്പിക്കേണ്ടി വരില്ല അല്ലേ?"

"ചിത്രകലയ്ക്ക് പ്രശസ്തമായ ദേശത്തുവിട്ട് അവളെ പഠിപ്പിക്കണം."

"എന്നിട്ട്?"

"എന്നിട്ടെന്താ അവൾ സ്വന്തം വഴിതെളിച്ച് നടന്നുകൊള്ളും."

"അപ്പോൾ പട്ടാളച്ചിട്ട വേണ്ടേ?"

"മൂന്നുവയസ്സുമുതൽ നിയന്ത്രണങ്ങളോടെ സ്വയംപര്യാപ്തരാവാൻ കുട്ടികളെ പ്രേരിപ്പിക്കണം."

"അടിച്ചമർത്തി വളർത്തണമെന്നാണോ?"

"അല്ല. വൈകാരികക്ഷമത കൈവരിച്ച് വളരാനാണിതൊക്കെ."

"സ്വാതന്ത്ര്യമില്ലാതെ കുട്ടികൾ."

"നിയന്ത്രണങ്ങൾ അവരിൽ സ്വാതന്ത്ര്യദാഹം വളർത്തിക്കൊള്ളും. നേടിയെടുക്കാനുള്ള ഇച്ഛാശക്തി മുതിരുമ്പോൾ ആർജ്ജിക്കും." ഞാൻ നീതുവിനെ കേട്ടിരുന്നു. മേലേക്കുന്നിൽ കാറ്റൊഴിഞ്ഞു. ആകാശം റോസ്നിറമുള്ള കുഴമ്പുപോലെയായി' ഗിരി വായിച്ചുനിർത്തി. കേൾവിയിൽ ലയിച്ചിരുന്ന ബാരക്ക് അതറിഞ്ഞതേയില്ല.

ഗിരി ബാരക്കിനെ ഉണർത്തി.

അവൻ ഓർമ്മപ്പുസ്തകം മടക്കുമ്പോൾ ബാരക്ക് ചോദിച്ചു "പണ്ട് ക്യാപ്റ്റൻ ഞങ്ങളെ കൂട്ടിലടച്ചിട്ടിരുന്നത് അമ്മയുടെ ഈ വാക്കുകൾ കേട്ടിട്ടോ, അതോ പായലിന്റെ പ്രതിരോധശേഷിയെക്കുറിച്ചുള്ള ഉൽക്കണ്ഠ നിമിത്തമോ?"

"രണ്ടാമതു പറഞ്ഞതിനാലാവും. ഈ മലമേട്ടിൽ കുട്ടികൾക്ക് അലയാൻ ധാരാളമിടമുണ്ട്. കൗതുകങ്ങളുണ്ട്. ശീലിച്ചാൽ തടയാൻ പറ്റില്ല."

"ഹാ നിനക്കെല്ലാമറിയാം. ഈ തടിച്ച പുസ്തകം മുഴുവൻ നിന്റെ കൈപ്പടയല്ലേ. മഞ്ഞും മഴയും വെയിലും കാറ്റും പൊടിയും തട്ടാതിരുന്നിട്ടും ഒരു പനി പായലിനെ വീഴ്ത്തി. ഇതിലൊക്കെ എന്തർത്ഥം!."

"ഓർമ്മകൾ ബാക്കി നില്ക്കുന്നുണ്ടല്ലോ?"

"ചിലതൊക്കെ ബാക്കിനില്ക്കുന്നത് അദ്ദേഹത്തിന്റെ ഓർമ്മയിൽ മാത്രം!."

"ബാരക്കിന് അമ്മയെ അറിയാൻ ഒരു ഓർമ്മപ്പുസ്തകമെങ്കിലുമുണ്ട്."

"ഗിരീ." ബാരക്കവന്റെ കൈയിൽ തലോടി.

"വേരില്ലാത്തത് മണ്ണിലാഴ്ന്നിറങ്ങില്ല." അവന്റെ സ്വരമിടറി.

"അതിനെ ഫലസമ്പുഷ്ടമായ മണ്ണിലേക്ക് മാറ്റിയാലോ?"

"വേരുകൾ വീശി പടരും."

"അതങ്ങനെ പടരട്ടെ." അവൾ സ്വരം താഴ്ത്തിപ്പറഞ്ഞു.

"എപ്പോഴാണ് അമ്മയുടെ ചിത്രം വരയ്ക്കുക?" വൈകുന്നേരം പള്ളിമുറ്റത്തൂടെ നടക്കുമ്പോൾ ഗിരി ചോദിച്ചു.

"എനിക്കുമുമ്പിൽ ആ രൂപം വഴിതുറക്കുന്ന സമയത്ത്."

"ഫോട്ടോകൾ ധാരാളം ക്യാപ്റ്റന്റെ കൈവശം ഉണ്ടായേക്കും."

"ഉണ്ടായിക്കോട്ടെ. അത് ക്യാപ്റ്റനുള്ളതാണ്."

"നമുക്കെത്ര മുൻപ് അവരിവിടെ വന്നുപോയി!"

"അത്ഭുതമായിരിക്കുന്നു."

"കോട്ടേജിൽനിന്ന് ഇനി ആരൊക്കെ ഇവിടെ വന്നുപോകും."

"സ്രഷ്ടാവിനറിയാം."

"അവൻ ആകാശത്തുനിന്നും വെള്ളം ചൊരിഞ്ഞ് ഇക്കണ്ട പച്ചപ്പുമുഴുവനുമുണ്ടാക്കി. എത്രയെത്ര നിറങ്ങളിലുള്ള കായ്കനികളാ." ഗിരി ചുറ്റുംനോക്കി.

"എല്ലാത്തിന്റെയും ഈരണ്ടു വീതമുണ്ട്." തൊട്ടടുത്ത് കണ്ട ഫലസസ്യം പിടിച്ചുലച്ച് ബാരക്ക് പറഞ്ഞു.

"ആണും പെണ്ണുമാകും. ഈ കുന്നിൽത്തന്നെ രണ്ടു വ്യത്യസ്ത നിറങ്ങളിലുള്ള മണ്ണ്. ചുവപ്പും കറുപ്പും. കുന്നുകളിലുമുണ്ട് നിറഭേദങ്ങളുള്ള പാതകൾ."

"അവൻ എല്ലാത്തിനെയും ഇണകളായി സൃഷ്ടിച്ചിരിക്കുന്നു."

"അവനൊരു പ്രതിഭാസം തന്നെ." കാറ്റിൽ പള്ളിമണിയിളകി.

"സത്യമായും." ബാരക്ക് മേലേക്കുന്നിലെ ആകാശത്തെ നോക്കി.

"കാറ്റിൽ നിലത്തുമുട്ടുന്ന ഈ വള്ളികളും മന്ദമുലയുന്ന വൃക്ഷച്ചില്ലകളും അവരുടെ നാഥന് പ്രണാമമർപ്പിക്കുകയാവും."

"സ്രഷ്ടാവിനോടു തന്റെ ഭീതി പങ്കുവയ്ക്കുന്നൊരു കുറിപ്പ് ലോഹാക്ഷരങ്ങളിൽ കോട്ടേജിന്റെ ഭിത്തിയിൽ കുറിച്ചതാരാകും?" ബാരക്ക് ചോദിച്ചു.

"തന്റെ കർമ്മത്തിൽ ആത്മാർത്ഥതയുണ്ടായിരുന്ന ഏതോ ഒരു തൊഴിലാളി. സ്വത്വബോധമുള്ള ഒരാൾ!."

"അതൊരു വ്യത്യസ്തമായ ഡിസൈൻ ആണെന്നാവും സായിപ്പിനെ ധരിപ്പിച്ചത്. ദ്വിഭാഷികളാരും ആ തൊഴിലാളിയെ സായിപ്പിന് ഒറ്റിക്കൊടുക്കാതിരുന്നത് ഭാഗ്യം!"

"അങ്ങനെയൊന്നുമാവില്ല. ആ ലോഹലിപികൾ പ്രാരംഭത്തിൽ മങ്ങിയതും അവ്യക്തവുമായിരുന്നിരിക്കും. പ്രായേണ തെളിഞ്ഞ് വ്യക്തമായി വന്നതാകും. അപ്പോൾ കാലമെത്രയോ കഴിഞ്ഞുപോയ്. അക്കാലത്ത് അത്തരം എഴുത്തുവിദ്യകൾ അഭ്യസിച്ച തച്ചൻമാരുണ്ടായിരുന്നു."

"മികച്ച നിരീക്ഷണം."

"ഇനിയൊന്ന് പറയട്ടെ?" ഗിരി ചോദിച്ചു.

"പറയൂ. കേൾക്കാനെന്തു രസം!" ബാരക്ക് മൊഴിഞ്ഞു.

"ഈ പള്ളി താഴ്വാരത്തെ പാറ വെട്ടിപ്പൊളിച്ച് കെട്ടിയുണ്ടാക്കിയതാവും."

"എന്തൊരു ഭാവനാദീപ്തി!." ബാരക്ക് ഗിരിയെ നോക്കി. അവന്റെ മൂക്കിൻതുമ്പിൽ ഒരു മഞ്ഞുതുള്ളിയിറ്റു വീഴുമ്പോലെ പ്രകാശം സ്ഫുരിച്ചു. നടന്നുനടന്ന് അവർ മേലേക്കുന്നിന് കിഴക്കെത്തി. സമതലത്തിലേക്ക് നോക്കി അവർ ചെരിവിലിരുന്നു.

"ഞാനൊന്ന് പറയട്ടെ." ബാരക്കവന്റെ കൈ തന്റെ കൈക്കുള്ളിലാക്കി ചോദിച്ചു.

"മ്."

"രണ്ടുകടലുകളെ തമ്മിൽ കൂടിച്ചേരത്തക്കവിധം അവൻ അയച്ചുവിട്ടിരിക്കുന്നു. അന്യോന്യം അതിക്രമിച്ചു കടക്കാതിരിക്കാൻ അവയ്ക്കിടയിൽ അവൻ തടസ്സം സൃഷ്ടിച്ചിരിക്കുന്നു."

"മനസ്സ് എന്ന വലിയ തടസ്സം." ഗിരിയുടെ സ്വരം താഴ്ന്ന് ലോലമായി. പടിഞ്ഞാറിലെ വിലോല കിരണങ്ങൾ ഇരുവരുടെയും പിന്നിൽ തൊട്ടുരുമ്മിനിന്നു. പാൽനിറച്ച പാത്രങ്ങളുമായി സമതലത്തിലൂടെ നീങ്ങുന്ന മോപ്പഡുകൾ.

"ആ ശബ്ദം നമുക്കന്യമാണെങ്കിലും ദൃശ്യമെത്രയടുത്താണ്." അടക്കിപ്പിടിച്ച സ്വരത്തിൽ ബാരക്ക് പറഞ്ഞു.

"ഈ കുന്നിനപ്പുറം ഇനിയും കാണാത്ത എന്തെന്തു വൈവിദ്ധ്യങ്ങളാണ്."

"നമുക്കതിലൂടെയൊക്കെ കടന്നുപോകണം."

"എങ്കിൽ നാളെ ഞാനൊന്ന് കാണിക്കാം." ഗിരി പറഞ്ഞു.

"എന്താത്."

"വൈക്കോലുള്ള ധാന്യങ്ങൾക്കും സുഗന്ധച്ചെടികൾക്കുമിടയിലൂടെ കുതിച്ചൊഴുകുന്ന അരുവി!."

"സത്യം!."

"സത്യം." ഗിരി കൈയെത്തുന്ന ദൂരത്തുനിന്നും മധുരമുള്ള ഒരു പഴം പൊട്ടിച്ചെടുത്ത് ബാരക്കിനു നല്കി. ഗിരിയുടെ ചുണ്ടിൽ മധുരം കിനിഞ്ഞു. അവളുടെ വെള്ളക്കമ്പിളി ഉടുപ്പിലേക്ക് സാന്ധ്യസൂര്യൻ രശ്മികളായി പ്രവഹിച്ചു.

## ഇരുപത്തിമൂന്ന്

**കെ**ട്ടിപ്പൂട്ടിയതുപോലുള്ള ചെറുക്കന്റെ മുഖഭാവം കണ്ടാൽ ഒന്നും ചോദിക്കാൻ തോന്നില്ല. മറ്റക്കര ജങ്ഷനിലൂടെ മിക്കപ്പോഴും ജീവൻ ചെറിയകുന്നിലേക്ക് പോകുന്നതും മടങ്ങുന്നതും എല്ലാവരും കാണുന്നുണ്ട്. എന്താണവന്റെ മനസ്സിലെന്ന് മാടസ്വാമിക്കോ മേരിക്കോ ചന്ദ്രനോ തിരിഞ്ഞില്ല. അവനെന്തോ മാറ്റമുണ്ടെന്ന് മാടസ്വാമിക്ക് ഉറപ്പാണ്. ചന്ദ്രനതു സമ്മതിക്കാൻ തയ്യാറല്ല. കാണുമ്പോഴൊക്കെ ചെറുക്കനെ കുറ്റം പറയും. മേരിക്കതു തീരെ പിടിക്കുന്നില്ല.

"കെളവാ ഇനിയീ തട്ടിലിരുന്ന് ആ കൊച്ചനെ വല്ലതും പറഞ്ഞാൽ നിങ്ങള നരച്ച താടിയിൽ ഞാൻ തീ കൊളുത്തും." മേരി ചന്ദ്രനെ ശാസിച്ചു.

"കുറേനാളായല്ലോടീ നീയെന്നെ കൊല്ലും തിന്നും എന്നൊക്കെ വീമ്പിളക്കുന്നു. വല്ലതും നടന്നോ." മേരിയുടെ താക്കീതിനെ ചന്ദ്രൻ നിസ്സാരവല്ക്കരിച്ചു.

"ങ്ഹാ ഒരുദിവസം അറ്റകൈക്ക് നിങ്ങളെ ഞാൻ കൊല്ലും കെളവാ."

"നിന്റെ കൈകൊണ്ട് ചാകാനും വേണം ഭാഗ്യം! ഓഹ് ആലോചിക്കുമ്പോൾ തന്നെ കുളിരുകോരുന്നു." വലിച്ചുകഴിഞ്ഞ ബീഡിത്തുണ്ട് ചന്ദ്രൻ കുപ്പയിലേക്കിട്ടു.

"എന്നെക്കൊണ്ടൊന്നും പറയിപ്പിക്കാതെ എണീറ്റു പോ കെളവാ." മേരി കപ്പയിളക്കുന്ന തുടുപ്പെടുത്ത് മുറ്റത്തേക്ക് ചൂണ്ടി.

"മരിച്ചാലും ഞാനിവിടന്ന് പോവില്ലെടീ. നിന്നേംകൊണ്ടേ പോകൂ. നാളെമുതൽ ഈ കടത്തട്ടിലാണ് എന്റെ ഉറക്കം. ഇനിയുള്ള പുലരികളിൽ എന്നെ കണികണ്ട് നീ കട തൊറന്നാ മതി."

"നിങ്ങളുടെ വീറും വാശിയും എന്റെയടുത്ത് ചെലവാകില്ല."

"ഇതു വാശിയല്ലടീ. സ്നേഹവാ സ്നേഹം. നീ എന്നെങ്കിലുമത് തിരിച്ചറിയും."

"ങ്ഹാ കാത്തിരുന്നോ." മേരി ചന്ദ്രനെ അവഗണിച്ച് തന്റെ ജോലിയിൽ മുഴുകി.

ചെറിയകുന്നാണ് ഇപ്പോൾ ചെറുക്കന്റെ അഭയസ്ഥാനം. രാവിലെ കുളിയും നനയും വേവിക്കലും തീറ്റയും കഴിച്ച് ചെറിയകുന്നിലേക്ക് പോകും. അവിടെയിരുന്ന് പ്രതീക്ഷകൾ നെയ്യും. നിരാശകൾ ഇറക്കിവയ്ക്കും. ഏകാന്തത വിട്ടോടും. വിളയൊഴിഞ്ഞ പാടങ്ങളെ പുതുക്കൃഷിക്കായി തയ്യാർചെയ്യുന്ന കർഷകരുടെ ബഹളമാണ് 'താഴ്‌വാരത്തെങ്ങും. കുന്നിനു പടിഞ്ഞാറായി കുറച്ചകലെ മലഞ്ചെരിവിൽ കൊളുന്തു ശേഖരിക്കുന്ന പെണ്ണുങ്ങളെക്കാണാം. ഉച്ചവിരിഞ്ഞിറങ്ങി മുതുവർക്കുന്ന്. ഓടിയോടിപ്പണിയെടുക്കുന്ന കർഷകരെനോക്കി ജീവൻ കുന്നിലെ പാറയിൽ കാലാട്ടിയിരുന്നു. അവർ പകൽവെളിച്ചം കെടുംവരെ പണിയെടുക്കും. അതുകഴിഞ്ഞാൽ തടാകത്തിൽചെന്ന് അടിച്ച് നനച്ചൊരു കുളി. പെണ്ണുങ്ങൾ അതിനോടകം വീടുപിടിക്കും. ആണുങ്ങളാണെങ്കിൽ കുളികഴിഞ്ഞ് പുറമ്പോക്കിലെ ഷാപ്പീന്ന് ഇത്തിരി കള്ളുംമോന്തി മേരിയുടെ കടയിൽനിന്ന് ഒരുപൊതി എണ്ണപ്പലഹാരോം വാങ്ങി ഇത്തിരി നേരം അങ്ങിങ്ങ് കറങ്ങിനിന്നിട്ട് വീടുപിടിക്കും. ചെറുക്കൻ സന്ധ്യവീഴും വരെ കാറ്റും വെയിലും മഞ്ഞുമേറ്റ് കുന്നിൽ സമയം പോക്കും. പിന്നെ വീടുപിടിക്കും. കുളിച്ചുവന്ന് അസ്ഥിത്തറയിൽ ദീപം തെളിക്കും. വരാന്തയിലെ തിണ്ണയിൽ കുറേനേരമിരിക്കും. വീട്ടിലെ മൂകത അവനെ ശ്വാസംമുട്ടിച്ച് വിറളിപിടിപ്പിക്കും. ആശ്രയിക്കാനൊരിടംതേടി മനസ്സ് അലയും. ചിലപ്പോൾ അവൻ അപ്പന്റെ അസ്ഥിത്തറയ്ക്കടുത്തുള്ള മാവിൻചോട്ടിൽ പോയിരിക്കും. ആ മാവിൻചോട്ടിലിരിക്കുമ്പോഴൊക്കെ കാറ്റുവന്ന് തലോടുന്നതായി അനുഭവപ്പെടും. ഒരുദിവസം വെറുതെ അപ്പന്റെ സാമാനങ്ങൾ പരതിയപ്പോൾ മുറിയിൽനിന്ന് പൊടിപിടിച്ച ഒരു കുപ്പി കിട്ടി. അവനതെടുത്ത് തുടച്ച് വൃത്തിയാക്കി. വൈനാണോന്ന് സംശയം! അടപ്പുതുറന്ന് മണപ്പിച്ചുനോക്കി. അതെ വൈൻ തന്നെ. കോട്ടേജിൽ ചെന്നപ്പോൾ മാർത്തഅമ്മായി എനിക്കായി കൊടുത്തുവിട്ടതാകാം. ചെറുക്കൻ അനുമാനിച്ചു. തൊട്ടടുത്തുണ്ടായിരുന്ന പെയിന്റിങ്ങും തുടച്ച് വൃത്തിയാക്കി. സൂര്യോദയം കാണുന്ന ബാലന്റെ ചിത്രം! അതിലേക്കവൻ ഇത്തിരിനേരം നോക്കിയിരുന്നു. അപ്പന്റെ പ്രിയപ്പെട്ട സ്വത്ത്. അതിനുമാത്രം എന്താണിതിലുള്ളത്? ബാരക്ക് വലിയ ചിത്രകാരിയല്ലേ. അവരുടെ പെയിന്റിങ്ങായതിനാൽ നല്ല വിലകിട്ടുമായിരിക്കാം. ആ ചിത്രത്തിന് ജീവന്റെ മനസ്സിലുള്ള മൂല്യം അതാണ്.

ഏകാന്തത ചെറുക്കനിൽ ശക്തമായ സ്വാധീനം ചെലുത്തി. സ്വാതന്ത്ര്യത്തിനവന്റെ ഹൃദയം പുതിയ നിർവ്വചനങ്ങൾ തേടി. ടൗണിലെ ഷോപ്പിങ്മാളിൽവച്ച് തങ്കനേയും ശരണ്യയേയും കണ്ടു. തങ്കന്റെ രീതിയിലും ശൈലിയിലും പ്രകടമായ മാറ്റം പ്രതിഫലിച്ചു. ജീവൻ അടുത്തേ

ക്ക് ചെല്ലാനോ മിണ്ടാനോ തുനിഞ്ഞില്ല. ദൂരെനിന്ന് കാണുകമാത്രം ചെയ്തു. ഒരിക്കൽ മറ്റക്കര ജങ്ഷനിലൂടെ കാറിൽപോകുകയായിരുന്ന തങ്കൻ വഴിയരികിൽ ചെറുക്കനെക്കണ്ട് വണ്ടിനിർത്തിയിറങ്ങി. ഏതോ അപരിചിതനെക്കണ്ട പ്രതീതിയായിരുന്നു ചെറുക്കന്.

"നീയെന്താടാ നാട്ടിൽവന്നിട്ടും എന്നെക്കാണാൻ വരാഞ്ഞത്." തങ്കൻ ചോദിച്ചു.

"ഓ ഞാനറിഞ്ഞില്ല." ചെറുക്കൻ ഒഴിവാകുമ്പോലെ പറഞ്ഞു.

"ഇപ്പോൾ അറിഞ്ഞില്ലേ. നീ വീട്ടിലേക്ക് വാ. തിളയ്ക്കുന്ന വാസനയുള്ള പെർഫ്യൂമും മുന്തിയയിനം സ്കോച്ചും തരാം. അടുത്തയാഴ്ച ഞങ്ങൾ മടങ്ങും. അതിനുമുമ്പ് വരണം."

"വരാം." ചെറുക്കൻ തലകുലുക്കിയിട്ട് വീട്ടിലേക്ക് നടന്നു. അവന്റെയൊരു പെർഫ്യൂമും സ്കോച്ചും. അമ്മായിയപ്പന് കൊണ്ടുകൊടുക്കട്ടെ. ജീവൻ വീട്ടിലേക്ക് കയറി ലൈറ്റിട്ടു. കുളിച്ചുവന്ന് അപ്പന്റെ അസ്ഥിത്തറയിൽ വിളക്കുവച്ചു. കുറേസമയം വരാന്തയിലിരുന്ന് പത്രം നോക്കി. പിന്നെ അടുക്കളയിൽച്ചെന്ന് കഞ്ഞിയുണ്ടാക്കി കുടിച്ചു. അവന്റെ മനസ്സ് സ്നേഹവും വാത്സല്യവും കരുതലും കൊതിച്ചു. ലോകത്ത് തന്നെ മനസ്സിലാക്കുന്ന ആരുമില്ലെന്നവന് തോന്നി. കിടക്കയിലിരുന്ന് പൊട്ടിക്കരഞ്ഞു. മാർത്തയുടെ, മോനേ ജീവാ എന്ന വിളി അവന്റെയുള്ളിൽ പൊന്തി. പിറ്റേന്ന് അതിരാവിലെ അവൻ ബാരക്ക് കോട്ടേജിലേക്കു കുന്നുകയറി. സങ്കോചമേതുമില്ലാതെ കോട്ടേജിന്റെ മുൻവശം ചുറ്റി അടുക്കളത്തിണ്ണയിലെത്തി. കാൽപ്പെരുമാറ്റം കേട്ടുവന്ന മാർത്ത ചെറുക്കനെക്കണ്ട് അന്തിച്ചുനിന്നു. പെട്ടെന്നൊരുണർച്ചയോടെ മാർത്ത വിളിച്ചു "അകത്തേക്ക് വാ മോനേ. അകത്തേക്കു വാ. നീ എവിടെയായിരുന്നു?"

ജീവൻ അകത്തേക്കുകയറി. മാർത്ത അവനെ ഇരുത്തിയിട്ട് വേഗം പ്രാതൽവിളമ്പി. ചെറുക്കൻ തലകുമ്പിട്ടിരുന്ന് ഭക്ഷിച്ചു. ഇടയ്ക്കവൻ തലയുയർത്തി ചോദിച്ചു: "അമ്മായി കഴിച്ചോ?"

"ഇവിടെ എല്ലാവരും കഴിച്ചു."

"അമ്മായി എന്നെ കാത്തിരിക്കുകയായിരുന്നോ?" അവന്റെ സ്വരമിടറി.

മാർത്ത ജീവന്റെ തലയിൽ തലോടി.

"അമ്മായീ ഞാൻ അമ്മേ എന്നു വിളിച്ചോട്ടെ?" അവന്റെ ചോദ്യവും കരച്ചിലും ഒരുമിച്ചായിരുന്നു.

"നിനക്കിഷ്ടമുള്ളതു വിളിച്ചോളൂ കുട്ടാ." മാർത്ത അവന്റെ നെറുകയിൽ ചുംബിച്ചു. മാർത്തയ്ക്കും ചെറുക്കനും ഒരുപാട് പറയാനും കേൾക്കാനുമുണ്ടായിരുന്നു. അടുക്കളയും അടുക്കളമുറ്റവും അവരുടെ ലോകമായി.

ഉച്ചതിരിഞ്ഞ് ബാരക്കുമൊത്ത് മേലേക്കുന്നിലേക്ക് പോകാൻ പദ്ധതിയിട്ടിരുന്നതിനാൽ ഗിരി കൃഷിയിടത്തിൽ തകൃതിപ്പണിയിലായി. ചെറുക്കനെ മുറ്റത്തു കണ്ടെങ്കിലും ഗൗനിക്കാൻ പോയില്ല. അവന്റെ കാര്യ

ത്തിൽ ഗിരിക്കിപ്പോഴും ഒരുറപ്പ് വന്നിട്ടില്ല. ചെറുക്കന്റെ വരവ് ഉച്ചഭക്ഷണമെത്തിക്കാൻ ചെന്ന മാർത്ത പറഞ്ഞ് ബാരക്കുമറിഞ്ഞു. അവൾ വൃദ്ധനെ ഓർത്തു.

"ആ കുട്ടി ഇവിടെ നിന്നോട്ടെ അമ്മായീ." ബാരക്ക് പറഞ്ഞു.

"എനിക്കും അതാണിഷ്ടം. ഞാനവനെയെങ്ങോട്ടും വിടില്ല." മാർത്ത പറഞ്ഞു.

"അമ്മായിക്ക് ശാപ്പാട് കഴിക്കാനൊരു കൂട്ടുകിട്ടി അല്ലേ." ഭക്ഷണത്തിനുവന്ന ഗിരി അടുക്കളയിൽ ചെറുക്കനെക്കണ്ട് പ്രതികരിച്ചു.

"ങ്ഹാ എനിക്കൊരു കൂട്ടായി. നിനക്കുമുണ്ടല്ലോ കൂട്ട്." മാർത്ത ഗിരിയെ കളിയാക്കി.

"ഞാനൊന്നും പറഞ്ഞില്ലേയ്."

"അധികം പറയാണ്ട് പോടാ." മാർത്ത ഗിരിയുടെ ചെവിയിൽ കിഴുക്കുവച്ചുകൊടുത്തു.

"നിനക്കു മാറിയിടാൻ വല്ലതും വേണമെങ്കിൽ എന്റെ മുറിയിൽപ്പോയി എടുത്തോ. അലമാരയിൽ എന്റെ പണ്ടത്തെ ജീൻസും ടീഷർട്ടുമൊക്കെയുണ്ടാവും. നിനക്ക് പാകമായേക്കും." ഗിരി ചെറുക്കനോട് പറഞ്ഞു.

"ഞാൻ എടുത്തോളം ചേട്ടാ." വിഷാദം തൂങ്ങിയ അവന്റെ മുഖത്ത് സ്നേഹപ്പുഞ്ചിരി വിരിഞ്ഞു.

അപരാഹ്നത്തിൽ ബാരക്കും ഗിരിയും മേലേക്കുന്നുകയറി. കുന്നിൻനെറുകയിൽച്ചെന്നവർ കുട്ടികളെപ്പോലെ തുള്ളിച്ചാടി. താഴ്‌വാരത്തേക്കുനോക്കി മുറ്റത്തെ ബെഞ്ചിലിരുന്ന് കൊച്ചുവർത്തമാനം പറഞ്ഞു. കുന്നിലെ മൈതാനത്ത് പട്ടം പറത്തുന്ന കുട്ടികളെ ഭാവനയിൽക്കണ്ട് പരസ്പരം കഥകൾ പങ്കുവച്ചു. വില്യംസായിപ്പിന്റെ ശവകുടീരത്തിൽ ചെന്ന് സംസാരിച്ചു. ബാരക്കിന്റെ കൈയിൽ പിടിച്ചുവലിച്ച് ഗിരി കുന്നിനപ്പുറത്തെ കുറ്റിക്കാട്ടിലേക്കോടി കാട്ടുപൂക്കൾ നിറഞ്ഞ തളിർച്ചെടികൾക്കിടയിലൂടെ പതഞ്ഞൊഴുകുന്ന കുഞ്ഞരുവി കാട്ടിക്കൊടുത്ത് അത്ഭുതപ്പെടുത്തി. ബാരക്കിന്റെ മൂക്കിൻതുമ്പിൽ വിയർപ്പുമണികളൊത്തുകൂടി. മുഖം ചുകന്നു. അവളവന്റെ മുഖം കോരിയെടുത്ത് ദീർഘമായി ചുംബിച്ചു. അവന്റെ ഹൃദയസ്പന്ദനം അവൾക്ക് സ്പഷ്ടമായി. കുറ്റിക്കാട്ടിൽ ഇരുൾ വീണു. അരുവിക്കടുത്തെ പാറയിൽ ചാരിനിന്ന് കിതച്ച ഗിരി അനിയന്ത്രിതമായ സ്നേഹവായ്പ്പോടെ ബാരക്കിനെ കെട്ടിപ്പുണർന്ന് ചുംബിക്കുകയും പരിലാളിക്കുകയും ചെയ്തു. ഉരുക്കുമൂശയിൽ വെന്തുരുകിയ ഇരുവരും സ്വെറ്റർ അഴിച്ചു. നീയില്ലാതെ ഞാനില്ല, ഗിരി പേലവമായി മൊഴിഞ്ഞു. കടുംപച്ചയണിഞ്ഞ തോപ്പിലെ താഴ്ന്നുനില്ക്കുന്ന ധാന്യങ്ങൾക്കിടയിലൂടെ അരുവി കുതിച്ചൊഴുകി. ബാരക്കിന്റെ വിശാല നേത്രങ്ങളിൽ മേലേക്കുന്നിലെ മൂവന്തി തെളിഞ്ഞു. ആ പ്രോജ്ജ്വലതയിൽ ഗിരിയുടെ മീശരോമങ്ങൾ വിവർണ്ണമായി. അവന്റെ മിഴികളിൽ അവൾ ശോഭിക്കുന്ന തന്റെ മുഖം കണ്ടു. മലഞ്ചെരിവിൽനിന്ന് ശക്തമായ കാറ്റുവീശി. ആ ബലിഷ്ഠതയിൽ കുറ്റിക്കാടിന്റെ വന്യത പലവട്ടം പ്രക

മ്പനംകൊണ്ടു. ബാരക്കിന്റെ ശബ്ദം മുറിഞ്ഞു. കണ്ണുകൾ നിറഞ്ഞുതുളുമ്പി. അയഞ്ഞയഞ്ഞൊന്നായ കടലാഴങ്ങളിൽ നിന്നവർ പവിഴവും മാണിക്യവും കണ്ടെടുത്തു. കുന്നിറങ്ങുമ്പോൾ ബാരക്കും ഗിരിയും നന്നേ ക്ഷീണിതരായിരുന്നു. മഞ്ഞുകാറ്റ് അവരുടെ വിയർപ്പിനെയൊപ്പിയെടുത്തു.

കോട്ടേജിനക്കരെ വരയിലെ പവിഴമല്ലി പൂത്തുലഞ്ഞു. ആ ഉന്മത്തഗന്ധത്തിനൊപ്പം മുന്തിരിത്തോട്ടത്തിലിരുന്ന് നിലാവ് കാണാൻ കൊതിച്ച് ഗിരിയും ബാരക്കും *മഞ്ഞുവീണവഴിയിലെ ഓർമ്മപ്പുസ്തകം* മടക്കിവച്ച് തോട്ടത്തിലേക്കുവന്നു. സമൃദ്ധമായ മുന്തിരിക്കുലകൾ വള്ളിപ്പടർപ്പുകൾക്കിടയിലൂടെ അരിച്ചിറങ്ങിയ നിലാവിൽ കുളിച്ചുനിന്നു. തോട്ടത്തിനുള്ളിൽ നിരത്തിയ വീഞ്ഞപ്പെട്ടിപ്പുറത്ത് മുട്ടിയുരുമ്മിക്കിടന്ന് ബാരക്കും ഗിരിയും നിലാവ് നോക്കി നക്ഷത്രങ്ങളെയെണ്ണി. അതുകണ്ട് മാതളം മുന്തിരിയോട് പരിഭവിച്ചു.

നിർജ്ജീവമായ മണ്ണിൽനിന്നവർ ധാന്യമണികൾ മുളപ്പിച്ചു. അവിടെ മുന്തിരിത്തോട്ടവും മാതളത്തോട്ടവുമുണ്ടാക്കി അവയ്ക്കിടയിലൂടെ ഉറവകളൊഴുക്കി. സ്വന്തം കൈകൊണ്ട് മണ്ണിലദ്ധ്വാനിച്ചതിൽനിന്നും അവർ ഭക്ഷിച്ചു.

“ഇനിയെത്രനാൾ വേണം *മഞ്ഞുവീണവഴിയിലെ ഓർമ്മപ്പുസ്തകം* വായിച്ചു തീരാൻ?” നിലാവ് നോക്കിക്കിടന്ന ബാരക്ക് പതിഞ്ഞസ്വരത്തിൽ ചോദിച്ചു.

“നൂറുനൂറു ദിവസങ്ങൾ. കോട്ടേജിന്റെ കഥ, ബാരക്കിന്റെ കഥ, എന്റെ കഥ, അമ്മായിയുടെ കഥ അങ്ങനെയിനിയും എത്രയെത്ര കഥകൾ അറിയാനുണ്ട്.” ഗിരി മൊഴിഞ്ഞു.

“ഈ നക്ഷത്രങ്ങളെയെണ്ണിത്തീരാൻ ഇനിയെത്ര രാത്രികൾ വേണം.” ഗിരി ചോദിച്ചു

“ആയിരമായിരം രാത്രികൾ.” ബാരക്ക് മന്ത്രിച്ചു.

രാത്രി സഞ്ചരിച്ചുകൊണ്ടേയിരുന്നു. കോട്ടേജിൽ പുതുനാമ്പുകൾ വിടരുകയാണ്. ആകാശവിരിയിലെ ചന്ദ്രൻ ഈന്തപ്പനക്കുലയുടെ വളഞ്ഞതണ്ടുപോലെയായി.

## ഇരുപത്തിനാല്

**ചെ**റിയകുന്നിൽ താഴമ്പു പൂത്തു. വെളുപ്പാൻകാലത്ത് നല്ല വാസന. അബുവിന്റെ അത്തറിന്റെ വാസന. മേരി പതിവിലും നേരത്തെയുണർന്നു. കോച്ചുന്ന തണുപ്പ് വകവയ്ക്കാതെ വാതിലുതുറന്ന് പുറത്തിറങ്ങി. കനത്തിൽ പുകമഞ്ഞ്. ബുട്ടൂസ് കമ്പിളിക്കിടയിലൂടെ തലയുയർത്തി മേരിയെ നോക്കി. മുറ്റവും ചെടികളും പടവുകളും മറച്ച് മഞ്ഞ്. മഞ്ഞ് മാറുന്നതും നോക്കി പടവിലേക്ക് മുഖം പിടിച്ച് മേരി വരാന്തയിലിരുന്നു. മുതുവർക്കുന്നിലെ വായ്പ്പാട്ട് അകന്നകന്നു കേട്ടു. ബുട്ടൂസ് എണീറ്റുവന്ന്

മേരിയുടെ കാലിൽ ചേർന്നുകിടന്നു. മേരിയുടെ കടത്തട്ടിൽ കമ്പിളി വിരിയിൽ സ്വെറ്ററിനു മീതെ കരിമ്പടം വാരിപ്പുതച്ച് സുഖനിദ്ര യിലായിരുന്ന ചന്ദ്രനും ഉണർന്നു. രാത്രിയാകുമ്പോൾ രണ്ടുമൂന്ന് വൃദ്ധന്മാർ അങ്ങിങ്ങുന്ന് മറ്റക്കരയിലെ കടത്തിണ്ണകളിൽ വന്നുകൂടും. ആകാശവിളക്കിനുതാഴെ അതാണവരുടെ സ്വസ്ഥമായ വാസസ്ഥലം. തണുപ്പധികരിച്ചപ്പോൾ വൃദ്ധർ എണീറ്റിരുന്ന് ബീഡിവലിച്ചു. ചന്ദ്രൻ കടത്തട്ടിൽ നിന്നിറങ്ങിച്ചെന്ന് വശത്തെ ചപ്പുകൂട്ടിയിട്ട് കത്തിച്ചു. ചൂട് പരന്നതോടെ എല്ലാവരും ഒന്നയഞ്ഞു.

"ചന്ദ്രാ എന്തെങ്കിലും പറയെടാ. പുലരാനിനിയുമുണ്ട്." വൃദ്ധരിലൊ രാൾ ബീഡിത്തുണ്ട് കളഞ്ഞിട്ട് പറഞ്ഞു.

"നിങ്ങൾക്കൊറക്കമില്ലേ കെളവാ."

"ഉറക്കം വരുന്നില്ല ചെറുപ്പക്കാരാ?" വൃദ്ധൻ തിരിച്ച് പറഞ്ഞു.

"ങ്ഹാ ഞാൻ ചെറുപ്പക്കാരൻ തന്നെയാ."

"നീയൊരു പാട്ട് പാട്രാ ചന്ദ്രാ."

"തീയിട്ട് ചൂടാക്കിത്തന്നത് പോരാഞ്ഞിട്ടാണാ."

"നീ ഞങ്ങളുടെ മുത്തല്ലേടാ മുത്ത്." വൃദ്ധൻ പറഞ്ഞു.

"മിനിങ്ങാന്ന് രാത്രി പട്ടച്ചാരായം തന്നോണ്ടായിരിക്കും."

"ഉണ്ടെങ്കിലില്ലൂളം താടാ ചന്ത്റാ." അതുകേട്ട് മൂടിപ്പുതച്ചിരുന്ന് വലിക്കുകയായിരുന്ന മറ്റൊരു വൃദ്ധൻ കെഞ്ചി.

"എന്റേലിപ്പോ ഇല്ല കെളവാ." ചന്ദ്രൻ കടത്തട്ടിൽ ചൊതുങ്ങി പ്പിടിച്ചിരുന്നു.

"ഞാൻ കെളവൻ തന്നെടാ. പക്ഷേങ്കി നീയും കെളവനാ. മേരിപ്പെണ്ണ് നിന്നെ കെളവാന്നല്ലേ വിളിക്കണത്." പട്ടകിട്ടാത്ത കൊതിക്കെറുവിൽ വൃദ്ധൻ തുള്ളി.

"അവളെക്കുറിച്ച് ഞാനൊന്ന് പാടിത്തരാം. നിങ്ങള് കേട്ടോളിൻ...

പല്ലുപോയെടി മേര്യേ
തൊലിവലിഞ്ഞെടി മേര്യേ
തലവെളുത്തെടി മേര്യേ
കാത്തിരിക്കെടി മേര്യേ
കാത്തിരുന്ന് മൂത്തുപോയെടി മേര്യേ
കാത്തിരുന്ന് കാത്തിരുന്ന്
കോലംകെട്ടെടി മേര്യേ
നീ കോലം കെട്ടെടി മേര്യേ." ചന്ദ്രൻ കടത്തട്ടിൽ താളംപിടിച്ച് പാടി.

തീനാളങ്ങളുടെ ചൂടിൽ സുഖം പിടിച്ച് പാട്ടുകേട്ട് വൃദ്ധർ പിന്നെയും ചുരുണ്ടുകൂടി.

www.ingramcontent.com/pod-product-compliance
Lightning Source LLC
LaVergne TN
LVHW060113051026
849517LV00007B/2291